NGÔN NGỮ
TẠP CHÍ VĂN HỌC NGHỆ THUẬT
SỐ 38 ■ 1/7/2025

NHÓM CHỦ TRƯƠNG:
Luân Hoán – Song Thao – Nguyễn Vy Khanh - Hồ Đình Nghiêm – Lê Hân
Trần Thị Nguyệt Mai – Uyên Nguyên Trần Triết

CỘNG TÁC TRONG SỐ NÀY:
Bảo Giang, Ben OH, Cao Nguyên, Cái Trọng Ty, Dan Hoàng, Donry Nguyễn, Dung Thị Vân, Dư Đằng Duy, Đan Thanh, Đặng Hiền, Đặng Kim Côn, Đình Quân, Đoàn Hạnh, Đỗ T. Công, Giọt Thu, Hoàng Hoa Thương, Hoàng Lộc, Hồ Chí Bửu, Huỳnh Liễu Ngạn, Kiều Giang, Lại Văn Phong, Lạp Chúc Nguyễn Huy, Lâm Băng Phương, Letamanh, Lê Chiều Giang, Lê Hân, Lê Hữu Minh Toán, Lê Minh Hiền, Lê Thị Hạnh, Lê Văn Trung, Luân Hoán, Ngàn Thương, Ngọc Duy, Ngô Sỹ Hân, Người Sông Hậu, Nguyên Bình, Nguyên Cẩn, Nguyễn An Bình, Nguyễn Đình Phượng Uyển, Nguyễn Đức Nam, Nguyễn Đức Tùng, Nguyễn Hàn Chung, Nguyễn Hòa Trước, Nguyễn Kiến Thiết, Nguyễn Lâm Kim Oanh, Nguyễn Lê Hồng Hưng, Nguyễn Minh Nữu, Nguyễn Trọng Lĩnh, Nguyễn Văn Điều, Nguyễn Văn Gia, Nguyễn Viết Kim, Nhật Quang, NP Phan, Phạm Cao Hoàng, Phạm Nga, Phan Ni Tấn, Phương Tấn, Sóc Nâu Minnesota, Song Thao, Thái NC, Thái Thị Lý, Thái Tú Hạp, Thanh Trắc Nguyễn Văn, Thục Uyên, Thy An, Tiểu Lục Thần Phong, Tôn Nữ Mỹ Hạnh, Trần C. Trí, Trần Đình Sơn Cước, Trần Huiền Ân, Trần Thanh Quang, Trần Thị Nguyệt Mai, Trần Vấn Lệ, Triều Hoa Đại, Trịnh Chu, Trương Xuân Mẫn, Uyên Nguyên, Vinh Hồ, Vĩnh Nguyên, Võ Phú, Vũ Khắc Tế, Vũ Khắc Tĩnh, Vũ Thất, Vương Hoài Uyên, Xuyên Trà.

BÌA: Uyên Nguyên Trần Triết
PHỤ BẢN: tranh Khánh Trường
DÀN TRANG: Lê Hân
ĐỌC BẢN THẢO: Trần Thị Nguyệt Mai
LIÊN LẠC: Thư và bài vở mời gởi về:
- Luân Hoán: lebao_hoang@yahoo.com
- Song Thao: tatrungson@hotmail.com

TÒA SOẠN & TRỊ SỰ:
Lê Hân: (408) 722-5626 han.le3359@gmail.com

MỤC LỤC
TẠP CHÍ NGÔN NGỮ
SỐ 38 ▪ 1/7/2025

THƯ TÒA SOẠN

Thân kính chào bạn văn, bạn đọc,

Ngày tháng ở hải ngoại hình như bước nhanh hơn trong nước, mới đó tạp chí Ngôn Ngữ của chúng ta đã trên 40 lần trình diện cùng bạn đọc, nếu tính thêm những số đặc biệt mang đúng tinh thần tạp chí.

Hai tháng một lần, cuốn tạp chí này mang thứ tự số 38, như vậy chúng ta đã có trên 76 tháng cùng vui chơi, học hỏi lẫn nhau. Người viết cho Ngôn Ngữ sinh sống tại nhiều quốc gia trên thế giới, đặc biệt khá đông những cây bút mới cũ tại quốc nội. Tất cả các tác giả đã góp bài một cách vui vẻ, cởi mở, không đặt vấn đề nhuận bút cả báo biếu, nhờ sự thông cảm tình trạng hiếm người đọc báo Việt tại hải ngoại, bên cạnh cước phí chuyển gởi văn hóa phẩm khá cao tại Hoa Kỳ và Canada. Được đông đảo người viết góp tay là một hỗ trợ thiết thực cho hứng thú làm việc của chúng tôi. Được người đọc đón nhận là một khích lệ cụ thể.

Tạp chí Ngôn Ngữ thành hình và sống còn bởi những người không chuyên về nghề báo, gần như không một chút kinh nghiệm nào trước khi bắt tay vào việc. Mọi cố gắng sẽ không đi đến đâu nếu không được bạn viết góp tay và bạn đọc hỗ trợ, chung sức nuôi dưỡng tạp chí này. Mọi lời cảm ơn của chúng tôi gởi đến quý vị lâu nay đều luôn luôn chân tình và trân trọng.

Dù với nội dung gồm nhiều mục như xa xưa, gồm biên khảo, tìm hiểu, phê bình, nhận định những công trình văn hóa, văn học, bên cạnh những sáng tác chưa phổ biến của thơ văn, tùy bút, phỏng vấn... hoặc có số giàu trang cho thơ văn như một tuyển tập, chúng tôi vẫn tin Ngôn Ngữ là một tạp chí văn học nghệ thuật bằng Việt ngữ, hết lòng trong ước muốn gìn giữ và phổ biến chữ nghĩa nước nhà, của bao đời cha ông hằng mong lớp đi sau không lơ là, cẩu thả.

Trời vẫn đang xuân ở Bắc Mỹ, nơi chúng tôi và tờ báo chung nho nhỏ của chúng ta đang sống. Chúng tôi xin được nói lời đa tạ mọi tấm lòng vì ngôn ngữ Việt, luôn hỗ trợ Ngôn Ngữ sẽ vững vàng tiếp tục.

Kính quý,

Luân Hoán

SONG THAO

SONG THAO

VIẾT BÁO

Tôi là người viết báo nghiệp dư. Từ khi khởi viết vào năm 1959, tay cầm viết luôn là nghề tay trái. Tôi sống bằng nghề tay phải khác. Cho tới nay, nghề chính của tôi là... hưu trí, viết vẫn là nghề tay trái. Tôi phân biệt viết báo và làm báo. Làm báo là lăn lộn nơi tòa soạn toàn thời gian hoặc bán thời gian để góp công góp sức hoàn thành một tờ báo. Họ có thể là chủ nhiệm, chủ bút, tổng thư ký, thư ký tòa soạn hay chỉ là ký giả, phóng viên. Nhưng tôi nghĩ người quan trọng nhất trong tòa soạn một tờ báo là ông "thầy cò". Thầy cò ở đây không có súng ống hay cò bóp chi mà là biến thể của danh từ tiếng Pháp *corrector,* người sửa *morasse. Morasse* là bản vỗ một bài báo cần sửa trước khi in.

Đầu tiên bài báo được thảy cho thợ xếp chữ. Ngày tôi bắt đầu viết báo ở Sài Gòn tất cả các báo vẫn còn in theo lối *typo.* Thợ sắp chữ lựa từng con chữ bằng hợp kim, dùng một chiếc kẹp xếp vào một cái khuôn đúng kích thước một cột báo. Cái khó là họ phải sắp ngược chữ. Muốn biết ngược ra sao, chúng ta có thể để một trang báo trước gương rồi nhìn vào gương. Không quen không đọc được. Có đọc được thì cái đầu sẽ nhức như búa bổ. Thợ sắp chữ phải học để có thể đọc ngược một cách thành thạo. Xếp xong phần bài báo được giao phó, giao cho ông sếp thợ chữ, gọi là sếp *typo.* Ông này dùng mực quét lên bề mặt và ịn vào một tờ giấy thấm mực. Bài báo trở lại chữ xuôi như thường. Bản in này được đưa lên ông thầy cò để sửa. Ông thầy cò nhìn vào bản viết tay của bài báo so với bản vỗ để sửa từng chữ từng câu, từng cái dấu chấm dấu phẩy. Cái khó của ông thầy cò là đọc cho ra bản viết của tác giả. Ngày đó người viết đa số viết bằng tay. Mỗi người một kiểu chữ, rồng bay phượng múa hay chân chỉ hạt bột, mỗi ông một trường phái, điểm chung là chữ viết thường rất khó đọc. Gặp bài của mấy ông bác sĩ chỉ có nước khóc ròng. Chẳng lẽ mang ra tiệm thuốc tây nhờ các ông dược sĩ đọc giùm! Đọc không thông thì đoán, may ra thì trúng, không may thì trật, trúng là hồng phúc, trật thì bị nghe cằn nhằn khi báo phát hành. Tôi khởi viết trên bán nguyệt san Thời Nay từ thời còn là sinh viên. Cuối tuần tôi hay la cà tới tòa báo để nhậu nhẹt. Chẳng có chầu nhậu nào mà không bị ông Hoài Thương, thầy cò ngày đó, nắm áo hỏi chữ này chữ kia. Lúc đó tôi cun cút đọc lại bản thảo của mình, chỉ chữ sửa đúng mà không dám cằn nhằn vì bị phá quấy trong lúc nhậu. Bởi vì ông Hoài Thương còn ấm ức hơn, chưa rảnh để cụng ly với anh em. Đụng vào ông ấy không đúng thời điểm dễ bị xỉ vả lắm.

Bảng sắp chữ ngược.

Bản sửa của ông thầy cò được ông sếp *typo* mang xuống nhà chữ, giao cho thợ sửa lại. Xong ông sếp *typo* dùng máy ép, ép bát chữ vào một khuôn bằng giấy bồi, nổi lửa nấu chì thành chất lỏng, đổ vào khuôn để tạo ra một khuôn in bằng chì. Thợ in sẽ dùng đinh đóng bản chì này vào tấm gỗ của máy in. Thường thì tại bốn góc bản chì có bốn cái lỗ để khi đóng đinh, đầu đinh không bị lồi lên. Nhưng có nhiều ông thợ in làm ẩu, để đầu đinh thòi lên, khi báo in ra có *bonus* hình mấy cái đầu đinh lạc lõng này. Tùy theo loại máy lớn nhỏ, mỗi bản in sẽ có kích thước khác nhau. Máy in báo Thời Nay ngày đó thuộc loại in ra được 16 trang báo khổ Thời Nay. In một mặt, lật lại in mặt thứ hai. In xong, thợ gấp báo sẽ ngồi gấp lại theo thứ tự nhất định để khi in ra trang trước tiếp nối trang sau đúng số trang. Bản gấp sẽ được đưa vào máy đóng và cắt báo, vô bìa thành tờ báo tới tay độc giả. Sau này báo chí Sài Gòn có cải tiến bằng lối in *offset.*

Máy in typo.

Báo Thời Nay hồi đó không có máy in *offset* nên tôi không rành lối in này. Đại khái đây là một kỹ thuật in trong đó hình ảnh dính mực in được ép lên các tấm cao su (còn gọi là các tấm *offset*) trước đó rồi mới ép từ miếng cao su này lên giấy. Lối in này cho ra chất lượng hình ảnh rõ ràng hơn lối in *typo*. Mực in không dính đen tay khi đọc báo. Cách in *offset* không mới mẻ chi. Từ năm 1875 lối in này đã ra đời tại Anh nhưng kỹ thuật còn thô sơ nên không thực tế. Sau nhiều cải tiến, tới thập niên 1950, kỹ thuật in *offset* mới thông dụng. Ký giả Nguyễn Việt trong bài hồi ký "Nghề Làm Báo Trước Năm 1975", cho biết chi tiết về việc báo chí Sài Gòn in *offset: "Phải nói tờ Trắng Đen trước 1975, là tờ báo được in offset đầu tiên tại miền Nam bấy giờ, vào năm 1971 (kể cả tuần báo, tuần san và tạp chí đang phải in typo với bản chì – mỗi bản chì nếu có nhiều antimoine cũng chỉ in khoảng 5.000 bản, là chữ đã mòn nhòe không đọc được nữa, còn mỗi bản kẽm in trên máy offset có số lượng không dưới 20.000 bản, hình ảnh chữ nghĩa rất rõ ràng dễ đọc... Thời gian này chưa ai nhập máy in offset rotative (máy in offset tự động), nên in một tờ báo có số lượng ấn hành hàng ngày trên 100.000 bản, phải sử dụng ít nhất là 10 máy in Offset bán tự động (bình quân mỗi giờ chỉ in được từ 4.000 đến 6.000 bản/mặt)... Khu nhà in ngày trước thường tập trung tại đường Phạm Ngũ Lão, Lê Lai và Võ Tánh, đa số là máy in typo hoặc được trang bị thêm máy offset đặt tay in bìa tập san, tuần san (sau này ngành in offset chiếm hẳn thị phần, nên các khu vực trên chỉ cho thuê làm tòa soạn báo). Nhà in lớn và hiện đại lúc đó chỉ có Indeo và Nguyễn Bá Tòng, còn lại chỉ thuộc loại vừa và nhỏ đều do tư nhân kinh doanh, còn khu vực in nhà nước không nhận in gia công cho tư nhân. Khi ngành in offset được tuyệt đại đa số báo chí ra ngày, tuần hay tháng đặt in, bấy giờ các chủ nhà in lại thi nhau nhập máy, như nhà in Nguyễn Tấn Đời (một nghiệp chủ ngân hàng trước khi ngồi tù vì vỡ nợ, cũng ra làm báo – tờ Việt Nam – và lập nhà in), mua về máy in offset rotative in 4 màu 8 trang đặt tại cao ốc Trần Hưng Đạo (gần khu Chợ Quán, Trần Bình Trọng), nhưng máy khai thác không hết công suất, vì tờ Việt Nam in ra không bán được. Đến một nghiệp chủ ngân hàng khác – ông Phạm Sanh – mua máy rotative về in báo mướn, đặt tại đường Hồng Thập Tự (nay là đường Nguyễn Thị Minh Khai, sau này Phạm Sanh cũng đổ nợ, vì buôn gạo cho Tổng Cục Tiếp Tế, nhà in bị trưng thu), nên khi nói về ngành in, thì từ năm 1972 trở đi miền Nam mới có những thiết bị tiên tiến hiện đại".*

Máy in offset.

Ngày đó tôi dùng bút bi viết trên giấy in báo. Mỗi khi tới tòa soạn, tôi thường lượm những giấy in lỗi, một mặt còn trắng, để viết. Không phải vì tiện tặn nhưng viết bằng bút "nguyên tử" trên giấy báo rất ăn mực. Ông Khánh Giang khi đó là Thư Ký Tòa Soạn, ngồi làm việc tại tòa báo, có sẵn chiếc máy chữ loại xách tay Olympia nên viết bằng máy chữ oai hơn. Chữ đánh máy rõ ràng hơn, rất vừa ý ông Hoài Thương, miễn là ông Khánh Giang không lười biếng thay băng mực. Có những khi băng mực gần cạn, chữ hiện lên khi trồi khi sụt, hai ông lại có dịp vặc nhau cho vui cửa vui nhà. Máy chữ hồi đó là máy chữ tây nên không thèm có dấu chữ Việt. Đánh máy xong phải ngồi dùng bút vẽ thêm dấu vào rất mất thời giờ. Thời giờ của ông Khánh Giang là... rượu nên nhiều khi, sẵn có tôi ngồi chờ nhậu, ông thầy cho tôi bỏ dấu. Một thằng viết, một thằng bỏ dấu, có khi bỏ dấu sai. Báo in ra hai ông cãi cọ, khi đó tôi không có mặt tại tòa soạn nên vô tội vì thủ phạm đang tại đào. Sau này tôi nghe nói có loại máy chữ có thể đánh dấu tiếng Việt được nhưng tôi chưa bao giờ có dịp sử dụng.

Ba thập niên sau, khi tôi viết trên đất người, có *computer* nên máy đánh chữ dù có thể đánh dấu hay không đều đi vào dĩ vãng. Tôi lên đời từ viết bằng bút "nguyên tử" (nghe hiện đại phát ớn!) qua thẳng *computer*, không thèm biết tới máy đánh chữ. Chuyện này khiến tôi loạng quạng. Năm 1990, sau thời gian 5 năm ổn định cuộc sống nơi đất mới, tôi cầm bút trở lại. Thoạt đầu, tôi viết truyện ngắn cho các báo Văn Học, Văn, Hợp Lưu, Thế Kỷ 21 ở Califronia và tờ Làng Văn ở Toronto, Canada. Có *computer* nhưng sau bao nhiêu năm cầm bút đúng nghĩa, chỉ viết bằng bút, tôi không quen viết trên máy. Tôi gọi cái màn hình *computer* là "anh mặt vuông". Nhìn cái mặt không giống ai này không ra chữ. Đành lại viết tay rồi đánh *computer* lại. Nhờ thế mà tới giờ tôi vẫn còn thủ bút các truyện ngắn của tôi. Nhưng từ năm 2004, khi bắt đầu viết phiếm, tôi viết thẳng vào cái anh mặt vuông. Chữ vẫn ra ào ào. Hóa ra chỉ là thói quen. *Lia thia quen chậu, vợ chồng quen hơi.* Cứ bén hơi là mọi chuyện suôn sẻ.

Gõ *computer* có nhiều cái tiện lợi so với máy đánh chữ. Thứ nhất là gõ thiếu, gõ sai, có thể xóa đi gõ lại một cách dễ dàng. Dùng máy đánh chữ, khi sai phải dùng dung dịch xóa đi vừa mất mỹ thuật vừa lích kích. Sai nhiều hoặc muốn bỏ một đoạn dài phải bỏ đi đánh lại vào một tờ giấy khác. Máy đánh chữ chỉ đánh được một bản, muốn có nhiều bản phải dùng giấy *carbon* và đánh mạnh tay. Cũng chỉ thêm được tối đa 5 hoặc 6 bản. Những bản sau mờ tịt không thấy rõ. Bản đánh bằng *computer* muốn in ra bao nhiêu bản cũng đặng. Tôi ở Montréal viết cho nhiều báo ở bên California. Đánh bài bằng *computer*, lưu lại, gửi *e-mail* bài đi. Báo bên Mỹ chỉ việc dàn trang in, không phải đánh máy lại lôi thôi chi.

Dùng *computer* có bộ gõ đánh tiếng Việt rất tiện lợi, dấu chi cũng đánh được. Các kỹ sư điện toán Việt Nam đã bỏ nhiều công sức sáng chế ra nhiều bộ gõ tiếng Việt. Bộ gõ WinVNKey, OpenKey,

TocKyVNKey, GoTiengViet, VietKey, EVKey. Tôi chỉ dùng VNI trước đây và Unikey bây giờ nên chỉ biết hai bộ gõ này.

Ông Hồ Thanh Việt - cha đẻ của font chữ VNI

Kiểu gõ và bộ chữ VNI do kỹ sư Hồ Thành Việt sáng tạo vào năm 1987. Ông là người đầu tiên sáng tạo ra các *font* chữ quốc ngữ có dấu để dùng trên *computer*. Khi tôi bắt đầu đánh chữ Việt trên *computer*, giá của bộ VNI khá đắt. Tôi không nhớ rõ bao nhiêu nhưng tôi phải xin một anh bạn bên Mỹ về *download* xuống. Mỗi bộ VNI bán trên thị trường có thể *download* xuống được một số lần nhất định. Anh bạn mới *download* một lần để dùng nên bằng lòng cho tôi *download* tiếp không tốn xu nào. Ngặt cái anh ở bên Mỹ, tôi ở Canada, anh phải gửi qua bưu điện cho tôi *download* xong phải gửi bưu điện trả lại anh. Lích kích nhưng không có cách nào khác. Có một chuyện vui vui khi gửi qua gửi lại như vậy. Gói hộp VNI anh bạn gửi qua phải khai nội dung có gì, giá bao nhiêu. Anh bạn tôi khai *"VNI font"*, ông quan thuế Canada không biết bữa đó có bị vợ la rầy hay không mà chữ tác nhìn ra chữ tộ, đọc ra là *"vitamine"*, thuốc bổ. Ông nã thuế mấy chục đồng tôi không nhớ rõ. Tôi phải nộp tiền khi nhận. Nhưng tôi khiếu nại đòi lại. Thư đi thư lại không biết bao nhiêu lần, quan thuế Canada đành trả lại tiền cho tôi.

Ông Hồ Thành Việt, một cựu sĩ quan của quân lực Việt Nam Cộng Hòa, đã mất sớm. Ông qua đời vào năm 2003 vì ung thư phổi khi chỉ mới 49 tuổi.

Cha đẻ bộ gõ Unikey Phạm Kim Long.

Tới chừ tôi không dùng VNI nữa. Chắc nhiều người khác cũng vậy. Bởi vì Unikey ra đời, tiện lợi hơn, dễ dùng hơn. Hầu như bây giờ Unikey ăn trùm. Tác giả bộ gõ này là Phạm Kim Long, theo học trường Đại Học Bách Khoa Hà Nội niên khóa 1991-1996, tốt nghiệp loại giỏi. Từ năm 1997 làm nghiên cứu sinh tại Đại học Kỹ Thuật Praha, Cộng hòa Séc. Bộ gõ tiếng Việt Unikey được anh Long bắt đầu thực hiện từ khi còn ngồi ở ghế nhà trường vào năm 1994 dành cho hệ điều hành MS-DOS. Chuyện thực hiện Unikey có một chút vui vui. Khi đó đang học năm cuối trường Bách Khoa, anh Long cùng ba người bạn cùng lớp thách đố nhau xem ai tạo ra bộ gõ tiếng Việt nhỏ gọn nhất dành cho hệ điều hành DOS. Kết quả anh Long giành chiến thắng với bộ gõ chỉ 2Kb siêu nhỏ gọn, một sản phẩm có thể coi là phiên bản đầu tiên của Unikey sau này. Tới năm 1988, anh mới thực hiện phiên bản dành cho Windows với tên gọi *LittleVnKey* để dùng và tặng cho bạn bè. Mãi tới năm 2000, anh đang bí đề tài làm luận án tốt nghiệp, anh lân la trên một diễn đàn tin học nổi tiếng thì thấy nhiều người bàn luận chuyện gõ tiếng Việt trên máy tính Windows với tiêu chuẩn Unicode, anh mới hoàn thiện Unikey.

Máu sáng tạo nổi lên, anh quyết định tạo một bộ gõ miễn phí để giúp mọi người dùng *computer* đánh tiếng Việt. Anh bỏ ra một đêm để thiết kế, hai đêm mã hóa mới cho ra phiên bản hoàn chỉnh mang tên Unikey. Năm 2001, anh quyết định công bố mã nguồn mở Unikey để mọi người *download* thoải mái không mất xu teng nào. Hành động đáng quý của anh bị các người làm thương mại với các bộ gõ họ đang bán chỉ trích. Họ tung tin đồn Unikey của anh có *virus* kèm bên trong. Dân dùng *computer* để viết tiếng Việt không *care*. Sự đơn giản, tính tiện lợi và nhất là chuyện không phải móc tiền ra để có được Unikey khiến cho bộ gõ của anh Long phổ biến nhanh chóng. Năm 2006, Apple đã liên lạc với anh Phạm Kim Long để dùng Unikey trên các phôn, máy tính bảng hệ điều hành macOS và iOS của họ. Nếu muốn thu lợi, đây là cơ hội bằng vàng cho anh bỏ túi một núi tiền nhưng anh đã bất ngờ tặng luôn Unikey cho Apple hoàn toàn miễn phí. Anh giải tích hành động... quân tử Tàu của anh : *"Việc Unikey trở thành phần mềm miễn phí là rất tự nhiên, vì nó ra đời từ chính nhu cầu của người dùng cần một chương trình bàn phím miễn phí. Hơn nữa, khi làm được gì hay thì lẽ rất tự nhiên là muốn chia sẻ với người khác. Mình không có ý đối lập với những người viết chương trình thương mại, họ làm ra chương trình để kiếm sống bằng lao động của họ là điều hoàn toàn chính đáng. Mình cũng sống bằng viết phần mềm nhưng Unikey thì không phải phần mềm kiếm sống. Unikey là một thú giải trí của mình, như vậy viết Unikey cũng chính là phục vụ cho mình vậy. Mình sẽ luôn duy trì Unikey là phần mềm miễn phí. Mà hơn nữa Unikey là* open source *(mã nguồn mở), ai cũng có thể lấy nó về phát triển thêm".*

Năm 2025 này, Unikey tròn 31 tuổi, tuy già nhưng vẫn ăn trùm, được mọi người đánh tiếng Việt trên *computer* ưa dùng. Họ không trực tiếp được gặp con người có lòng này nhưng trong thâm tâm, mỗi khi ngồi vào bàn làm việc, họ vẫn thầm cám ơn người đã sáng tạo ra Unikey. Trong số đó, có tôi!

Song Thao
05/2025

TM

TRẦN THỊ NGUYỆT MAI

CHUYỆN LỪA ĐẢO

Những tháng trước đây, khi mở youtube xem, tôi thường thấy xuất hiện những video về lừa đảo này nọ, nhưng chẳng mở xem, chỉ đọc *headline*. Có người ở châu Âu nói đã mất 3 ngàn euros. Còn người ở Mỹ thì cho hay bạn thân mất vài ngàn dollars vì một cú điện thoại. Rồi ở Việt Nam với đủ thứ chiêu trò, mánh mung, lừa tiền, lừa tình, hẹn hò làm việc ở nước ngoài để rồi sa vào cạm bẫy lúc nào không hay...

Sáng thứ ba vừa rồi, chuyện xảy ra ngay tại công ty của tôi. Một số phone lạ gọi cho Charlotte tự nhận là nhân viên ngân hàng báo tin trương mục của cô bị rút ra một khoản tiền lớn và họ muốn xác nhận với cô trước khi dịch vụ được thực hiện. Chỉ mới nghe đến đây, Charlotte bắt đầu thấy run. Họ bảo cần xác nhận xem cô có đúng là chủ của trương mục này không và bắt đầu hỏi cô về tên ngân hàng. Cô đã trả lời mà không nghi ngờ điều gì. Câu kế tiếp là số trương mục. Cô trả lời suôn sẻ. Câu thứ ba là mật mã của trương mục. Đến đây, cô khựng lại. *Wait a minute. What wrong?* Cô tự hỏi. Tại sao ngân hàng lại hỏi mình về những điều như thế? Cô toát mồ hôi, nghi ngờ... Và cúp điện thoại ngay lập tức. Cô gọi đến ngân hàng trình bày sự việc mới xảy ra và được nhân viên ở đây xác nhận chẳng bao giờ họ gọi điện thoại đến khách hàng như thế. Khi được biết tiền trong trương mục vẫn còn y nguyên, chẳng một yêu cầu chuyển khoản nào cả, Charlotte mới hoàn hồn, thở phào nhẹ nhõm, "Ôi thôi, chỉ một chút xíu nữa là mình bị sập bẫy..."

Nhân đó, Nina là bạn thân của tôi, cùng làm việc và vui buồn với nhau khoảng hai mươi năm nay, cũng kể lại những vụ lừa đảo mà cô đã trải qua. Một hôm, có kẻ tự xưng là nhân viên hãng AT&T thông báo trương mục của cô trả tiền bằng Discover Card không được chấp nhận và cần được thanh toán bằng một thẻ tín dụng khác nếu không muốn điện thoại bị cắt. Nina lập tức cắt ngang cuộc gọi vì biết chắc chắn đây là kẻ giả mạo do cô là thành phần của ban giám đốc nên điện thoại do công ty lo chi trả. Kế tiếp là chuyện cell phone của cô thỉnh thoảng lại nổi lên dòng chữ: "Một gói quà của bạn đã đến bưu điện nhưng chúng tôi không thể giao cho bạn do địa chỉ bị mờ không đọc được." Cô kết luận, nếu không đọc được địa chỉ, sao lại biết số phone để hỏi? Quên đi. Và *delete* ngay cái *junk message* đó. Còn một chuyện khác thuộc vấn đề *toll fees* cũng qua cell phone text: "Bạn cần nhấp vào link dưới đây để trả tiền *toll fees* quá hạn nếu không muốn bị phạt". Cô cũng xóa đi ngay vì biết chắc chắn thời gian sau này mình không đi trên xa lộ thì làm gì lại vướng chuyện *toll fees*!

Tôi cũng chia sẻ với Nina về những lừa đảo tôi gặp phải. Đã lâu rồi, cách nay cũng khoảng bảy, tám năm, một hôm tôi nhận được email của anh THT viết bằng tiếng Anh. Anh cho biết đang đi du lịch châu Âu, bị kẻ gian lấy trộm giấy tờ tùy thân và tiền bạc nên muốn nhờ tôi chuyển cho anh hai ngàn dollars vào một trương mục ở Western Union đính kèm để chi dùng trong lúc này. Khi về lại nhà, anh sẽ hoàn trả ngay... Tôi biết tỏng ngay là lừa đảo. Vì mới nói chuyện qua điện thoại với anh cách đó mấy ngày, hoàn toàn không nghe anh nói gì đến chuyện đi du lịch. Thêm nữa, người vợ rất thương yêu của anh bị stroke đang nằm ở nursing home và mỗi ngày anh vào đó hai lần thăm chị. Anh rất buồn, làm sao còn lòng dạ nào để đi chơi, mà lại là đi du lịch châu Âu thì chắc chắn không thể. Mà nếu thực sự anh đi chơi như thế và chẳng may chuyện bất trắc xảy ra, thì chắc chắn người anh liên lạc, cầu cứu là con trai của anh, chứ chẳng thể là bất cứ ai khác, cho dù người đó có là bạn thân nhất của anh, huống chi là tôi... Sau này anh cho biết email của anh bị hacked. Chúng gửi thư lừa đảo đi lung tung, nhân danh anh mượn tiền bạn bè... Tôi không rõ có ai đã bị mắc mưu này không? Một chuyện khác là cách đây khoảng nửa năm, tôi nhận được một số phone lạ nhưng chẳng khi nào tôi bốc. Họ để lại message: "We have important information regarding your department of education loan service by advantage. Please call us toll free at your earliest convenience at 1-800-xxx-xxxx..." Tiền học có là bao do tôi nhận được học bổng cùng trợ cấp của chính phủ nên khi ra trường chẳng bị nợ nần gì. Do đó, tôi biết chắc đây là cuộc gọi lừa đảo. Họ cứ gọi hoài như thế và để lại *message* cả mấy tháng trời. Tôi không bốc máy, chẳng trả lời nên sau đó họ cũng chán, không làm phiền nữa. Chuyện thứ ba ly kỳ hơn, xảy ra chỉ mới cách đây vài tháng. Ông bạn cùng nhà với tôi nhận được một thư qua bưu điện từ văn phòng luật sư bên Canada cho hay có nhà triệu phú (với họ tên tiếng Anh) nào đó không vợ con đã mất, để lại di chúc cho người bà con có họ và chữ lót hệt như của ông, nên họ muốn tìm hiểu rõ hơn về ông để có thể trao lại phần tài sản này. Họ cho số phone và địa chỉ để liên lạc. Ông bạn tôi đã xé ngay bức thư đó mà không cần suy nghĩ. Làm gì có chuyện triệu phú như vậy mà khi chết đi họ hàng thân cận gần gũi bên đó không nhảy vô tranh giành tài sản để phải tốn công văn phòng luật sư, tốn thêm giấy mực, tem thư tìm cho ra tông tích người thừa kế ở cách xa ngàn dặm mà trao tiền! Vả lại, ông bạn rặt Việt Nam, bảo đảm "chăm phần chăm" người Giao Chỉ, không có một thân nhân họ hàng nào người Anh / Mỹ thì chuyện đó lại càng không thể xảy ra. Ông bạn cười cười, "Thôi, bỏ đi tám! Hãy cố "đi cày" mà sống. Mai rồi đời mình cũng qua..."*

Nói tóm lại, kẻ gian bằng mọi cách tìm cơ hội tiếp cận với bạn để truy cập nhân thân và những tin tức mật về trương mục ngân hàng, thẻ tín dụng của bạn để từ đó chúng sẽ lấy tiền hoặc làm hại bạn. Hãy cẩn thận. Không ai không quen biết mà tự dưng đi làm điều tốt cho mình. Có một câu cảnh báo tôi đọc được tại website của ngân hàng xin chép ra đây. *Beware of email scams. Verify sender address, look for misspellings and do not click on links or provide information. Contact us with concerns.* Hãy cẩn thận với các vụ lừa đảo qua email, phone, text... Càng ngày, cộng thêm với trí tuệ AI, kẻ xấu sẽ còn làm những chuyện không thể ngờ để lừa đảo. Nên chúng ta phải luôn luôn cảnh giác.

Trần Thị Nguyệt Mai

6/6/2025

** Nhại lời bài hát "Bài không tên số 5" của Vũ Thành An.*

TN

TRẦN C. TRÍ

TRẮNG VÀ ĐEN

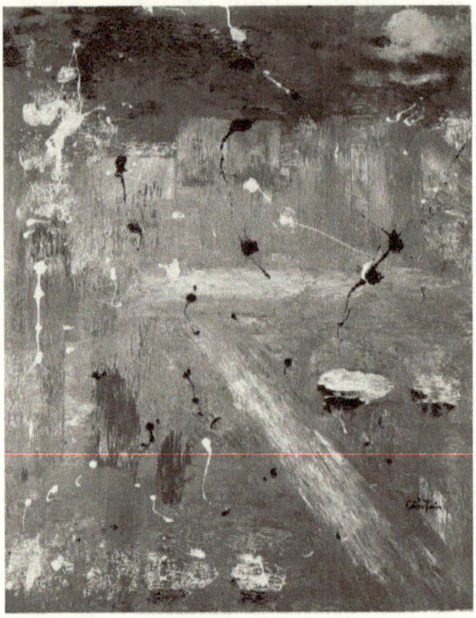

Sầu Biệt Xứ (tranh Cẩm Tâm)

Buổi chiều mùa hè ở Lion-sur-Mer luôn làm tôi ngây ngất, như cảm xúc từ nụ hôn đầu đời. Thị xã "Sư Tử Duyên Hải" này nằm dọc ven biển Côte de Nacre, thuộc vùng Normandie nước Pháp. Diện tích của thị xã này chưa đến năm cây số vuông, còn dân số chỉ trên dưới 3.000 người.

Căn nhà nhỏ nơi mẹ và tôi trú ngụ nhìn ra biển, là của cải của ông cố để lại cho ông nội tôi, rồi đến bố. Gió chiều hè man mát, nhè nhẹ, như mơn man đôi má thắm của các cô gái tây tươi trẻ, đầy sức sống. Vào mùa hè, tôi có nhiều cảm hứng để vẽ hơn là vào những mùa khác trong năm. Gió, nắng, và mùi biển mặn nồng nàn, chẳng khác gì ly rượu vang đỏ mời gọi, chưa nhấp đã thấy ngà ngà say.

Ông nội tôi, me-xừ Maurice Montagut, dân Phú-lang-sa chính hiệu con nai vàng, cũng là họa sĩ (thật ra, nói tôi cũng là họa sĩ như ông mới phải). Thời Đông Dương thuộc địa, ông dạy vẽ tại trường Mỹ Nghệ Thực Hành Gia Định (*École des Arts appliqués*) vào nửa đầu thập niên 1940. Thuở đó, ông cố–bố của bà nội tôi–là chủ một tiệm sách nhỏ mang tên Trường Xuân, tọa lạc gần ngôi trường này. Gia đình ông cố đông con, trai gái đầy đủ, nhưng ông chỉ cho ba cô con gái lớn đứng bán sách. Bà nội tôi là chị lớn, có chút tây học, hơn hai cô em, cũng nhờ ông cố truyền vốn tiếng Tây lại. Mỗi lần có khách tây đến mua sách, hai bà dì tôi lại đùn bà chị lớn ra tiếp khách hàng, niềm nở đón chào họ bằng những câu xã giao thông thường bằng tiếng Pháp, nhưng cũng đủ gây thiện cảm với những người khách phương xa.

Một ngày nọ–theo lời kể của bà nội với bố tôi, sau này bố kể cho mẹ, rồi cuối cùng mẹ kể lại cho tôi nghe –có người khách tây ăn vận chải chuốt, dáng vẻ phong lưu, ghé vào tiệm sách. Ông nhã nhặn chào cô hàng sách–lúc ấy là một thiếu nữ mới đôi mươi, ăn mặc theo kiểu cổ, tóc búi ra sau, không cần son phấn mà vẫn đẹp một cách tự nhiên. Bằng giọng Pháp *parisien*, ông hỏi:

"*Mademoiselle*, hôm qua trong quán cà-phê, một người bạn đọc cho tôi nghe mấy câu thơ này, thật giản dị nhưng cũng thật đẹp và đầy cảm xúc, *Il a mis/Son manteau de pluie/Parce qu'il pleuvait/Et il est parti/Sous la pluie/Sans une parole/Sans me regarder/Et moi j'ai pris/Ma tête dans ma main/Et j'ai pleuré.* Tôi thích quá mà quên hỏi tác giả là ai. Cô có biết nó nằm trong thi tập nào không?"

"Dạ có," cô bán sách mỉm cười, "ông hỏi rất đúng lúc. Mấy câu thơ này nằm trong bài "Déjeuner du Matin" trong tuyển tập *Paroles* của Jacques Prévert, mới vừa xuất bản năm nay."

"*Ah bon?*" người khách tây ngạc nhiên thật sự, "Cô đọc nhiều sách quá há? Lại là sách mới nữa. Tiếng Pháp của cô nghe hay lắm. Nếu không nhìn người nói, tôi có thể tưởng đó là giọng của một cô đầm trường *Collège Français.*"

Ông khách đó tên là Maurice Montagut, và sau buổi gặp gỡ hôm đó giữa người thầy họa sĩ tài hoa và cô hàng sách xinh đẹp... *on connaît la suite!*

Ít lâu sau, bố tôi ra đời, đứa con của tình yêu. Bố lai tây, nhưng chỉ lai "phơn phớt", chắc tại *gène* của bà nội mạnh hơn hay sao. Tuy vậy, đến đời tôi–thật lạ–tôi lại nhìn "tây hơn cả tây"! Tôi ra đời ở miền biển Normandie này, sau khi bố mẹ rời đất nước đã hoang tàn sau chiến tranh, chạy qua Pháp, là nơi chôn nhau cắt rốn của ông nội. Bố mẹ gặp nhau trong những ngày biến động ở quê nhà, qua Pháp một thời gian sau có mụn con trai là tôi. Bố mất sớm, lúc tôi chỉ vừa lên mười. Bố không theo nghề vẽ của ông nội, chỉ làm thầy giáo trung học. Còn tôi, một lần nữa lặp lại một điều đã bị đứt quãng trong một thế hệ: Tôi mê vẽ như ông nội ngày xưa.

Ký ức ấu thời của tôi với bố không nhiều, vì lúc đó tôi còn quá nhỏ. Những gì về bố, về gia đình bên nội, tôi nghe từ mẹ. Mẹ bảo người dân Lion-sur-Mer này không mặn mà gì lắm đối với những người da màu. Vì thế, suốt những năm tháng ở chốn này, từ lúc bố còn đến khi bố mất, mẹ luôn luôn cố làm như một cái bóng mờ bên cạnh người chồng và đứa con, hai người có thể dễ dàng hòa nhập với nếp sống địa phương. Những ông tây bà đầm ở đây mặt mày lúc nào cũng khó đăm đăm, cũng sẵn sàng nhíu mày khi nghe ai đó nói tiếng Pháp lơ lớ, không pha giọng Á châu thì cũng phảng phất mùi vị từ những xứ Bắc Phi.

Mẹ hiếm khi tham dự vào những buổi tiệc tùng. Khi đưa tôi đến trường, bà lúc nào cũng vội vội vàng vàng, làm như sợ ai đó sẽ thấy và biết được mẹ của thằng bé Tristan Montagut là người Việt!

Tôi thì hồn nhiên lắm. Tôi sinh ra ở Pháp, có tên tây, nói tiếng Pháp y như mọi người chung quanh. Tôi không có nỗi sợ hãi của mẹ, ít nhất là lúc còn nhỏ. Nhưng lớn lên dần, tôi mới bắt đầu thấy thấm thía. Sự kỳ thị của người dân địa phương thấy rõ hơn khi tôi vào trung học, qua một số bạn bè cùng lớp hay cùng trường với tôi. Khi lên đại học, tôi qua thành phố Caen–cách nơi tôi ở khoảng 15 cây số–để theo ngành mỹ thuật tại Université de Caen Normandie. Khi ra trường, tôi cố tình kiếm việc làm ở Douvres-la-Délivrande, một thị xã nhỏ cách Lion-sur-Mer chỉ có 6 cây số về hướng tây, nhưng cũng đủ cho phép tôi giấu đi gốc gác di dân của mình.

Tôi làm trong khối đồ họa, thuộc ban biên tập của một tờ báo địa phương. Sáng sáng, tôi lái xe đi làm, chiều về lại nhà, vẫn ở chung với mẹ. Ở những thị xã nhỏ này, tất nhiên là không có *métro* như ở Paris hay các thành phố lớn khác ở nước Pháp. Vì vậy, câu *métro, boulot, dodo* không thích hợp với những người dân tỉnh lẻ như tôi, nhưng đại ý của nó thì cũng thế thôi. Tôi chưa có một người yêu "cố định"–ngoài những *coup d'un soir* chóng vánh, vô hồn– còn đi về một bóng, bao nhiêu tình cảm tràn trề dồn cả cho mẹ và nghệ thuật.

Tôi vẽ, những lúc rảnh rỗi, hay cả những lúc bận rộn nhưng bị một luồng cảm hứng dạt dào buộc phải bỏ hết để cầm cọ lên. Tôi vẽ đủ thể loại và kỹ thuật–chân dung, phong cảnh, hoa trái, động vật, trừu tượng, lập thể... và dùng nhiều chất liệu khác nhau–*poudre de graphite, aquarelle, acrylique, huile...* nhưng có điều khá lập dị là tranh của tôi chỉ tuyền hai màu đen trắng (và cố nhiên có những sắc xám đậm nhạt chuyển tiếp). Không có xanh, đỏ, tím, vàng, không có cầu vồng cầu viếc, chỉ có sự hiện hữu hay khiếm diện của ánh sáng.

Tranh của tôi, không tính đến tờ báo mà tôi đang làm, còn xuất hiện trên một số bìa sách và trong nhiều cuộc triển lãm quanh vùng. Vài tiệm cà-phê ở Douvres-la-Délivrande cũng mua tranh của tôi về trang trí trong tiệm. Tôi ký tên tắt là T.M. trên các họa phẩm của mình, nhưng hầu như ai cũng nhắc đến tôi qua biệt danh *L'Artiste Noir et Blanc.* Qua cái họ Montagut có nguồn gốc Occitan và nét mặt chín mươi chín phần trăm Gaulois của tôi, thiên hạ yên chí rằng tôi là một công dân tài năng yêu quý của tỉnh Calvados, vùng Normandie. Ở Douvres-la-Délivrande, tôi là một họa sĩ khá nổi tiếng, còn ở Lion-sur-Mer, tôi chỉ là một kẻ vô danh thầm lặng, sáng vác ô đi, chiều vác ô về, sống trong một căn nhà nhỏ xây từ mấy thế kỷ trước, nằm kẹt cứng giữa các khách sạn và tiệm ăn sang trọng chạy dài theo *promenade* chạy song song với biển cả xanh dờn.

Dân Lion-sur-Mer vốn kỳ thị người ngoại quốc, nhưng người ở Douvres-la-Délivrande còn kỳ thị gấp bội. Tuy vậy, tôi cảm thấy yên thân khi làm việc ở đây, cố không thân với ai lắm, để khỏi bị hỏi những câu mà đầu tiên thường là *Où tu habites?* Kẹt lắm khi có người cứ hỏi dồn, tôi phải lửng lơ trả lời, *Pas très loin d'ici.* Tôi thường nói vậy, đến nỗi nhiều người, khi nhắc đến tôi, lại cười khẩy và bảo, *Hắn ở một nơi tên là Pas-Très-Loin-d'Ici!*

Ấy vậy mà khi điền đơn xin gia nhập Câu Lạc Bộ Họa Sĩ Da Trắng (*Club d'Artistes Caucasiens*) gần tòa soạn nơi tôi làm việc, tôi buộc lòng phải ghi Lion-sur-Mer vào chỗ dành cho nơi cư trú. Chỉ mong sao đừng ai để ý, cho tôi được an nhiên sống một cuộc đời không gốc gác ở nơi này. Danh xưng rất đỗi kỳ-thị-chủng-tộc của câu lạc bộ khiến thoạt đầu tôi cũng thoáng ngần ngừ một chút. Nhưng sau đó tôi đành tặc lưỡi hỏi xin cô thư ký tóc vàng óng một tờ đơn, ngồi xuống bắt đầu hí hoáy viết. Dẫu sao thì câu lạc bộ này cũng là nơi tổ chức nhiều cuộc triển lãm tranh có giá trị, nổi tiếng không những ở cấp địa phương và nhiều khi còn ở cấp tỉnh, cấp vùng và thậm chí cả nước Pháp nữa. Nhờ đó, tranh của tôi được giới thiệu rộng rãi ở nhiều nơi khác.

Hội viên câu lạc bộ đa số thân thiện, niềm nở (chắc chỉ với điều kiện là ai cũng da trắng như ai), chỉ trừ một kẻ. Tên hắn ta là Jean-Baptiste Fabergé. Nhiều người gọi hắn vắn tắt là J.B., nhưng sau lưng hắn, hầu như ai cũng gọi hắn là *Le Boiteux*, hay L.B., chẳng là vì hắn đi chân hơi thọt. Nếu lỡ hắn có nghe được thì L.B. với J.B. cũng không khác nhau là mấy, người nào xui xẻo bị hắn bắt gặp cũng còn chống chế được. Không phải người ta xấu miệng hay xấu bụng ở câu lạc bộ này, mà chính vì L.B. mới là kẻ xấu. Hắn hết sức tọc mạch, thâm hiểm và nhỏ mọn. Lần đầu tiên gặp hắn, tự dưng tôi nghe ớn lạnh cả sống lưng trước cái nhìn soi mói của hắn. Tôi có cảm tưởng như L.B. biết rõ tôi là ai, từ đâu đến, và đang giấu giếm một điều gì đó. Tôi bị ám ảnh vì cặp mắt cú vọ và kiểu cười nửa miệng của hắn, đến nỗi một đêm tôi nằm mơ thấy hắn. Trong giấc chiêm bao, tôi thấy L.B. cười đểu với mình và bảo, *On le sait. Ta mère est vietnamienne!* Tôi giật mình choàng tỉnh, toát mồ hôi hột. Tiếng cười của thằng thọt từ trong giấc mơ vẫn còn đuổi theo tôi ra đến tận cơn tỉnh thức.

Một buổi chiều nọ, mà tôi chắc chắn rằng là thực chứ không phải là mộng, thằng L.B. lại lù lù hiện ra trước mặt tôi, mà lại ngay ở Lion-sur-Mère! Lúc ấy, tôi đang cùng mẹ tôi dùng cơm tối ở nhà hàng *Le Poulet Doré*. Hai mẹ con đang ăn uống, nói cười vui vẻ, thì L.B. hiện ra như một con ma xó. Hắn nhìn mẹ tôi và tôi thật nhanh, và như hiểu ra hết mọi sự. Làm ra vẻ vồn vã, hắn nghiêng người chào mẹ tôi, miệng liến thoắng, *Bonsoir, madame. Enchanté de rencontrer la mère de Tristan. Vous êtes chinoise, pas vrai?* Mẹ tôi đâu biết bị L.B. gài bẫy, vui vẻ chào lại và trả lời, *Enchantée. Non, je suis vietnamienne.* L.B. cười rạng rỡ, cúi đầu chào mẹ tôi, và không quên háy mắt với tôi trước khi lủi đi mất. Tôi ngồi chết cứng trên ghế, chung quanh tôi lúc đó chỉ là một thế giới hỗn độn, mù mờ, khó hiểu. Khoảng một tháng sau, câu lạc bộ chúng tôi lại có một buổi triển lãm tranh, thu hút nhiều họa sĩ tiếng tăm từ Paris, Marseille, Strasbourg, Lyon... hội tụ về. Chủ đề của cuộc triển lãm đó, theo tôi thì khá mỉa mai, là *Le Monde sans Frontières.* Lần đó, tôi có một bức tranh vẽ đúng vào ngày 30 tháng Tư, lấy cảm hứng từ những mẩu chuyện mà mẹ tôi thường bâng khuâng kể lại mỗi lần tấm lịch trên tường ghi lại ngày oan nghiệt đó. Vẽ xong, tôi đem tranh ra khoe mẹ và nhờ bà đặt tên cho nó. Bà ngắm bức tranh thật lâu, mắt bà có một màn lệ mỏng, long lanh, nhưng chưa trào xuống má. Một lát sau, bà khẽ khàng nói: "Con diễn đạt từng đường nét y như cảm xúc của mẹ vậy! Mẹ muốn đặt tên bức tranh này là *Tristesse d'Exil.*"

Trong lúc buổi triển lãm đang diễn ra rộn ràng–bức tranh của tôi được khá nhiều người chú ý–tôi đi vào toilette. Lúc rửa mặt xong, ngẩng lên, tôi thấy trong gương hình bóng vạm vỡ của L.B. phản chiếu trong đó. Lại lạnh toát người, tôi quay lại, đối diện với hắn.

"Mày muốn gì?" tôi hỏi, giọng nghẹn đi.

"Mày không phải *caucasien*!" thằng thọt hất mặt, giọng vô cùng đểu cáng, "Mày đừng tưởng mày nhìn giống bọn tao và nói tiếng Pháp là đã trở thành bọn tao rồi!"

Tôi đứng yên, không biết nói gì, không biết làm gì.

"Tao muốn gì hả?" thằng thọt nói tiếp, "Tao muốn mày rút lui ra khỏi câu lạc bộ này, khỏi chỗ làm của mày, khỏi thị xã này... à không, nếu ra khỏi cả nước Pháp luôn thì càng tốt, *tant mieux!*"

Miệng nói vậy nhưng L.B. lại có vẻ như không muốn tôi ra khỏi cái toilette, vì hắn cứ đứng chắn ngang trước mặt tôi. Ngay phút giây đó, chỗ mà tôi muốn đi ra khỏi trước tiên chỉ là cái toilette. Rồi sau đó, tôi nghĩ thật nhanh, tôi sẽ từ từ ra khỏi hết những chỗ mà thằng thọt đã kể ra–câu lạc bộ, tòa báo, Douvres-la-Délivrande,

Lion-sur-Mer, nước Pháp... để rồi sẽ chẳng biết đi đâu. Tôi không có nước Việt Nam để trở về.

"Vậy thì mày tránh ra!" không dưng tôi hét lên, điên tiết. L.B. vẫn đứng như trời trồng. Tôi dùng cả hai cánh tay của mình để cố xô nó qua một bên nhưng nó vẫn trơ trơ. Tôi lấy hết sức bình sinh đấm thùm thụp vào ngực của hắn. Bất đồ, thằng thọt vung tay định thoi cho tôi một quả đích đáng thì vừa may tôi nghiêng người qua, né kịp. Đấm hụt, thằng thọt mất trớn bổ nhào về phía trước, đập mạnh mặt vào chỗ sắc cạnh của cái bồn rửa bằng đá granite, kêu đánh "phập" một cái. Máu phun ra thành từng vòi.

Tôi đứng sững trong vài giây trước thân hình dềnh dàng, bất động của thằng thọt. Mặt nó bị cắt đôi ra vì cái gờ sắc bén của bồn rửa mặt. Tôi lùi lại từ từ rồi quay người cắm đầu chạy ra khỏi toilette, hướng về gian triển lãm. Nghe tiếng chân dồn dập của tôi, mọi người đều quay lại nhìn. Bây giờ–thật vô cùng quái đản–tất cả đều là L.B., là thằng thọt, và mặt ai cũng bị một nhát cắt sâu từ trên trán chạy dài xuống tận cằm, máu không ngừng tuôn ra xối xả từ các gương mặt của họ.

Tôi tiếp tục chạy thật nhanh về phía có treo bức tranh của mình. Đến nơi, tôi hối hả giằng nó ra khỏi bức tường rồi ôm cứng lấy nó, lao về phía cửa chính. Lũ người L.B. lao xao đuổi theo tôi như những con zombie trong phim kinh dị.

Ra đến bên ngoài, tôi ngỡ ngàng nhìn quang cảnh trước mặt. Bên tay trái của tôi, về hướng tây, nắng chiều còn lại một vài tia cuối cùng trong ngày, nhưng không gian thật êm ả, êm đến rợn cả người. Bên tay phải của tôi là hướng đông, hướng của Lion-sur-Mer, trời lại đang mưa như trút. Bóng tối đã tràn đặc trong không gian mưa. Nhưng tôi phải chạy vào màn mưa đó, phải chạy về hướng đông, vì nơi đó tôi còn tạm có một chỗ về. Trong tiếng mưa rào rạt, trong lúc tâm thần bấn loạn, tôi hình dung ra mẹ đang ngồi chờ tôi bên cửa sổ, nhìn ra biển mênh mông. Bây giờ ở Lion-sur-Mer, trời đang mưa hay trời đang quang tạnh?

Oui, maman, attendez-moi. Vâng, mẹ ơi, mẹ chờ con với.

Trần C. Trí

TM

NGUYỄN LÊ HỒNG HƯNG

MỘT ĐỜI NHỚ QUÊN

Năm ngoái, khi vừa nghỉ hưu, tôi ghi danh học tiếng Hòa Lan tại thị xã nơi mình sanh sống. Lớp học được tổ chức trong thư viện, nhân viên và giáo viên đều là những người thiện nguyện, họ làm việc rất bài bản và nhiệt tình. Nhờ vậy, tôi học hỏi được nhiều điều. Không chỉ học ngôn ngữ, tôi còn khám phá ra một bài học lớn hơn: học cách hòa đồng tập thể, cùng sống chung với những người đến từ nhiều nền văn hóa khác nhau.

Hôm ấy giữa tháng Tư, chỉ còn vài ngày nữa là đến lễ Phục Sinh. Sau buổi học, lớp sẽ được nghỉ xuân hai tuần. Lớp học cũng đã kết thúc. Tôi nán lại, ngồi uống cà phê với nhóm bạn trẻ cùng lớp — những học viên đến từ những quốc gia bất ổn, nơi chiến tranh, loạn lạc còn đương tiếp diễn, chưa biết tới bao giờ mới ngưng?

Họ kể lại những câu chuyện đầy sợ hãi trên quê hương mình và hành trình gian nan vượt thoát ra nước ngoài. Người nào cũng mang gương mặt căng thẳng, ánh mắt nặng trĩu niềm uất hận dành cho những kẻ đã gieo rắc đau thương lên dân tộc họ.

Mỗi tâm hồn như một hòn đảo riêng biệt, nhưng tất cả cùng công nhận một điều: "Đặt chân đến Hòa Lan, chúng tôi như được tái sinh. Sau những ngày tháng sống trong sợ hãi, đau thương, cuối cùng, một cuộc đời mới đã bắt đầu."

Giữa tháng Tư. Trời Hòa Lan u ám, chợt mưa, chợt nắng, thành ngữ Hoà Lan có câu "April doet wat hij wil", nghĩa là: "Tháng Tư làm theo ý nó muốn". Tôi nhìn ra ngoài trời xuyên qua vách kiếng, không gian đục mờ như ký ức. Nghĩ tới những câu chuyện kể của những người bạn trẻ khốn khổ ấy, lòng tôi chợt trôi giạt giữa hai bờ nhớ và quên. Ký ức xưa hiện về rõ nét.

Gần năm mươi năm trước, tôi rời xa quê hương, theo đoàn người vượt biển. Sau hai ngày đêm lênh đênh trên chiếc ghe đánh cá nhỏ, chen chúc hàng trăm sinh mạng, may mắn thay, chúng tôi cũng tới được bến bờ an toàn.

Cuối cùng, tôi đặt chân đến miền đất tự do. Giống như những người bạn trẻ ngồi trước mặt tôi hôm ấy, tôi cũng cảm thấy như được tái sinh. Nhưng mà, những năm tháng chìm trong bất hạnh đã để lại vết thương sâu trong tâm hồn, chẳng dễ dàng xóa nhòa. Nhiều năm đầu sống ở Hoà Lan, tôi ăn không ngon, ngủ không yên, lòng đau như dao cắt vì một phần da thịt mình đã bị bỏ lại bên kia đại dương.

Sáng, trưa, chiều, tối đều nghĩ về Việt Nam. Đêm nằm mộng mị nhớ những người thân, người yêu; nhớ xóm làng, nhớ tên từng con kênh, dòng rạch, rừng mắm, rừng tràm, rừng đước và dòng sông uốn khúc. Nhớ nhứt là tiếng kẽo kẹt của mái chèo đưa nhóm người thôn quê trên những chiếc xuồng ba lá ra thị tứ nhóm chợ sáng.

Nặng nề hơn, giấc ngủ tôi thường xuyên bị quấy rầy bởi những cơn ác mộng kinh hoàng; chiến tranh, bom đạn, nhà cháy, xác người la liệt...

Thời gian lặng lẽ trôi...

Tôi sống trong vương quốc Hòa Lan nhỏ bé, xinh đẹp, hiền hòa và bao dung như vòng tay mẹ hiền. Tôi hòa nhập vào nhịp sống đầy nhân bản, xây dựng một mái ấm gia đình. Từ đó, quê hương chỉ còn hiện ra trong ký ức, có ngày nó cồn cào, tím ruột bầm gan, có ngày nhạt nhòa như sương khói.

Năm mươi năm đã trôi qua kể từ ngày cuộc chiến tương tàn của hai miền Nam, Bắc kết thúc. Những vết thương lòng, những mất mát khôn nguôi đã dần khép lại, đi vào lịch sử.

Ở một đất nước văn minh, tôi học được cách sống mới và suy tư mới: Lịch sử là bài học để rút kinh nghiệm, chớ không phải mảnh đất để nuôi dưỡng hận thù. Nếu cứ chìm đắm trong oán hận, chúng ta chỉ tự giam mình trong đau khổ và chia rẽ. Chúng ta đã mất quá nhiều thời gian cho những ngày tháng u buồn nhìn về quá khứ. Tại sao không cùng nhau nhìn về tương lai? Quê hương đất nước là của chung, nơi mọi người đều có quyền được sống trong tự do và nhân phẩm.

Ở những nước văn minh, dù có khác biệt về lập trường hay quan điểm chính trị, con người vẫn tôn trọng lẫn nhau. Tranh luận có bất đồng, nhưng không hạ thấp nhau bằng những lời lẽ thô tục, bởi đó là các hành xử của những kẻ thấp hèn. Nếu chúng ta còn mãi níu giữ oán hận, chúng ta sẽ mãi đi trong bóng tối của quá khứ, bỏ lỡ cơ hội xây dựng một tương lai tươi sáng cho chính quê hương mình.

Đặc biệt trong những ngày tháng Tư này, lên mạng sẽ thấy người Việt trong và ngoài nước lợi dụng trí tuệ nhân tạo, tạo hình ảnh câu văn tục tĩu chửi bới, lăng mạ nhau. Ai lưu danh, ai lưu xú, hãy để lịch sử phán xét, lịch sử rất công bằng. Nên để lịch sử trở thành câu chuyện của sự hiểu biết và cảm thông.

Thế hệ hôm nay và mai sau cần có trách nhiệm hóa giải oán hận còn sót lại giữa hai miền Nam và Bắc. Họ đủ thông minh để chọn một chánh quyền phù hợp cho dân tộc mình. Để ngày 30 tháng Tư chỉ còn là một dấu mốc lịch sử tươi đẹp, trong không khí hòa bình, yêu thương, không phải là biểu tượng biểu dương của lòng thù hận.

Chúng ta có thể khác nhau trong suy nghĩ, nhưng hoàn toàn có thể cùng nhau xây dựng một Việt Nam hòa hợp. Nơi mà không ai còn bị định nghĩa phe này thắng là vinh quang, phe kia thua là ô nhục.

Huynh đệ tương tàn bao năm đã đủ nhục cho cả một dân tộc rồi! Xin đừng bới vết thương cũ thêm nữa. Hãy chôn đi quá khứ, để ươm mầm cho tương lai.

Cuối tháng Tư Hòa Lan cũng tổ chức lễ sinh nhựt Quốc vương. Có rất nhiều con đường chật ních người bán buôn và người đi dạo. Không có diễu binh, súng đạn, đại pháo và cờ xí ngợp phố phường nên hổng bị kẹt xe. Không có băng rôn cổ vũ treo lủ khủ các nẻo đường. Người xôn xao ồn ào, nhưng không bát nháo, màu mè nhưng không lòe loẹt. Chen chúc trên đường mà trật tự, vui vẻ không quạu quọ, càu nhàu. Tiếng nhạc êm dịu, vui tai, hổng có nhạc quân hành, nên người nghe có cảm giác rất an tâm. Nhìn dân chúng nơi đây hân hoan vui sống trong cảnh thái bình, lòng tôi chợt chùng xuống, nỗi nhớ quê hương bỗng ùa về trong tâm trí.

Những năm gần đây, tôi nghe các nhà lãnh đạo Việt Nam tuyên bố rằng: "Đất nước Việt Nam ngày nay thanh bình, dân chúng được cơm no, áo ấm và con người văn minh, Việt Nam là nơi đáng sống..." Nếu các vị đã nói như vậy, thì xin hãy nâng cao đời sống nhân dân sao cho đẹp mặt với bạn bè bốn biển năm châu! Và cũng nên đưa ra con số thống kê mỗi năm có bao nhiêu người Việt rời xứ để qua nước khác sinh sống và bao nhiêu người từ nước ngoài tới Việt Nam xin định cư.

Tuổi tôi nay đã cao rồi, không biết còn đủ sức trở về quê hương lần nào nữa không. Nhưng có một điều chắc chắn rằng: Dù ở đâu, dù cho thời gian có làm phai mờ bao nhiêu ký ức, trong lòng tôi vẫn mãi còn một khoảng trời dành cho quê hương đất nước Việt Nam.

Nguyễn Lê Hồng Hưng

Dronten, 28-4-2025

tranh Khánh Trường

UYÊN NGUYÊN

GIỮA HAI DÒNG SÔNG: VĂN HỌC VIỆT NAM VÀ VĂN HỌC VIỆT NAM HẢI NGOẠI TRONG DÒNG CHẢY TOÀN CẦU

Văn học là tấm gương của dân tộc, nhưng cũng là cửa sổ nhìn ra thế giới. Đứng giữa ngưỡng cửa thế kỷ XXI, khi bản sắc và biên giới không còn là điều cố định, khi những cuộc lưu vong không chỉ là hệ quả của chiến tranh mà còn là biểu tượng của thời đại di động, thì văn học Việt Nam — cả trong nước và hải ngoại — không thể tiếp tục tồn tại như hai dòng chảy biệt lập. Ngược lại, chính sự gặp gỡ, va đập, giao thoa và cả nghịch lý giữa chúng đang mở ra một chân trời văn học đầy sức sống, phản tỉnh và mang tính toàn cầu.

I. Cội rễ và ly hương: hai nửa tâm thức

Không thể nói đến văn học Việt Nam hải ngoại mà không nhắc đến biến cố 1975 — điểm gãy khổng lồ trong lịch sử hiện đại Việt Nam. Những nhà văn như Võ Phiến, Nguyễn Mộng Giác, Viên Linh, Nhật Tiến, Nguyễn Xuân Hoàng... là chứng nhân của một cuộc tháo chạy không chỉ về mặt địa lý mà còn là cuộc ly khai khỏi hệ tư tưởng, khỏi cả nền văn hóa mà họ từng sống và viết trong đó. Trong khi ấy, những nhà văn trong nước tiếp tục sống và viết dưới bóng của một thể chế xã hội chủ nghĩa, nơi chữ nghĩa không thể hoàn toàn tự do.

Tuy nhiên, chính hoàn cảnh bị tách rời ấy lại sản sinh hai tâm thức song hành. Một bên, văn học hải ngoại bị ám ảnh bởi ký ức, bởi những gì đã mất, và từ đó tạo ra một loại "văn học hồi cố" – vừa là tưởng niệm, vừa là cố gắng định nghĩa lại căn cước trong xứ người. Bên kia, văn học trong nước bước vào công cuộc đổi mới từ cuối thập niên 1980, dần mở ra không gian phản tỉnh, nhưng vẫn bị giới hạn bởi đường biên kiểm duyệt. Hai dòng văn học ấy có vẻ như tách biệt, nhưng thực ra, cùng mang nỗi khắc khoải: viết để nhớ, để không quên, để tìm lại mình trong thế giới thay đổi quá nhanh.

II. Khi toàn cầu hóa không chỉ là kinh tế

Sự dịch chuyển người Việt ra khắp thế giới — từ Mỹ, Pháp, Úc đến Đông Âu, Nhật Bản — đã vô tình tạo ra một nền văn học mới: văn học xuyên quốc gia. Thế hệ 1.5 và thế hệ thứ hai (được sinh ra hoặc lớn lên tại hải ngoại) như Ocean Vương (Mỹ), Nguyễn Phan Quế Mai, Monique Truong, Thi Bùi... không còn viết bằng tiếng Việt truyền thống, nhưng tiếng Việt vẫn vang vọng trong tâm thức, trong chủ đề và trong cấu trúc văn học của họ. Chính họ là minh chứng cho một dạng tồn tại mới: không cần ở Việt Nam, không cần viết tiếng Việt, nhưng vẫn là "văn học Việt Nam" – một khái niệm đang cần được định nghĩa lại.

Toàn cầu hóa trong văn học không chỉ là việc dịch thuật. Nó là cuộc đối thoại giữa các nền văn hóa, là khả năng đi xuyên qua những biên giới cứng để chạm đến những vùng đất mềm của ký ức, của bản sắc, của sự tái cấu trúc cái tôi. Văn học Việt Nam hải ngoại đã và đang trở thành một phòng thí nghiệm của những hình thức tự sự mới, vượt qua mô hình cổ điển của "văn học dân tộc" để bước vào không gian hậu dân tộc.

III. Gặp nhau trong thương tích

Tuy hai thế giới văn học từng bị ngăn cách bởi chiến tuyến và hận thù, nhưng sau gần nửa thế kỷ, chính những thương tích chung – chiến tranh, mất mát, ly hương, lưu đày tinh thần – lại là điểm giao nhau sâu sắc. Một truyện ngắn của Trần Mộng Tú có thể gây chấn động lòng người đọc trong nước, trong khi thơ Nguyễn Duy từ đất

Bắc có thể khiến độc giả hải ngoại xúc động sâu xa. Văn học không còn là công cụ tuyên truyền hay là kho ký ức đóng khung, mà là nơi các thế hệ người Việt – bất kể nơi đâu – cùng tìm lại tiếng nói nhân bản của mình.

Đó cũng là lý do vì sao trong những năm gần đây, có những cuộc triển lãm văn học Việt Nam toàn cầu, những hội thảo kết nối người viết trong và ngoài nước, những dịch giả từ hải ngoại quay về giúp lan tỏa văn học Việt ra thế giới, và ngược lại, những bạn trẻ trong nước khao khát học hỏi từ tác phẩm của những người Việt lưu vong. Không còn là sự chống đối, mà là sự đối thoại — một dấu hiệu trưởng thành của văn học dân tộc.

IV. Tái định nghĩa "văn học Việt Nam"

Vậy, đâu là ranh giới của "văn học Việt Nam"? Có phải là ngôn ngữ? Địa lý? Hay là chủ đề? Câu trả lời trong thời đại toàn cầu hóa không thể đơn giản. Một tác phẩm được viết bằng tiếng Anh ở California nhưng kể về ký ức làng quê miền Trung cũng Việt Nam không kém một cuốn tiểu thuyết in ở Hà Nội. Ngược lại, một nhà văn sống trong nước nhưng viết như thể chưa từng trải nghiệm những biến động quốc gia, chưa chắc đã nắm được tinh thần thời đại.

Trong bối cảnh ấy, việc nhìn nhận văn học Việt Nam hải ngoại như một phần không thể thiếu – không phải như "ngoại biên" mà là một mảnh ghép nội tại – là điều tối quan trọng để làm giàu không gian văn hóa chung. Cũng cần thiết để các thiết chế văn hóa trong nước thay đổi tư duy, mở rộng cánh cửa đối thoại, và chính thức ghi nhận những đóng góp của các nhà văn Việt toàn cầu như một phần cấu trúc của di sản văn học dân tộc.

V. Tha thiết một tiếng nói chung

Chúng ta không thể viết lại lịch sử, nhưng có thể viết lại cách ta kể về nó. Và trong hành trình ấy, văn học đóng vai trò then chốt. Sự hòa hợp không đến từ một sắc lệnh hay hội nghị, mà từ từng trang sách thấm đẫm nước mắt, từng câu thơ run rẩy trong bóng tối tha hương, từng dòng hồi ký ghi lại bằng chữ Việt cũ kỹ hay chữ ngoại ngữ hiện đại. Đó là những viên gạch nền dựng xây lại một nền văn học không chia cách – một tiếng nói chung, không đồng hóa, nhưng tương kính.

Người Việt hôm nay — từ trong nước đến hải ngoại — đang đứng trước thách thức lớn: không chỉ giữ gìn bản sắc, mà còn định hình lại bản sắc ấy giữa biển lớn toàn cầu. Trong bối cảnh ấy, văn học không chỉ là tiếng nói của quá khứ, mà là la bàn của tương lai.

Để từ hai dòng sông — trong nước và hải ngoại — có thể gặp nhau ngoài biển lớn, nơi cái tên "Việt Nam" không còn là khái niệm địa lý, mà là lời mời gọi của một nền văn hóa đang bước vào thế kỷ mới: đa dạng, phản tỉnh và nhân bản.

Uyên Nguyên

Yuma, ngày 1 tháng 6 năm 2025

tranh Khánh Trường

SÓC NÂU MINNESOTA

ĐỜI! C'EST LA VIE.

Em, Sóc Nâu MN xin thân ái kính chào quý vị.

Quý vị độc giả cũ trên báo Ngày Nay ở xứ Vạn Hồ cũng như các vị độc giả cũ, mới bốn phương, tám hướng.

Em bẻ bút viết lăng nhăng cũng trên 20 năm rồi, từ:

"Thuở trời đất nổi cơn gió bụi.
Khách má hồng nhiều nỗi truân chuyên".
(Chinh Phụ Ngâm Khúc).

Cái thuở... giương đông, kích tây châm chọc bàn dân thiên hạ, một ông chú văn nghệ thân tình đã khuyên em... dừng bước giang hồ, không thì... sẽ hư ngòi bút tre thơ thẩn của em...

Nghe cũng chí lý, nên em lui về một góc bếp để tu thân, tề gia... quên đi chuyện... bình thiên hạ! hihihi....

Nhưng cây muốn lặng, mà gió chẳng muốn ngừng...

Làng nước không đồng ý cho em tĩnh tâm, nên em đã lững thững sắm cây bút mới...

Nhìn lại tử vi em, Mênh có Tả Phù, Hữu Bât nhưng cung Nô Bộc một túi ác tinh Không, Kiếp, Kình, Đà... nên làm tiên mắc đọa như em cũng không thiếu lời ong, tiếng ve xỉa xói...

Một đấng nhạc sĩ có tuổi mà không có tên, rêu rao khắp Nam Kỳ Lục Tỉnh trong giới nghệ sĩ, ví von em là... Phà Ca – người vợ không bao giờ cưới của hắn. Ủa, hắn có... giá đến vậy sao cà, khi chỉ là kẻ vô công, rỗi nghề, mang thân tầm gửi. Mô Phật! Đã vậy, hắn đem thơ giữa chợ đời ra phổ nhạc, không biết xuất xứ của ai, nhớ đến lốc cốc tử tên em từ một lần quen biết cà kê chuyện tử vi qua café văn nghệ của nhóm bạn thời thứ ba học trò..., là gắn liền vào cho tiện việc sổ sách. Mộ Phật, mà em có bồ bịch với hắn bao giờ đâu để chia tay hoàng hôn từ thời De Lattre De Tassigny như hắn kể? Hơn nữa, trời ạ, em chưa có đãng trí, để thơ con cóc chính hiệu của em, mà em không biết thơ mình. Đính chính, hắn vẫn không nghe. Cứ nhất định thơ thẩn đó của em. (Ô, như vây chứng tỏ em đã nổi danh giữa chốn ta bà từ hồi nào vậy?) Nên em phải đăng Bố Cáo rõ ràng, để tác giả thực sự của bài thơ biết con cái mình mà lên tiếng cho quang minh, chính đại. Nhưng đã nhiều năm như vây trôi qua... Cuộc sống vẫn nhiễu nhương và hắn cứ phe lờ chuyện cầm nhầm tên đầy ác ý với... thực thực, hư hư trong những bản nhạc của hắn. Và vì em không muốn nổi bồng bềnh bất đắc dĩ, nên phải mời hắn lên đây trình làng cùng bà con cô bác để bớt đi cái tính khùng điên, ngông cuồng... tự do... báo chí muôn đời của hắn.

Thật lòng, em không bao giờ muốn nhắc đến cái gì... "sĩ, sĩ" trong đó... vì các cụ ngày xưa đã dạy không nên vạch áo cho người xem lưng. Nhưng... đời mà, không la lên, họ sẽ vờ như không biết. Quan niệm sống của em luôn là một góc đời yên tĩnh nơi chốn hồng trần.

"Ta dại ta tìm nơi vắng vẻ
Người khôn, người đến chốn lao xao"
(Nguyễn Bỉnh Khiêm)

Nhưng... cũng không làm sao thoát khỏi phiền lụy trong cõi nhân sinh.

Cuộc đời ngắn ngủi, nhưng người ta vẫn tranh nhau hơn, thua ngay cả trong lời ăn, tiếng nói, trong cái tình thân tưởng chừng như vĩnh cửu, trăm năm. Phải thức lâu mới biết đêm dài, biết đá, biết vàng, biết mặt con người tráo trở, phản phúc như vôi. Người phản bội mình luôn là người được mình đưa tay ra để cứu giúp. Hết lòng và hết mình. Đến khi họ quay mặt bất ngờ, mình mới chợt tỉnh giấc Nam Kha... Ô, đời c'est la vie mà sao… không nhớ? Mỉa mai vô cùng trong cái gọi "tình thân".

Ngẫm lại, triết lý của Tào Tháo "Thà ta phụ người hơn người phụ ta" quả là sâu sắc muôn đời. Tại sao em không là người khép cửa để kết thúc mọi oan gia?

Lan man, bỗng nhớ đến nhỏ Tỷ Muội – bạn em – đang đóng quân ở San Jose. Nó mới vừa gửi cho em qua messenger một bài viết về nỗi oan khiên đến chết của một ông anh văn nghệ của bọn em thời tuổi ngoc. Em đã khóc trong lòng. Người ta vẫn giết nhau nếu còn được giết nhau giữa biển đời trôi nổi. Mất quê hương vẫn chưa đủ để nhìn lại đời mình. Saigon xóa nhòa đường đi lối cũ năm mươi năm vẫn không làm thức tỉnh cơn mê dài mộng mị. Chúa không thương, và Phật chẳng đoái hoài, giúp loài người thoát khỏi kiếp trầm luân…

Không phải em "hận đời đen bạc, hận kẻ bạc tình", mà thua me gỡ bài cào, vung vít điểm danh ai. Cuộc sống xứ người đã mệt phờ râu. Không có thì giờ cho mình nghỉ ngơi, có đâu… luận bàn thiên hạ sự? Nhưng xin quý vị miễn lễ, cho em đôi phút thở dài cho nhẹ lòng. Để quên 1001 chuyện không tên bên lề không đáng có. Và cũng từ nay nhất định với kinh nghiệm chiến trường dày dạn, em sẽ không bao giờ kết tình huynh muội, hay nhận đứa hàng xóm nào làm cháu cùng họ Hồng Bàng để có chuyện… Trọng Thủy, Mỵ Châu, ... trong xã hội "Thạch Sanh thì ít, Lý Thông thì nhiều" ...

Xin cầu chúc bình an cho quý vị và cho em, được hưởng ơn phúc đời đời. Amen!

Sóc Nâu Minnesota

tháng 05/2025

PHẠM CAO HOÀNG

THƠ CỦA BẠN TÔI, NHỮNG LẦN TRỞ VỀ

Thế nào là một bài thơ hay?

Tùy theo quan điểm và cảm nhận của mỗi người, câu trả lời có thể không giống nhau. Riêng tôi, một bài thơ hay là bài thơ mà khi đọc mình có thể hiểu, có thể chia sẻ một khía cạnh nào đó trong đời sống và đọc xong rồi vẫn muốn đọc lại. Nguyễn Minh Nữu là một tác giả có nhiều bài thơ như vậy.

Trước 1975, tôi có đọc một số truyện ngắn của Nguyễn Minh Nữu đăng trên tạp chí Văn ở Sài Gòn. Sau này, khi đã có internet, tôi mới có dịp đọc thơ Nguyễn Minh Nữu. Bài thơ đầu tiên của Nguyễn Minh Nữu tôi đọc được là bài MÊNH MÔNG TRỜI BẤT BẠT. Bài thơ gây ấn tượng rất mạnh nơi tôi và tôi đã đọc đi đọc lại rất nhiều lần. Bài thơ ghi lại sự xúc động và nỗi ngậm ngùi của tác giả khi về Sơn Tây để thăm mộ ông cụ thân sinh trước khi lên đường sang Mỹ định cư. Bài thơ giống như một bức tranh trong đó ghi lại hình ảnh người con biệt xứ 40 năm trở về thắp nén nhang tưởng nhớ và nói lời giã biệt cha mình trước khi ra đi thêm một lần nữa.

MÊNH MÔNG TRỜI BẤT BẠT

Bất Bạt ngừng ngay giấc ngủ ngày
Yên Kỳ ngàn mộ mở vòng tay
Đón tên phiêu bạc bao năm cũ
Mềm lòng quay lại cố hương đây.

Thắp nén nhang thơm ở giữa đồi
Nghe lòng thương nhớ đã trùng khơi
Xa trong cõi khác người quay lại
Rộng lượng Ba Vì, mây trắng thôi.

Muốn khóc lên cho nhẹ ngậm ngùi
Xin quỳ để thấy xót xa nguôi
Ai xui chim Việt về Nam nhỉ
Bốn chục năm trường nhạn lẻ đôi.

Nắng mới triêu dương trời đã tối.
Chồi chưa đủ lá đã phong ba
Lưu thân đi những phương xa lạ
Tiếp mạch thư hương, giữ nếp nhà.

Muôn dặm thiết tha hồn lữ thứ
Nồng nàn hương sắc Thủy tiên xưa
Trước mộ tâm dâng lời khấn nguyện
Nối dòng, xin nối lại dòng thơ.

Sơn Tây, Sơn Tây mưa lê thê
Đời sao hứa được lúc ta về
Gói cả núi đồi vào ký ức
Ta nhớ, và Sơn Tây nhớ nghe.

Sơn Tây, nơi đã tạo nguồn cảm hứng cho Quang Dũng viết nên tuyệt tác ĐÔI MẮT NGƯỜI SƠN TÂY và Nguyễn Minh Nữu đã góp thêm một bài thơ hay cho vùng đất này. Có những nơi chúng ta chưa từng đến nhưng qua một bài thơ, một bài hát, chúng ta yêu mến và ước mong có được một lần đặt chân đến đó. Ví dụ, sau khi bài hát San Francisco của Scott McKenzie ra đời vào năm 1967, hàng trăm ngàn người đã đến thăm thành phố này và nhiều người trong số đó đã chọn San Francisco làm nơi định cư lâu dài. Còn tôi, qua hai bài thơ của Quang Dũng và Nguyễn Minh Nữu, tôi yêu mến Sơn Tây và vẫn mong có một ngày đến đó.

Đi để trở về. Nguyễn Minh Nữu ra đi để rồi lại trở về. Năm 2015, anh trở về và lần này anh viết bài thơ VỀ LẠI SÀI GÒN SAU 20 NĂM. Lại thêm một bài thơ hay. Nguyễn Minh Nữu sinh ra ở Hà Nội nhưng lớn lên ở Sài Gòn và anh có nhiều kỷ niệm ở Sài Gòn hơn bất cứ nơi nào khác. Đọc bài thơ, tôi hình dung ra hình ảnh tác giả trở về sau 20 năm xa xứ, đứng ở một nơi nào đó giữa lòng Sài Gòn và đọc những câu thơ viết từ trái tim của một người lúc nào cũng nặng lòng với quê hương, gia đình, bạn bè và kỷ niệm.

VỀ LẠI SÀI GÒN SAU 20 NĂM

Ta đã về đây lòng Đại Lộ
Thênh thang mà dạ hắt hiu buồn
Đăm đăm đôi mắt người thiên cổ
Vẫn dõi theo ta tới ngọn nguồn
Thoáng thế hai mươi năm khốn khổ
Mắt lệ ai, mà mưa vẫn tuôn

Cây đứng sao hiu hắt một mình
Lá rơi từng cặp lá song sinh
Ta về đứng ngẩn soi gương nước
Thấy bóng trăng che nhạt bóng mình
Buồn quá tay nâng ly rượu đắng
Gọi người phiêu lãng kiếp nhân sinh

Hành trang chỉ có vài trang giấy
Hồn Đường thi vọng rất hoang mang

Lưng nghe đã mỏi mòn sông núi
Chiêu niệm người đưa bóng hạc vàng
Về đây lòng vẫn ngoài biên tái
Đốt nén hương thương chuyện lỡ làng
Ta đã về đây vuông chiếu cũ
Thù tạc dường như thiếu mấy người
Ngâm lại câu thơ tình đắm đuối
Bật cười như chuyện tiếu lâm thôi
Thả xuống giữa bàn hoa giống lạ
Chờ xem năm tới sẽ đâm chồi.

Và, đọc bài thơ này, tôi lại muốn trở về Sài Gòn, uống một ly cà phê ở phía trước nhà thờ Đức Bà, ăn một ổ bánh mì ở đường Nguyễn Thiện Thuật và lang thang trên những con đường rợp mát bóng cây.

Nguyễn Minh Nữu làm thơ không nhiều nhưng bài nào anh viết tôi cũng đều thích. "Quý hồ tinh bất quí hồ đa". Thơ anh có chất hào sảng, chí tình, tràn đầy yêu thương… *"Văn tức là người"* (*). Thơ Nguyễn Minh Nữu như thế nào thì con người anh cũng như thế đó… Anh đã sống hết lòng với văn chương, ngày ấy cho đến bây giờ.

Phạm Cao Hoàng
Virginia, 29.4.2025

(*) "Le style, c'est l'homme même" (Văn tức là người). Câu nói nổi tiếng của Georges-Louis Leclerc, Comte de Buffon (1707–1788). Ông là một nhà **toán học và vũ trụ học** người Pháp

TRIỀU HOA ĐẠI

TƯỞNG ĐÂU EM LÀ. NGUYỆT

đêm đi dưới trời xanh
tưởng đâu em là. Nguyệt
tay cầm những bông tuyết
nở một triệu vô thường

một triệu còn như sương
long lanh tình như đã
môi ngoan còn chăng nữa
níu kéo tuổi xuân thì

thời gian sẽ qua đi
tóc phai rồi như. Đã
trôi trôi theo ngày hạ
tiếng ve buồn thuở xưa

chân bước với ngày qua
mà kiếp nào như thể
thầm nhủ lòng đã trễ
lại nở nhánh vô thường

rừng xa chim cũng luôn
hót những bài ca mới
có còn không chiều lại
những nụ tầm xuân xưa

nhủ em lên đồi mơ
mót chút tình sót lại
lá hoa cũng ở đấy
nhưng nào thấy trăng tròn

mình anh lên đồi non
ngóng chờ em môi đỏ
bay ngút ngàn trong gió
nỗi nhớ nhau muộn màng

biết có còn không em
những bao dung thuở đó
một triệu hoa vẫn nở
nhưng lòng anh héo hon

anh lại lên đồi non
trong anh em là. Nguyệt
vẫn là em bông tuyết
triệu năm nở vô thường

một triệu còn như sương
tiếc tình không là. Nguyệt ■

LUÂN HOÁN

ĐANG TRONG THỜI TỰ TẠI

cáo lão không nghĩ hồi hương
hạn chế luôn bệnh ra đường ngắm hoa
vững tâm ngồi viết trường ca
không bằng văn tự, trải ra ảnh hình
những chi tồn đọng riêng mình
lớp lang minh bạch đệ trình thế nhân

cõi người là một khoảnh không
đủ vui nhờ thấy ấm lòng riêng tư
trí sáng thân giảm lừ đừ
lần về dĩ vãng lượm dư âm tình
mọi hình ảnh đều hiển linh
như cây nêm chặt gốc bình an vui

thông qua mình, hiểu dần đời
gần thêm đôi chút đất trời hư vô
sẵn sàng bất cứ giờ nào
đi xa không xách món đồ nào theo
sống luôn dư giả không nghèo
tâm thiện ý đức vui gieo trồng thường

không chi phải bỏ, phải buông
ta tin ta hiểu ta luôn yêu đời ■

LÊ CHIỀU GIANG

SỢ CHẾT

Con đường dài nhất
Khi trở lại
Phải chăng là quá khứ
Xa xôi
Thôi, đi đường tắt
Ta bước tới
Hớt hải trông
Chờ
Năm tháng trôi

Nhưng "Ngày mai" ấy làm ta sợ
Nét già nua phủ kín mặt mày
Chân biếng lười. Và
Tay run rẩy
Nửa đêm
Tắt thở. Hết rong chơi

Ta chợt tiếc từng giây
Từng phút nhỏ
Đêm chẳng cần chờ đến sáng mai
Chiều hôm cứ thế
Xin đừng tối
Vũ trụ, hành tinh... hãy ngừng quay

Hân hoan. Ta viết
Ngàn câu ước
Khờ khạo. Tin
Sống:
Vĩnh cửu, với đời ■

ĐỖ T. CÔNG

Ta Về Uống Chén Biệt Ly

Ta về tìm lại bóng mình
soi gương đập kiếng vẫn hình hài tôi
bản lai diện mục nổi trôi
thấy ta bà lại thấy tôi lạc loài

Ta về người đã mất rồi
cỏ vàng bia mộ có bồi hồi không
con sông bỏ núi khóc ròng
những bi ai cũng theo dòng đời thôi

Ta về rừng ngả cây nghiêng
đèo cao dốc thẳm núi thiêng cũng tàn
trăm năm gió bạt mưa ngàn
thương ai ngậm ngải tìm trầm bỏ thân

Ta về uống chén biệt ly
người chôn đáy huyệt kẻ đi không về
mai sau quên hết câu thề
sông sâu biển rộng còn mê mải tìm

Ta về hay là ta đi
trời kêu đất dạ sá chi phong trần
bắt phong long đốt phong long
những chiêm bao có cũng không mất rồi ■

THỤC UYÊN

CƠN MƯA CHIỀU

Ngày bước vội
 cơn mưa chiều tầm tã
Vết mưa lăn
 trên môi mắt da người
Mưa tròn trịa
 trôi trên cây cỏ lá
Một mảng buồn
 trổ nhánh đã xanh tươi

Trời áp thấp
 ta nghe đời vẫn đục
Giọt buồn buồn
 trên từng bước chân trôi
 Mưa nghiêng ngả
 mang niềm riêng quạnh quẽ
Cúi xuống đi
 lượm thêm chút buồn rơi

Ngày bước chậm
 cơn mưa chiều rỉ rả
Mưa trổ buồn
 trên những mái ngói cong
Bầy chim nhỏ
 rũ chùm lông tơi tả
Lướt thướt mùa
 hạt mưa cũng lưu vong ■

TRẦN VẤN LỆ

QUÊ NGƯỜI CÒN SÓT NẮNG QUEN QUEN

Ba ngày nắng ấm. Không còn lạnh. Nắng mới mùa Xuân chuyển Hạ rồi... Nhiều người cầm ô đi bát phố. Nhiều người cười, nói, thật là vui...

Hàng năm nắng đẹp vài ba tháng, cũng đủ bông ngô trổ trắng đồng, cũng đủ uyên ương cùng sải cánh / bay bay xanh biếc những dòng sông!

Chiến tranh tiếp diễn còn đây đó. Thế giới chưa thôi những chuyện buồn! Nhớ lại Việt Nam mà ứa lệ... Ba Mươi Tháng Bốn: Cuộc Tang Thương!

Cờ bay... không phải xanh và đỏ. Một nửa Việt Nam cũng chẳng còn! Thống Nhất, sổ sàng Nam với Bắc; lỡ làng trang sử nối yêu thương...

Nắng mới...đang lên trên xứ lạ. Quê người lác đác kẻ xa quê... Người ta thấy mắt mưa từng chập, thấy ánh đèn leo lắt bóng khuya!

Thấy cả bài thơ này nát bấy! Bài thơ mới nhất một tàn binh!

*

Tôi chan bài thơ bằng nước mắt. Tôi hong bài thơ nắng trước thềm. Chúa, Phật, ngàn năm: Niềm Ước Nguyện. Quê người còn sót Nắng Quen Quen... ■

PHƯƠNG TẤN

LỊCH SỬ ĐEN TÔI ĐEN

Cha mẹ tôi Việt Nam
Loài da vàng mũi tẹt
Bị đạp xuống đá lên
Lềnh bềnh trong bể máu

Tôi là tên thiếu tháng
Từ lồng kính bước ra
Cùng một nỗi phiền muộn
Trên phận đen mỗi người.

Từng bụm cát xát muối
Trên tay lũ con Tây
Trút vào mũi vào miệng
Thằng bé con Việt Nam.

Bằng hai tay nắm chặt
Bằng quả cảm trong thân
Từng dấu chân chiu chắt
Giữa dòng sống mù sương.

Ước mơ nào trong mắt
Mùa xuân của ấu thơ
Từng đêm nằm se sắt
Nghe tiếng thầm bơ vơ.

Đi giữa trời khuya khoắt
Tôi nhỏ to một mình
Đi giữa trời khuya khoắt
Tôi hét vào tuổi tôi
Tôi đá vào trí não
Mọi cửa trong châu thân
Tôi vật tung hết ráo.
Cùng một nỗi phiền muộn
Trên phận đen mỗi người. ■

(1962 – Thưa Mẹ)

THÁI TÚ HẠP

Biển Về Suối Yêu

Mai hẹn về Phố Cổ
Tiễn đưa nhau điệp trùng
Loài chim dài tiếng hót
Viễn phương nào nhớ thương

Tình Thơ bạc ước mơ
Rừng núi hẹn nhau chờ
Tình già suối cũng phai
Xin Em đừng có hỏi?

Đường về say nắng hạ
Canh gà nhớ Mẹ khuya...
Chờ nhau hàng Thế Kỷ
Tưởng như mình chiêm bao,

Sá chi gì dòng sinh tử!
Biển đời mấy ai qua!
Âm vọng ngàn năm gọi
Quay về Đất Việt Ta...

Đêm Phượng Hoàng ghé lại
Trong ước mơ Sử Vàng
Ai níu được trời thơ
Cho tình nhau dậy sóng

Thuyền Trăng buông tay lái
Ngơ ngẩn biết về đâu
Tiếng Chuông Chiều buồn quá?
Một mình lạnh hư không! ■

Los Angeles
ngày 11 tháng 5 năm 2025

NGUYỄN AN BÌNH

MẸ LẠI VỀ DƯỚI MÁI NHÀ XƯA

Mẹ về theo gió – gió ru sau hè
Bên góc tường xiêu bờ ao giếng nước
Cá lìm kìm bơi tìm chi mải miết
Giấc ngủ muộn màng nhuốm cả rong rêu.

Mẹ về theo mây – mây bay viễn xứ
Khói bếp thơm rơm gốc rạ quê nghèo
Dõi bước con đi bao lần vấp ngã
Ngả núi nghiêng đèo đá dựng cheo leo.

Mẹ về theo trăng – trăng sáng quê nhà
Dưới ngọn dầu hao mẹ ngồi vá áo
Bóng tối vây quanh nhốt đời dông bão
Khóe mắt ngập ngừng từng vết chân chim.

Mẹ về theo sông – sông dài biển rộng
Con nước lớn ròng trôi cả giấc mơ
Cánh bèo trôi cô đơn trong vô vọng
Con ngày xưa đâu qua hết dại khờ.

Mẹ về theo nắng – nắng trôi phương nào
Để lại lời chim buồn rơi cánh lá
Khúc hát đồng dao ngỡ thành xa lạ
Để bóng chiều qua nền cũ hắt hiu.

Ngày mùa xuân mẹ may cho áo mới
Con mặc một lần mẹ trốn trong mưa
Đóa hồng thơm con xin cài trước ngực
Lại thấy mẹ về dưới mái nhà xưa. ■

ĐẶNG HIỀN

Có Buồn Anh Không

Những bài thơ cho em
Là phiên bản đầu tiên xanh lá mới
Những bài thơ được in
Cơ hồ chôn kín niềm riêng

Anh lắng nghe vị buồn chầm chậm
Thấm vào từng ngăn bóng tối
Cùng vũ điệu đêm
Bất ngờ bên những niềm vui

Làm thế nào để ngày mai đẹp như nắng bình minh
Em không buồn và không mỏi mệt
Khi suốt ngày anh vẫn loay hoay
Không biết giúp em bằng cách nào

Những bài thơ cho em
Dịu dàng theo lời nói dối
Âu yếm tựa bờ môi dối gian
Làm sao em tin thật

Đổi thay từng ngày trong đời sống
Thơ anh không mang về em hạnh phúc
Lời của sóng chỉ là những tiếng gió qua
Đôi khi em nghe sóng buồn tuyệt vọng

Những lời thơ mơ hồ như giấc ngủ
Lời ru tha thiết theo bài hát anh viết cho em
Khi anh không còn gì ngoài mấy bài thơ
Em có buồn anh không ■

VINH HỒ

Nhọc Nhằn Gánh Giữa Chợ Đời

Nhọc nhằn gánh giữa chợ đời
Sáng trưa chiều tối khản lời mẹ rao...
Tháng ba đổ trận mưa rào
Giọt nào của mẹ, giọt nào của mưa?

Nhọc nhằn gánh giữa chợ trưa
Mẹ còn gánh mãi bốn mùa gió sương
Vì đời gánh những đau thương
Vì chồng gánh những đoạn trường lao lung

Nhọc nhằn gánh giữa chợ đông
Gánh con thơ dại đi trong mịt mờ
Chiều mưa sầu cả câu thơ
Vẫn đôi quang gánh hững hờ trên vai

Nhọc nhằn gánh giữa u hoài
Năm mươi năm đủ bi ai phận người
Chồng con biền biệt phương trời
Mẹ còn gánh mãi một đời bể dâu? ■

CAO NGUYÊN
ĐÔI KHI

đôi khi
đôi khi
đôi khi
đôi khi
đôi khi
đôi khi
đôi khi
em cũng yêu tôi ■

HOÀNG HOA THƯƠNG

MƯA NHƯ MƯA THÁNG NĂM

Một chút nắng treo lên vách ngày buồn
Con chim Bồ Nông đưa sông về muộn
Xin chạy đua từng ký ức xanh xao
Để bắt kịp phiên đời vừa rụng xuống

Trong quên lãng đã nghe thầm gỗ mục
Từ trăm năm rơi vãi dưới hiên xưa
Con dế khóc cọng rơm già gãy rục
Đống thời gian ùn tắc giữa ban trưa

Không phải gió của hoang tàn bức bối
Trời tháng năm mưa như tiếng sóng gào
Ai đứng ngó không gian đi vào tối
Để lòng đêm ướt đẫm những vì sao

Xin bối rối hãy xô hồn tôi dậy
Cho cô đơn đè nặng những cơn say
Ngày lem luốc lạ mặt người thế tục
Đứng đưa nhau từng chặng lạnh bàn tay

Ai cũng có một hoàng hôn trong mắt
Và nỗi đau theo tiếng nhịp tim đưa
Tôi cũng giấu một tên ngày đã mất
Khi đánh rơi dòng lệ sót trong mưa ■

Viết từ Phố Bolsa, California
Khi nhớ về một điều đã mất, June 4, 2025

TRẦN THANH QUANG

THÁNG SÁU

Tháng sáu về ta nhặt cành hoa phượng
thắm một trời nỗi nhớ bạn bè xa
thắm một trời thương thầy cô độ lượng
bâng khuâng nào ai hái hộ giùm ta

Bâng khuâng nào ai hái hộ giùm ta
chút nhung nhớ vương vương trên mái tóc
chút kỷ niệm đã làm ta bật khóc
con đường về tháng sáu nhạt nhòa mưa

Con đường về tháng sáu nhạt nhòa mưa
có giữ lại chân ai chiều trưa nắng
có giữ lại ô-mai tà áo trắng
thì giữ giùm ta tháng sáu rất nhiều mưa

Thì giữ giùm ta tháng sáu rất nhiều mưa
nơi ai đó giấu nụ cười e thẹn
nơi kia đó mùa thi đang hò hẹn
tháng sáu về - lá rụng - một lần đưa. ■

TN

NGUYỄN ĐỨC TÙNG

VỀ NƠI GIÓ CÁT

Gởi anh Nguyễn Văn Dũng

Thằng bé bước ra từ sau gốc cây vông đồng. Kiêm giật mình. Nhiều năm trước, ở chỗ này, trên đỉnh dốc gần cầu bắc qua sông Thạch Hãn, Kiêm nhìn thấy một con chim lớn bay về đậu trên ngọn cây. Cây vông đồng duy nhất trong thị xã bụi mù, tỉnh lỵ buồn hiu, địa đầu giới tuyến.

Anh không bao giờ nghĩ cái cây cao lớn ấy vẫn còn.

Nó vẫn còn.

Chào anh. Đừng sợ.

Tôi có sợ đâu?

Thế anh làm gì đây?

Tôi về thăm lại thị xã.

Trước anh ở đây à?

Tôi sinh ra ở đây. Lớn lên ở đây. Đi học ở đây.

Kiêm định nói thêm: nhưng tôi sẽ không chết ở đây đâu. Anh kịp dừng lại.

Chẳng có kẻ nào muốn chết ở đây cả, thằng bé nhận xét.

Kiêm giật mình. Nó đọc được ý nghĩ của người khác, anh tự hỏi.

Chà, anh ở đâu về?

Thằng bé gợi chuyện. Nó trạc tuổi mình vào năm ấy, Kiêm nghĩ, khoảng mười bốn.

Kiêm trả lời. Thằng bé tỏ ra lơ đãng. Im lặng một lúc, hỏi:

Từ đó về đây bao xa?

Xa. Không đi bộ được. Tôi bay qua biển Đông về Sài Gòn. Đáp xe hỏa ra Huế, từ Huế đi tàu chợ. Xuống nhà ga kia.

Anh vừa mới xuống chuyến tàu cuối?

Kiêm kể dự định. Thực ra anh chẳng có dự định nào cả. Anh không biết tại sao mình về đây.

Em tên gì? Anh hỏi.

Tháng Tư.

Không, tôi hỏi tên họ của chú mi kìa?

Tháng Tư.

Cái chi?

Anh đưa tay ra cho Tháng Tư, tự xưng tên mình, theo phép lịch sự. Anh muốn hỏi Tư có nhìn thấy con chim ấy không.

Anh chắc chắn đó là chim phượng hay chim hoàng bay về xây tổ, từ biển Đông. Từ một hòn đảo trong quần đảo giờ đã biến mất hoặc đã đổi tên. Bây giờ đứng đây, anh không nhìn thấy gì. Đó là đoạn dốc cao phần cầu Ga, gió thổi lồng lộng từ bên kia sông Thạch Hãn, kéo theo những đám lốc bụi đỏ mù mịt do các đoàn công-voa không ngớt chạy qua, những chiếc GMC mui hẹp bịt vải chở binh lính, những thiết giáp M113 màu xám, Jeep sơn xanh nhỏ và thấp, xe tải thương về từ mặt trận Hạ Lào. Bây giờ anh bắt đầu nhìn thấy hàng phượng vĩ đỏ rực. Bờ sông cỏ lau trắng cao che lấp, nhưng Kiêm biết phía dưới là bãi cát vàng mịn nơi anh từng chơi bóng đá ngày hè rực rỡ đó. Những người mơ mộng không được sinh ra như thế, họ được nuôi dạy như thế. Người nào cũng xứng đáng được trở thành người mơ mộng, nhưng không phải ai cũng có may mắn ấy. Thế giới là một dòng sông, nước luôn trôi chảy, nước thay đổi nhưng vẫn là nước, con người chết đi nhưng con người vẫn còn đó: chúng ta sống nhờ vào người khác. Giây phút này đây anh nghĩ tới đời sống như một trách nhiệm. Chính anh làm nên đời sống này. Kiêm hiểu anh đang thay đổi. Có những vỏ chai nước mắm và chai xì dầu, lon bia con cọp và bia 33 và lon Coca cola. Chúng bốc mùi vừa hôi vừa thơm, ngai ngái như mùi xác chết đã lâu, rã thành tro bụi.

Thượng đế đã chết. Đó chỉ là ý nghĩ, Kiêm không nói thành lời.

Tháng Tư biết, nó quay lại:

Không. Thượng đế không chết.

Tại sao chú mi biết?

Con người phải yêu những thứ tạo ra mình.

Kiêm đăm đăm nhìn Tháng Tư. Thằng này coi bộ thích triết lý như dân Quảng Trị. Nó gầy còm, xanh mét, môi khô, tóc vàng cháy, bên phải có lúm đồng tiền như anh ngày trước, nhưng của nó sâu hơn, vẻ mệt mỏi, lồng ngực xương sườn phập phồng. Một đứa trẻ kỳ quặc như tất cả những đứa trẻ của thị xã giới tuyến này, khó chịu nhưng tử tế, bất cần dửng dưng. Lực lượng Bắc quân, trong chiến dịch Xuân Hè 72, Easter Offensive, để chống lại kế hoạch Việt Nam hóa chiến tranh lợi hại của Tổng thống Richard Nixon, riêng ở Quảng Trị, giai đoạn đầu gồm ba sư đoàn và hai tiểu đoàn đặc công, với các đơn vị pháo binh và hỏa tiễn và yểm trợ mạnh: đó là sư đoàn 304, có ba trung đoàn, tấn công phía Tây Quảng Trị, từ rừng núi; đó là sư 308, có ba trung đoàn, vào từ phía Bắc, hai tiểu đoàn đặc công 31 và 25 vào phía Đông Cửa Việt; đó là sư 324B di chuyển vào thung lũng Ashau gây áp lực lên Huế. Lực lượng Nam quân, không có sự tham chiến của quân Mỹ và Đồng minh như trước, nhưng có sự yểm trợ mạnh của phi cơ và pháo từ Hạm đội 7, với các đơn vị: giai đoạn đầu, sư đoàn 3 đóng tại Ái Tử, do Chuẩn tướng Vũ Văn Giai làm Tư lịnh, trung đoàn 56 đóng tại Tân Lâm là căn cứ hỏa lực lớn nhất vùng giới tuyến, và trung đoàn 57, các tiểu đoàn Biệt Động quân, về sau trong giai đoạn tái chiếm khi sư đoàn 3 đã bị giải tán, Tướng Vũ Văn Giai bay về Sài Gòn và bị quân cảnh còng tay ngay ở phi trường Tân Sơn Nhứt vì tội chưa đánh đã chạy, trong giai đoạn tái chiếm 81 ngày, từ ngày 28 tháng 6 đến ngày 16 tháng 9 năm 1972, ngày Bắc quân rút khỏi thành Đinh Công Tráng về phía bắc sông Thạch Hãn, miền Nam ném vào lần lượt hai sư đoàn thiện chiến của họ, là sư đoàn Nhảy dù của Tướng Dư Quang Đống, với ba lữ đoàn, về sau được thay thế bởi sư đoàn Thủy quân lục chiến của Tướng Bùi Thế Lân, cũng với ba lữ đoàn.

Một đứa trẻ làm cho chiều sâu của sự vật trở nên sâu thẳm hơn.

Một đứa trẻ như một quê hương.

Nuôi sống một đứa trẻ thật không dễ dàng. Kiêm lặp lại Tháng Tư: con người phải yêu những thứ tạo ra mình. Sông suối, chim muông, gió cát, đồi sim. Thị xã nằm ở giữa huyện Hải Lăng phía Nam, huyện Triệu Phong phía Bắc, diện tích tám ngàn hecta, dân số ba mươi ngàn người, phía Tây là đồi núi, phía Đông là bờ biển đẹp tuyệt, nhiều tôm cá, nước mắm Mỹ Thủy ngon nổi tiếng, phía Bắc là đồng bằng có nhiều vườn thanh trà và đồng lúa. Thị xã có đường thủy là sông Vĩnh Định và Thạch Hãn, vào Thuận An ra Đông Hà đều tiện. Nhờ hai con sông này mà thời tiết mát mẻ. Trận đánh kéo dài tám mươi mốt ngày đêm, giữa Quân lực Việt Nam Cộng Hòa, tấn công, và Quân đội Nhân Dân Việt Nam, quyết phòng thủ để giữ lấy Quảng Trị làm thủ đô của Chính phủ Cách mạng Lâm thời miền Nam Việt Nam, nhưng về sau phải dời ra Đông Hà, là trận đánh lớn nhất của cuộc chiến tranh hai mươi năm, và không có quân Mỹ và quân đồng minh tham dự trực tiếp.

Chỉ có người Việt mình chia phe đánh nhau. Thằng bé bỗng nói.

Kiêm nhìn nó. Lần này anh không ngạc nhiên, anh chỉ cảm thấy tức ngực khó thở. Không phải khi nào bạn đi xuống, đất cũng mở ra, có khi càng đi xuống, chỉ toàn gặp bóng tối. Ngực ép lại. Không khí càng lúc càng thiếu, bạn ngất đi. Kiêm muốn đi xuống.

Anh hỏi Tháng Tư có thể để làm người dẫn đường cho anh không.

Trước đây thì không.

Vì sao?

Vì em phải về nhà trước khi mẹ em nấu cơm tối và cho bọn gà vào chuồng. Nhưng bây giờ em ở một mình, tha hồ đây đó. Nó cười, khoái chí. Thằng bé dẫn anh đi. Anh đi bên nó như thế, cả hai im lặng, bây giờ anh nhìn thấy khuôn viên trường trung học Bồ Đề, tường xây cao, những dãy lầu có cầu thang xây bên ngoài trời, uốn lượn duyên dáng. Cỏ cao che lấp bức tượng trắng trong sân. Tháp nước vẫn còn, những hành lang gạch đá loang lở vì bom đạn. Kiêm muốn bước vào cổng trường, nơi ba anh từng dạy học ở đó. Trời sắp tối, mặt trời xuống thấp bên kia sông Thạch Hãn. Nhìn phía sau lưng trường Bồ Đề, dòng sông chảy êm đềm, mùa này nước cạn, những gò cát vàng nổi lên. Anh nhớ thời bé, những lúc bơi qua sông, đứng trên đó, quần xà lỏn, mình trần gió mát rượi, trong ngực anh niềm hạnh phúc của quê hương tự do đang đập đều nhịp. Đi thêm một lát, Kiêm gặp ngã rẽ, anh lúng túng, quên đường. Kiêm đã đi qua một đoạn dài từ Gia Long qua Phan Chu Trinh nối vào Trần Hưng Đạo, đi qua đường Nguyễn Hoàng ngắn và thơ mộng, dọc theo Quang Trung chạy thẳng góc với Gia Long. Trong lịch sử hai vị vua vĩ đại này chưa bao giờ gặp nhau nhưng họ căm ghét nhau và trả thù hèn mọn, bây giờ gặp nhau ở chỗ bờ sông mát mẻ, trong hòa bình, sau hiệp định Genève.

Hãy tha thứ cho cha ông chúng ta: những kẻ vĩ đại và hèn mọn.

Tất cả chúng ta đều hy vọng rằng thế giới sẽ thương xót chúng ta. Chúng ta hy vọng rằng một ngày kia câu chuyện của chúng ta sẽ được kể lại, sự thật sẽ được chạm tới, tro tàn của những người lính từ hai phía đã chết, vùi sâu dưới đất đá, sẽ được mang lên, về quê cũ, để những người sinh ra trên cánh đồng, trong khu vườn, trong ngõ hẻm, sẽ được trở về an nghỉ trên cánh đồng của họ, khu vườn của họ, ngõ thân yêu của họ. Chúng ta hy vọng những người mà chúng ta thương yêu sẽ nhìn thấy cuộc tìm kiếm của chúng ta. Trước hay sau gì lịch sử cũng nẩy tung tóe ra, sự thật chói lòa mặt đất chiếu sáng khuôn mặt chúng ta. Những người nghèo khổ nhất không phải là những người nghèo khổ. Những người nghèo khổ nhất là những kẻ không có tình yêu trong đời.

Bây giờ thằng bé dẫn Kiêm tới sân vận động phía sau lưng trường Nguyễn Hoàng. Anh lắng nghe tiếng động của trực thăng lên xuống không ngớt chở lính bộ binh, biệt động, thủy quân lục chiến đổ vào các trận đánh Tết Mậu Thân xuân 1968, Khe Sanh hè 1968, Hạ Lào hè 1971. Từ ngày 30 tháng 3 năm 1972, các mặt trận lớn cùng lúc mở ra, hai bên đều muốn giành thế mạnh cho hòa đàm

Paris: Quảng Trị, Bắc Tây Nguyên, miền Đông Nam Bộ, đồng bằng sông Cửu Long. Miền Bắc tung vào chiến trường những học sinh trẻ tuổi, những sinh viên năm cuối của ba mươi trường Đại học, Cao đẳng, miền Nam tổng động viên ngay những học sinh Tú tài mà trước đó được tạm hoãn dịch vì thi cử. Cả hai bên ném xuống chiếu những con bài cuối cùng, vét sạch túi cho cuộc đánh cược số phận giữa lý tưởng cộng sản và lý tưởng tự do mà người Việt được ủy nhiệm. Trên chiến trường, Bắc quân được trang bị thêm tên lửa phòng không cầm tay Strela 2 và tên lửa chống tăng AT-3 Sagger, uy lực mạnh. Họ có tất cả 14 sư đoàn và 26 trung đoàn độc lập, gồm 200 ngàn quân, 322 xe tăng. Nam quân có trong tay khoảng 350.000 quân chủ lực, với 2.090 xe tăng, 1.700 máy bay. Tuy nhiên tình báo Mỹ và miền Nam đã sai lầm khi nhận định, như trong một tài liệu, ngay trước tháng 3 năm 1972: *"cộng sản còn ở thế bị động về chiến lược chiến thuật và đang thiếu thốn trầm trọng, nhất là đạn dược, tinh thần cán binh giảm sút, tuyển mộ khó khăn, số hồi chánh tăng, mức độ hoạt động của cộng sản trong năm 1972 sẽ chỉ tương tự như 6 tháng cuối năm 1971."* Mở đầu, Bắc quân đánh vào trung đoàn 56 ở Quảng Trị. Trung tá Phạm Văn Đính, trung đoàn trưởng và trung tá Vĩnh Phong, trung đoàn phó, ra đầu hàng, mang theo 1.500 quân. Nam quân rút khỏi Mai Lộc, để hở hoàn toàn hướng Cam Lộ vào Đông Hà. Bắc quân lập tức bao vây Đông Hà, chiếm thị trấn này ngày 28 tháng 4, 1972. Ngày 29 tháng 4, Nam quân rút về phía Nam sông Mỹ Chánh. Bốn ngày sau, ngày 2 tháng 5, Bắc quân vào thị xã Quảng Trị, không gặp kháng cự nào. Mười ngày sau, ngày 12 tháng 4, mặt trận Bắc Tây Nguyên bắt đầu.

Anh đứng hồi lâu trước ngã ba Duy Tân. Bên tay trái của anh cỏ lau mọc cao ngất, lờ mờ hiện ra bãi đất trống, Kiêm ngẫm nghĩ, anh nhận ra giữa hai con đường Lê Thái Tổ và Trần Cao Vân chạy song song nhau là Ty Thông tin. Ở đây, buổi chiều tan học, ra khỏi cổng trường Nguyễn Hoàng anh dừng lại, đứng bên đường nghe chương trình văn nghệ hồi chánh từ loa phóng thanh. Anh nhớ những người nói giọng Bắc hát rất hay như Đoàn Chính con trai Đoàn Chuẩn, giọng opera, nhớ Duy Khánh, lưu luyến, nhà cha mẹ của ca sĩ này chỉ cách đó vài khu phố, có tường gạch bao quanh, anh đi qua mỗi ngày. Một lần, năm mười ba tuổi, Kiêm đứng ở cột đèn ấy nghe Lệ Thu hát Ngậm Ngùi của Phạm Duy phổ thơ Huy Cận. Đó là lần đầu tiên một chú bé nghe Lệ Thu, biết đến bài thơ ấy.

Nắng chia nửa bãi chiều rồi
Vườn hoang trinh nữ xếp đôi lá rầu

Tình yêu xuất hiện cùng một lúc với cảm xúc. Không một người nào muốn khổ đau nhưng chúng ta mang hạt giống của khổ đau dân tộc trong trái tim mình, từ sinh ra. Chúng ta giữ thật chặt những người yêu dấu vào lòng vì sợ mất họ. Chúng ta giữ chặt tình yêu của chúng ta vì chúng ta sợ hãi cô độc. Nhưng rồi cuối một ngày, khi sự nắm giữ ấy trở nên quá nặng nề, con người đi vào giấc ngủ, buông tay. Có phải đến một lúc mà những người đánh mất tất cả như anh không nên sống lãng mạn, không nên mơ mộng nữa, và giã biệt giấc mơ đầu đời, đã từng có thật nhưng giờ đây vô vọng đến nỗi như không có thật, Kiêm tự hỏi. Anh dành hết cuộc đời để đuổi theo mọi thứ làm trái tim đau đớn của anh sôi nổi lên, làm tâm hồn đầy bóng tối của anh phát sáng lên. Thực ra, đó là hạnh phúc hay khổ đau, anh không biết. Kiêm nhìn thấy nó, cái thành cổ nổi tiếng, thành Đinh Công Tráng, một căn cứ quân sự vững chãi, xinh xắn, im lìm sau những bông sen nở đầu mùa hạ làm đỏ mặt nước, như những giọt máu báo hiệu. Quảng Trị nhập vào Việt Nam từ năm 1069, khi vua Lý Thánh Tôn thân chinh đánh Chiêm Thành bắt được vua Chế Củ; để chuộc mạng, vua dâng ba châu Địa Lý, Ma Linh, Bố Chánh, tức Quảng Bình và một phần Quảng Trị ngày nay. Hơn hai thế kỷ sau, năm 1306, Huyền Trân Công Chúa được gả cho vua Chế Mân, đem về hai châu Ô và Lý. Hai châu này sau được đổi thành Thuận Hóa. Các quận Triệu Phong, Mai Lĩnh và Hải Lăng là đất châu Hóa thời nhà Trần. Chúa Nguyễn Hoàng vào Thuận Hóa năm 1588, lập dinh tại Ái Tử. Quảng Trị có nhiều di tích như đền Trần Nhật Duật, thành Tân Sở của hịch Cần Vương 1885, nhà thờ La Vang, cổ thành Đinh Công Tráng, ngọn núi bạt ngàn mai trắng được gọi là Mai Lĩnh. Thành cổ Đinh Công Tráng được xây từ năm 1823 thời vua Minh Mạng, chu vi 481 trượng 6 thước, cao 1 trượng, dày 3 trượng, có 4 cửa, chung quanh được bao bọc bởi vòng hào, rộng 4 thước, sâu 8 thước. Trước đây, thành cổ là doanh trại của sư đoàn 101 Kỵ binh bay của Mỹ. Từ năm 1972, quân Mỹ rút về nước, Bộ Tư lệnh Sư đoàn 3 đóng ở đây. Từ đường Trần Cao Vân, Kiêm rẽ vào ngôi chùa nhỏ, một cái am, trước sân có tượng Quán Thế Âm giữa những bụi hoa mộc, hương thơm lan mặt đất. Trở thành chính con người của chúng ta, sau khi bạn trải qua biết bao nhiêu mất mát, hối hận, nhầm lẫn, trở thành hôm nay, bạn thật may mắn xiết bao. Anh sẽ không tìm thấy một tình yêu toàn hảo nhưng anh sẽ tìm thấy một tình yêu có thật. Anh sẽ không tìm thấy một quê hương toàn hảo nhưng anh sẽ tìm thấy một quê hương bao dung, chờ đợi. Anh ngồi xuống đó, trên hàng hiên mát lạnh của chùa, ăn bữa trưa, ổ bánh mì xá xíu của ông già Tàu đẩy xe, gối đầu lên tập sách và ngủ một giấc trong tiếng chuông chùa gió mát, trong bài thơ của Tuệ Sỹ mở đầu tập sách.

Cười với nắng một ngày sao chóng thế
Mai mùa thu rồi mốt cũng mùa thu

Hãy tập tha thứ cho chính mình về những sai lầm không thể tha thứ được. Hãy tập tha thứ cho người khác về những lỗi lầm không thể giải thích được. Hãy tha thứ cho con người vì đã mang trên vai tình yêu nặng nhọc của họ, và đã đành đoạn đặt chúng xuống vì quên lời thề, đã ở lại, đã bỏ đi, đã quên, đã xóa bỏ như xóa một chữ trên trang viết. Kiêm hiểu anh đã từng bỏ đi, anh không thể sửa chữa được. Có những vết thương không bao giờ lành.

Đôi khi yêu một người, bạn phải yêu từ rất xa.

Tháng Tư im lặng đi theo anh như một cái bóng. Anh hỏi nó, vị sư trụ trì cái am ấy, mà mẹ anh gọi bằng cậu, số phận về sau ra sao? Thằng bé trả lời: sư ông ở lại, không vào Huế. Anh thầm nghĩ: và sư ông đã chết, nhưng không nói ra.

Tháng Tư nói: dạ, ôn đã chết.

Nỗi uất nghẹn trào lên. Nhưng anh giận ai? Anh chẳng giận ai cả. Anh biết con người cần phải chống lại sự đau khổ. Có hai cách để chống lại đau khổ: khóc và giận dữ. Từ mái hiên của cái am nhỏ, anh nhìn thấy những đứa học sinh trạc tuổi anh từ các trường ùa vào bàn bi da bên kia đường, những trái bóng xanh đỏ, cứng, đẹp, lăn đi trên thảm nhung. Một trái rơi xuống sàn nhà, lăn ra đường, trái bóng màu xanh, anh chạy theo nhưng không thể nào bắt kịp, nó lăn mãi, lăn mãi, lăn mãi. Giờ đây anh xuống chùa Tỉnh Hội, trên bờ sông, sau lưng chùa là xóm Âm Hồn, có những bãi tha ma nơi anh từng băng qua đó chiều tối vừa đi vừa chạy sau khi đến thăm nhà cô bạn gái ở Hạnh Hoa thôn. Con đường dài nhất, đường Gia Long ven bờ sông, chạy từ Như Lệ xuống cầu Ga, băng qua quốc lộ một, chạy song song với đường Trần Hưng Đạo, có những hàng cây cao lớn, cây sanh, cây trứng cá, dương liễu, hàng phượng vĩ đỏ rực đốt lửa cho mùa hè, cho con sông gió thổi miên man tung mù gió cát. Sông Thạch Hãn thật đẹp. Dù trên đời có những con sông đẹp hơn thế nữa, thì con sông quê hương anh vẫn đẹp nhất, đau đớn nhất, chết chóc nhất, rồi đây sẽ đầy máu, mặc cho tiếng chuông từ chùa Long An tả ngạn chùa Tỉnh Hội hữu ngạn ngân nga vọng lại. Dòng sông chạy vòng qua chợ Sãi một thời ríu rít nem bánh ướt, đổ vào sông Vĩnh Định để chạy vào Huế, mang theo chuyến đò dọc đêm trăng. Thị xã nhỏ xíu đi một hai giờ là hết, thế mà hai người đi mãi, lầm lũi trong đêm, Kiêm cố nhớ những tên đường cũ. Khi nào anh quên thì Tư nhớ, nó nhớ từng chi tiết. Đôi khi bạn cũng cần thu mình vào bóng tối, tránh mặt cuộc đời, đôi khi bạn cần nghỉ ngơi. Không phải chỉ là nghỉ ngơi từ công việc, mà nghỉ ngơi cả những xúc cảm: yêu thương và đau đớn, suy tư và kỳ vọng. Cần có dũng cảm để dừng lại. Con người thử dịu dàng với chính mình. Bây giờ trời đã tối, nhiều người đi ngủ sớm. Bọn trẻ học bài dưới bóng ngọn đèn dầu ở ngoại ô, ngọn đèn đường gần bờ sông. Trước hàng rào kẽm gai, một người lính mang súng đi đi lại lại, một đôi tình nhân đi chơi về muộn. Ngọn đèn hỏa châu sáng bừng góc trời một lát rồi tắt. Người yêu quê hương đã đi ra khỏi mảnh đất của những hận thù dai dẳng mà vẫn muốn trở về. Người nông dân muốn cày lại thửa ruộng của mình. Người thợ sửa đồng hồ muốn ngồi lại cái ghế vải nhỏ thấp của mình sau tủ kiếng bày đồng hồ cũ và mới. Lò bánh mì chiếu sáng nhấp nhô bóng những đứa trẻ bán bánh mì đứng trước cửa sổ với bao tải lớn đựng bánh nóng mới ra lò. Con chim về ngủ muộn biến mất trong bụi cây chỗ anh đứng. Có khi họ gặp khoảng sân lớn, cỏ mọc um tùm, đứng hồi lâu, Kiêm không nhận ra được là đâu. Nhiều năm sau, trong một giấc mơ, anh nhận ra đó là rạp Đại Chúng, nơi anh đến xem cuốn phim đầu tiên cùng với mọi người, ba anh đi trước, mẹ theo sau, mọi người vừa coi xong bộ phim Hai quả bom nguyên tử trên đất Nhật, ba anh bắt đầu nói về chiến tranh và hòa bình, mẹ anh kêu lên từ phía sau vì hai đứa con trai băng qua đường ngay trước mặt một chiếc xe cam nhông, những người chị nói về bè bạn của họ, đêm ấy trăng sáng gió thổi rờn rợn mặt nước. Thế rồi Tư nhìn thấy một góc tấm bảng bằng kẽm màu trắng hoen rỉ nhô lên trên mô đất phủ cỏ, nó kéo mạnh, cái bảng tuột ra dễ dàng. Kiêm lật mặt sau, thấy ghi dòng chữ sơn xanh:

Quán Văn
55B Quang Trung - Quảng Trị
nơi gặp gỡ của những người trẻ
chỗ ngồi của người thích nghe nhạc tiền chiến

Khi bạn đánh mất một điều gì, bạn lập tức nghĩ tới nó. Khi bạn nghĩ tới nó ngày này qua ngày khác, nó trở thành nỗi ám ảnh, nỗi ám ảnh cùng với thời gian trở thành âm nhạc, nhưng âm nhạc không phải là hiện thực. Lòng thương tiếc làm cho kẻ mất mát không sống với hiện thực. Những người ấy nghĩ đến sự ra đi, sự trở về, họ không sống với thực tại, như khi bạn sắp ra phi trường, bạn nghĩ tới chuyến đi và để mặc những thứ còn lại nằm lăn lóc trên sàn nhà: áo quần, sách vở, giày dép.

Người ly hương sống với dự định.

Hai người đi thêm nữa, vượt qua cổng bệnh viện, một chiếc xe Jeep đậu bên đường không người. Kiêm rẽ phải, đi qua những đống rác cao ngang đầu, mùi cá tanh, hàng quán, mùi đậu hũ chiên, mùi cá nướng, anh biết đang đi vào chợ tỉnh. Anh nhìn thấy bảng hiệu nhỏ, bên kia đường, của ảnh hiệu Lido. Kiêm chụp một bức hình đen trắng ở đó, năm anh mười tuổi, trong dịp làm căn cước đi thi tiểu học. Thật đẹp, cái cách mà chúng ta xuất hiện trong đời. Một thằng bé xuất hiện trong cõi, mặt mũi xấu xí nhưng bụ bẫm, má lúm đồng tiền một bên, mặc áo sơ mi kẻ sọc, ghi dấu sự có mặt của mình với thẻ căn cước lớp Nhì. Đứng không chớp mắt trước nguồn sáng, rụt rè, nó nghĩ, thật đẹp cuộc đời chúng ta được sống một lần hư huyễn trên quê hương, được sống một đời sống mà nay kể lại không còn ai tin được vì họ chưa bao giờ thấy. Rồi ra, bạn cũng chẳng bao giờ tìm được một tình yêu toàn hảo, nhưng chắc chắn bạn đã có một tình yêu thực sự với đất Thuận Hóa. Châu Thuận là Quảng Trị, châu Hóa là Huế. Năm 1906, ở châu Thuận toàn quyền Pháp Paul Beau thành lập thị xã Quảng Trị như ngày nay. Kiêm biết anh đang đứng ở vị trí kỳ lạ, điểm giao thoa của thời gian. Phía sau lưng anh, muồng đen ra trái đầu mùa, ngắt thử một cái, còn chua loét, Kiêm nhắm mắt. Anh nằm xuống, trúng độc, thiếp đi. Nửa đêm, trăng sáng hơn, Kiêm thức dậy. Anh nhớ thằng bé. Bạn ở đâu? Kiêm hỏi lớn. Im lặng. Một cái bóng di chuyển phía trước. Kiêm sợ hãi, lùi lại, nhưng lưng anh chạm cột đèn. Cái bóng ấy không phải là người, chỉ là do ánh trăng chiếu xuống từ một cây sầu đông. Anh kể lại cho Tháng Tư khi nó từ xa trở lại. Không thể nào có được, thằng bé nhận xét. Không còn một cây cối nào sống sót trong thị xã. Kiêm nói thêm, anh còn nhìn thấy những hàng phượng vĩ. Đó là vì ánh trăng, mặt trăng ở đây đỏ như máu, thằng bé nhận xét. Họ đi qua một cái vòm cổng có hai cột lớn, quét vôi trắng, trên vòm cổng có dây leo vàng. Vừa bước qua cổng, Kiêm chạm phải đống gạch đá. Tháng Tư cúi xuống. Nó đi xuống. Nó tìm thấy dưới đống gạch đá mấy tờ tạp chí còn gần nguyên vẹn, chữ lờ mờ nhưng đọc được dưới ánh trăng. Trên một trang, có lời kêu gọi đóng khung hình chữ nhật trang trọng:

những người làm thơ sẽ
lại gặp nhau giữa mùa gió cát
trong
Tuyển Tập Thơ Mùa Hạ
Do ban báo chí Trung-học Nguyễn – Hoàng thực hiện

Đôi khi bạn thất tình: bạn sống quá lâu trong tình yêu của mình khi lẽ ra bạn phải rời bỏ nó rồi. Đôi khi bạn đặt kỳ vọng quá nhiều vào một người nhưng người đó rời bỏ bạn. Đã chết. Đôi khi bạn sống quá lâu bên mộ người yêu dấu. Bây giờ, hãy buông ra. Kiêm biết, anh không làm được. Rồi cuối cùng của một ngày con người cần đến nhau. Bạn phải trở về căn nhà của mình, tiếng nói vang lên. Anh biết tiếng nói ấy đến từ phía Tháng Tư. Anh nhìn nó, nhưng thằng bé không ngoảnh mặt lại, ra vẻ chăm chú tìm kiếm thứ gì. Anh là người đáng yêu thế, anh hãy trở lại căn nhà của mình ở xứ tuyết, mùa hè này tuyết chưa tan và lắng nghe tiếng lạo xạo của những chú sóc trên cây sồi, khi ấy anh hãy nhớ đến em, Quyên nói. Anh nghe tiếng nói của người thiếu nữ. Tình yêu là một nụ cười thoáng qua trên khuôn mặt từ cuối phòng kia, giữa đám đông. Giờ đây anh muốn cô độc ôm lấy vết thương của mình. Khi bạn già đi, mọi thứ đều lắng xuống, những mối quan hệ. Kiêm nghĩ, anh xứng đáng hơn thế. Ý nghĩ của anh vang lên. Đây là ngôi trường cũ, Tháng Tư nói. Kiêm nhớ lại, đúng vậy, cái vòm cổng này. Sân trường. Sân bóng rổ. Nhưng sao có đống gạch đá? Anh nhìn quanh, ngẫm nghĩ, dưới ánh trăng bạc, những mái nhà thấp, mái ngói, mái tôn. Nếu là trường học sao những ngôi nhà thấp thế này, anh tự hỏi. Tháng Tư đi vòng quanh đống gạch đá, cỏ dại mọc cao, bông chúng trắng xóa lẫn vào ánh trăng. Anh đi xuyên qua phòng Tổng giám thị, vòng ra sau phòng Hiệu trưởng, nơi anh chưa bao giờ dám bước vào, trừ lần duy nhất khi thi đỗ Đệ thất, được thầy hiệu trưởng gọi lên khen thưởng. Băng qua sân bóng rổ, cột cờ, có lá cờ vẫn còn bay phần phật, đỏ như máu, rách tươm, anh ngoái nhìn nó một lần nữa, lá cờ ấy bây giờ được gió thổi tung lên, căng phồng ra, bị gió xé rách thêm một lần nữa, rồi nó rũ hẳn xuống, rũ xuống nữa, như một giọt lệ. Anh thong thả bước qua bậc tam cấp vào dãy lầu có thư viện của lớp Đệ tứ, cầm trên tay cuốn Cõi Thơ do Lá Bối in màu vàng trên giấy đẹp, đứng ghé đọc bên cửa sổ, và giáo sư quản thủ thư viện bước tới, liếc nhìn cuốn sách, thầy mỉm cười với anh, nụ cười trong suốt buồn buồn của một người biết mình sắp chết, mấy tháng sau. Dòng sông được nhớ lại bởi bầy cá, hay bầy cá được nhớ lại bởi dòng sông. Đôi khi trong đời bạn biết bạn cần sự giúp đỡ, sự giải thích, cần câu trả lời, nhưng bạn không nhớ câu hỏi. Xem xét một hồi, Tháng Tư bảo: ở đây người ta chôn cất những người chết.

Ai chết?

Lính của hai bên. Dân thường kẹt lại. Lính của sư đoàn Dù, sư đoàn Thủy quân lục chiến, liên đoàn Biệt động quân. Lính của trung đoàn Tam Đảo, của sư đoàn Sao Vàng. Sao người ta không mang xác của họ lên? Kiêm hỏi.

Em không biết. Em nghĩ người ta không biết điều ấy.

Người ta không biết có người chết chôn ở đây?

Không. Nếu biết, người ta đã mang đi.

Đúng rồi, đã gần một thế kỷ. Kiêm nghĩ đến một người lính từ miền Bắc đã đến đây, mùa hè ấy.

Thành cổ nát tan tành cùng hàng phượng dọc đường Nguyễn
Hoàng mà em vẫn hát Diễm xưa
Hương ơi! áo dài trắng cây ghi-ta bé bỏng
Chai la-de đầu tiên anh uống cùng đá lạnh tanh nồng mùi
máu, mùi xương

Em còn trên đời không hay đã nát tan cùng những mảng
tường
Trường Bồ Đề hay đã chết sập hầm trước toà nhà tỉnh trưởng
Cái giọng khàn khàn giai điệu lạ lẫm
Đã hòa em vào trong ký ức của anh

Hòa cả mùa hạ 72 cùng đồng đội trẻ măng
Những binh nhì hy sinh ngày lính mới
Mưa vẫn hay mưa nắm cơm thiu vắt vội
Diễm xưa Quảng Trị xưa mùa hạ xưa
Còn mất đến bao giờ?

Bài thơ Mùa Hạ Diễm của Nguyễn Thụy Kha. Anh nhớ đến cô gái học cùng lớp thời tiểu học, lên trung học hai đứa học cùng năm nhưng khác lớp, vẫn chơi với nhau. Anh nghĩ: nhà Quyên ở đâu? Anh hỏi gì? Tháng Tư hỏi.

Nhà của Quyên?

Thằng bé im lặng. Vào lúc ấy, anh cảm thấy khát. Kiêm muốn tìm một cốc nước. Anh không nhìn thấy nước đâu cả. Anh hỏi Tháng Tư. Thằng bé ngần ngừ. Nó chưa trả lời. Thị xã bây giờ hiện rõ trong mắt hai người. Một thành phố xinh đẹp, hệt như trong trí tưởng tượng của anh. Một giấc mơ đầy màu sắc. Những con đường sạch đẹp nhưng giờ đây Kiêm nhìn thấy những chiếc xe đạp, xe Honda 67, Dame, GMC lớn, có thể chở cả một thiết giáp M113, đỗ trên đường, không ai lái. Cỏ dại mọc cao ngang đầu từ ngày 30 tháng 3 năm 1972, cho đến ngày 31 tháng 1 năm 1973, khi ký hiệp định Paris. Về phía Bắc quân, dù chịu tổn thất mỗi ngày một đại đội phải rút khỏi Thành cổ Quảng Trị để Nam quân tái chiếm, đã kiểm soát được rất nhiều vị trí chiến lược khác, ví dụ cảng Cửa Việt, nơi nhận viện trợ từ miền Bắc. Tuy nhiên, việc họ không chiếm được An Lộc và Kontum mùa hè ấy cũng khiến cho phái đoàn Hà Nội tại Paris phải nhượng bộ, rút lại yêu sách dứt khoát loại bỏ Tổng thống Nguyễn Văn Thiệu, chấp nhận trên nguyên tắc để ông tiếp tục nắm quyền, cho đến khi tổ chức tuyển cử thành lập chính phủ ba thành phần, theo hiệp định Paris. Việc miễn cưỡng để lại Tổng thống Thiệu hóa ra là một ván bài may mắn của Hà Nội, vì ba năm sau, chính vị tổng thống này đã liên tiếp đưa ra những mệnh lệnh rút quân quái gở hỗn loạn, trực tiếp dẫn đến sụp đổ.

Đã quá nửa đêm. Thư trả lại. Người nhận thư đã mất.

Anh ra hiệu cho Tư đi chậm. Anh quay lại, đi ngược con đường của mình. Rõ ràng anh vừa nhìn thấy hàng chữ ấy. Thư trả lại. Người nhận thư đã mất. Anh không nhìn thấy gì. Bên tay trái của anh có một bức tượng Đức Mẹ, màu trắng, bên tay phải, ở giữa vườn chuối, một bức tượng khác. Nhưng anh không thể tìm ra hàng chữ ấy nữa. Kiêm bỏ cuộc. Anh đã bỏ cuộc nhiều lần. Anh đã để Quyên ở lại. Ra đi một mình. Chạy trốn. Thật khủng khiếp. Làm sao anh có thể để cô ấy ở lại?

Sao không có người nào ở đây cả? Kiêm hỏi, nhìn vào mặt thằng bé. Tháng Tư quay đầu đi. Có nhiều người ở quanh đây, nó nói. Sao tôi không nhìn thấy họ, anh hỏi. Trăng sáng quá, Tư nói. Kiêm không biết đó là lời nhận xét hay câu trả lời. Anh lặng lẽ tìm cách tiến đến gần Tư, cố gắng chạm vào người nó. Anh chưa bao giờ làm thế cả. Có một con chim vừa bay ngang trời kêu thật gần, ngay trên đầu họ. Đó là con vạc ăn đêm. Không, là chim phượng hoàng. Không. Kiêm ngần ngừ một lúc, nhưng tiếng kêu của con chim lẻ loi bay qua làm anh trở nên bạo dạn. Tôi có một người bạn thời thơ ấu. Cô ấy nằm lại ở đây. Nó hỏi: tên gì? Kiêm nói: Quyên. Anh nói cả họ của cô. Tháng Tư im lặng một lúc. Em không biết. Nhưng họ biết. Họ là ai? Tư không trả lời. Nó dẫn anh đi thêm một đoạn đường nữa. Khi Kiêm cảm thấy bắp chân đau đớn, cảm thấy mình đã sống không xứng đáng, anh biết rằng anh đã đặt mình vào một hình ảnh lý tưởng, đôi khi từ một người khác. Nhưng Quyên có bao giờ muốn anh sống lý tưởng thế đâu, cô chỉ muốn anh hạnh phúc. Quyên nói: đừng bao giờ đặt hạnh phúc của anh vào tay kẻ khác. Đừng bao giờ sống trong kỳ vọng của người khác. Bạn xứng đáng được sống một cuộc đời khác biệt sau khi đã mất tất cả. Nhiều người làm được thế. Bạn xứng đáng có những giây phút trong sạch, vô tư, của chọn lựa. Nhưng bạn không bao giờ được quyền chọn lựa. Mặt khác, bạn đã sống một cuộc đời đầy cảm hứng. Cảm hứng ấy sinh ra từ đâu, nếu không phải là từ lòng hối hận, sự mất mát, thương xót. Quyên bảo anh: đừng đánh mất chính mình vì đem lòng yêu một người nào. Nhưng yêu một người nào là cách tồn tại duy nhất của một tâm hồn. Anh không biết có một cách tồn tại nào khác.

Đập Đá, ngày... tháng 4 năm 1972.

Quyên,

Anh vào đây được năm ngày. Anh đã nhận thư em, đóng con dấu bưu điện thị xã chỉ một ngày sau khi anh tới chào em và hai bác. Anh phải vào đây để tiếp tục việc học, chuẩn bị thi tú tài, nếu đậu sẽ được hoãn dịch. Anh không muốn đi lính.

Nhưng nếu anh bị gọi thì sao? Có lần Quyên hỏi, khi hai đứa ngồi bên nhau.

Nếu bị gọi thì anh sẽ nhập ngũ.

Sao anh không trốn lính?

Bằng cách nào?

Nhịn ăn, uống thuốc xổ, núp trên gác trần nhà, trốn vào tu trong chùa?

Anh không thể sống hèn nhát.

Thư viết tiếp: Anh ở Thành nội và Đập Đá, mấy dì và các em thương anh lắm, cho ăn uống đầy đủ, ngủ giường chiếu riêng, em không phải lo. Nhưng anh nhớ nhà, nhớ trường, bè bạn. Anh nhớ em. Nghe nói chiến sự đang lắng dịu, anh sẽ trở lại thị xã khi nào tình hình cho phép, chắc là nội trong tháng Tư này mà thôi. Em nhớ giữ sức khỏe, học giỏi, ngoan. Tái bút: Anh để dành tiền mua cho em một cặp nón bài thơ thật đẹp có lồng hình sông Hương núi Ngự.

Vào những khoảnh khắc, đúng ra người ta phải đau khổ thì anh cảm thấy hạnh phúc. Anh biết những khoảnh khắc ấy: tựa như khi tới gần một cánh cửa. Nước mắt sẽ nhớ lại khuôn mặt em hay khuôn mặt em sẽ nhớ lại nước mắt. Có những mùa, khi thời gian dịch chuyển. Khi vật chất và tinh thần giao nhau, khi tình yêu quá lớn và anh không thể nào một mình ôm giữ nó, tình yêu sẽ bùng phát như hoa. Tình yêu mà bạn xứng đáng được nhận sẽ đi tìm bạn, chọn bạn, sẽ chiến đấu vì bạn. Tình yêu ấy đến mà không cần lời xin lỗi, lời tha thứ, đến trong khu vườn ấm áp, trong nghĩa địa băng tuyết. Đời sống thực lý thú hơn tiểu thuyết, phong phú hơn, đau đớn hơn, sảng khoái hơn. Kiêm không thể sống mà không có tiểu thuyết. Cuốn tiểu thuyết mà anh tự viết cho mình, là tác giả và là độc giả, không có một người đọc nào khác. Trong cuốn tiểu thuyết ấy, nhân vật chính của anh bao giờ cũng đáng yêu, bao giờ cũng là kẻ đánh mất, thua cuộc, đầu hàng, rời bỏ. Đời sống hôn lên trán anh trong khi anh đang ngủ, nhưng trong giấc ngủ, trong giấc mơ của nó, anh lại chạy đuổi theo một điều gì khác, ngoài đời sống thật. Trong khi đời sống lại ngồi chờ anh ở chân giường, kiên nhẫn và tha thứ, mang lại ý nghĩa cho tồn tại. Ý nghĩa của tồn tại mà nó mang lại cho anh là sự hòa giải đối với quá khứ, là tự do cho dân tộc trong tương lai. Chúng ta sống như những người nhận được lời ước về cuộc sống của mình, hữu hạn nhưng đầy ý nghĩa, độc lập nhưng nối kết, trong một tình yêu mà chúng ta tin là có thể kiểm soát được. Nhưng tình yêu không thể kiểm soát. Thứ mang lại cảm hứng cho đời sống mà Kiêm nhận được không bao giờ anh có thể kiểm soát. Tâm hồn anh không bao giờ im lặng, không nhỏ lại, không khôn khéo, nó lên tiếng vào những lúc bất ngờ. Nhưng nhờ nó mà mỗi ngày của anh là một quà tặng, sự nhớ lại của anh trở thành hiện hữu. Kiêm nghĩ: người mà anh để mất tới sẽ trở lại tìm anh, sao anh có thể gọi đó là mất mát. Tình yêu ấy đang ở bên anh, trong cuộc chiến đấu mỗi ngày trong ký ức và trong thực tại, dịu dàng, quyết liệt, đi cùng anh tới cuối đường. Ngay cả khi anh không xứng đáng với nó, tình yêu ấy cũng trở lại. Bây giờ hai người vào trong sân trường, đi qua dãy nhà thấp, lợp tôn, rồi họ vượt qua hàng rào vỡ nát, dây bìm bìm giăng đầy, ra khỏi khuôn viên trường, băng lộ, bây giờ Kiêm nhìn thấy một nghĩa địa mênh mông. Những ngôi mộ màu trắng nằm chi chít bên nhau. Giữa chúng là những bụi rậm, trổ hoa nguyệt quế trắng, thơm. Kiêm cảm thấy mỏi chân, anh hỏi: em không mệt sao?

Không có tiếng trả lời. Anh quay lại.

Thằng bé biến mất. Giữa hai ngôi mộ.

Kiêm ngồi bệt xuống, người rũ liệt. Khoảng nửa đêm, anh giật mình thức dậy. Trong túi áo sơ mi của anh, bức thư viết cho Quyên chưa gởi đã ướt sương. Sương đêm hay là nước mắt từ ngày lưu lạc. Xung quanh anh những bông hoa nở trắng xóa rơi lả tả trên những ngôi mộ. Anh nghĩ anh đã chết, đã qua một thế giới khác. Có một hồi chuông lảnh lót từ tháp chuông nhà thờ. Nhớ ra Tháng Tư đã biến mất, anh đi quanh, cúi xuống nhìn thật kỹ. Có một vật màu xám đen nằm trên cỏ. Đó là chiếc áo sơ mi của Tư mặc hồi chiều, chiếc áo bỗng đổi màu từ xám đen trở nên trắng dần rồi trắng toát. Anh không tin ở mắt mình, cái áo di động chậm chạp, nhưng trời không có gió, nó cuộn lại như một bông hoa, nở ra như một bông hoa, bay lên như một bông hoa, anh biết Tháng Tư muốn từ biệt.

Anh nghĩ rằng nó sẽ trở lại.

Nguyễn Đức Tùng

tranh Khánh Trường

NGUYỄN VIẾT KIM & NGUYỄN LÂM KIM OANH

NHẠC KỊCH "50 NĂM NHẬT KÝ CỦA MẸ"

Ban nhạc kịch và MC Xuyến Đông

Mỗi năm cứ đến cuối tháng 4, mặc dầu đang là mùa Xuân thanh bình trên quê hương thứ hai, những kỷ niệm đau đớn xưa vẫn tìm đường trở về trong tâm tưởng. Năm nay đánh dấu 50 năm, một nửa thế kỷ nên càng thêm đậm nét.

Bản thân tôi thuộc lớp người di cư vào Nam sau hiệp định Genève ký kết ngày 20 tháng 7 năm 1954, lại có thêm những hoài niệm khắc khoải hơn. Trong hiệp định có khoảng 300 ngày để di cư, sau này vì số người di cư từ Bắc vào Nam quá đông nên được gia hạn thêm vài tuần. Đối với cá nhân tôi, rời bỏ miền Bắc tháng 4 năm

1955 nên là đánh dấu 70 năm di cư và 50 năm di tản. Những người hai lần di cư, nhất là các phụ nữ Việt thật nhẫn nại, kiên cường chịu đựng từ 70 năm qua, định cư tại miền Nam mới được 20 năm thì lại phải di tản. Nếu năm 1955, chỉ xuống miền Nam thì năm 1975 phải đến một nơi xa lạ cách cả một đại dương.

Bình thường hằng năm gần đến dịp đánh dấu 30 tháng 4 thì chúng tôi muốn tìm về cộng đồng người Việt, khi thì ở Hoa Thịnh Đốn, khi thì ở Saigon Nhỏ Quận Cam để cùng có dịp hồi tưởng và chia sẻ một chút ngậm ngùi cho những gì đã mất, đã qua, và càng lúc càng đi sâu vào quá khứ. Nhận được lời mời của anh Thái Quang về buổi Nhạc kịch **50 Năm Nhật Ký Của Mẹ** do **Nhóm Bạn Yêu Nhạc** soạn thảo và trình diễn với sự bảo trợ của **VROC** – Vietnamese Rainbow Orange County, chúng tôi đi dự với sự bâng khuâng.

Chúng tôi đến hội trường nhật báo Người Việt khoảng 6:15 chiều ngày thứ Bảy 26 tháng 4 năm 2025. Ngay từ cửa đã thấy sự nồng nhiệt của ban tổ chức, kèm theo nụ cười là một ổ bánh mì, một chai nước, được hướng dẫn đến chỗ ngồi. Hội trường đã gần chật chỗ, khoảng ¾ số ghế đã có các vị khán thính giả. Ban tổ chức ân cần mời các cụ cao niên lên các hàng ghế phía trên.

Sau vài lời ngắn gọn của chị Xuyến Đông, người điều khiển chương trình duyên dáng, thì buổi Nhạc Kịch bắt đầu. Trong phần đầu, khán thính giả bị thu hút ngay với cảnh miền Nam hiền hòa, với đồng bằng Cửu Long Giang, sự nhộn nhịp của thủ đô Saigon, qua các bài hát quen thuộc như **Chiều Về Trên Sông, Nắng Đẹp Miền Nam**, và **Ghé Bến Saigon**. Các hình ảnh và các bài nhạc làm mọi người chạnh lòng khi nhớ lại những năm tháng an lành cách đây hơn nửa thế kỷ trên quê hương xinh đẹp hiền hòa.

Mới đầu chúng tôi tưởng đây là một vở nhạc kịch "musical", song thể thức trình diễn khác lạ và gây cảm xúc. Trên màn ảnh lớn sau sân khấu là các hình ảnh tài liệu – có cảnh chiến trường, có cảnh lịch sử, và có cả các hình ảnh của các nơi chốn quen thuộc gợi nhớ... Tất cả các hình ảnh được chọn lựa kỹ càng để lồng vào câu chuyện và đi theo từng bài hát, lột tả súc tích các tình cảm khác nhau làm khán thính giả say mê theo dõi và thả hồn mình theo trong đó.

Trong phần kế tiếp, nhạc kịch **50 Năm Nhật Ký Của Mẹ** đưa khán thính giả trở về bầu không khí chiến tranh với phi cơ trực thăng vần vũ trên bầu trời, lời đầu hàng của ông Dương Văn Minh, các quân nhân sững sờ... Rồi các cảnh tượng lúc Saigon bị thất thủ, hình các chiếc xe tăng (được dàn dựng) tông cổng sắt tiến vào Dinh Độc Lập, hình ảnh dân chúng bàng hoàng tìm đường thoát thân, hình ảnh những chiếc thuyền bấp bênh trên biển cả...

Bài hát **Đoạn Đường Núi Sọ** do hai ca sĩ Văn Trường Phúc và Nhựt Vượng hát diễn tả sự bi ai của các chiến sĩ Việt Nam Cộng Hòa, bên bại trận, bị bắt giam vào trại tù cải tạo! Thật là mỉa mai thay hai chữ "cải tạo", không phải tập trung vào đó để được nghe về chính sách hòa hợp hòa giải, song thật sự là những trại tù khổ sai, những người tù bị đói ăn, thiếu mặc, lao động cật lực, không có săn sóc y tế, vì thế một số đã bị mất, số còn lại thì suy yếu dần mòn. Ở trong tận cùng của khổ đau về thể chất, chỉ còn những ước mong tinh thần giúp họ phấn đấu vượt nghịch cảnh, nhớ mẹ già, nhớ vợ con. Những bài hát nói lên sự chia cách, tuyệt vọng, nhớ nhung đã được diễn tả qua các bài hát có âm điệu u uẩn với những tiếng hát đi vào lòng người như **Ở Đây Thôi Đành** (Quốc Chương), **Nhớ Mẹ** (Thái Quang) và **Vầng Trăng Xưa** (Vành Khuyên).

Khi đã thể tàn lực cạn, các chiến sĩ bên bại trận được thả ra, nhưng lại đi vào một nhà tù lớn hơn, người vợ phải bươn chải, và người chồng không còn chọn lựa nào khác là vượt biên, bằng đường bộ hay vượt biển. Đoạn này được diễn tả một cách sống động nói lên một sự lựa chọn hết sức đau lòng qua tiếng hát của Quý Nhơn và Nguyên Hùng trong bài **Tôi Biết Tôi Sẽ Buồn** – Ra đi vì Tự Do hay ở lại với Quê Hương đã sang trang... **Đêm Chôn Dầu Vượt Biển** được Nhựt Vượng diễn xuất thật thần kỳ với hình ảnh mặt đại dương đen ngòm lấp lánh ánh trăng trên màn hình.

Các cảnh chia tay, người ra đi, người ở lại... sự chia cách lúc ấy tưởng chừng như vô tận, không biết bao giờ gặp lại... Tất cả các cảnh tượng này làm cho mọi người trong hội trường nhớ lại từng hoàn cảnh riêng của mình. Những mảnh đời của những cặp tình nhân hay vợ chồng đã từng thề non hẹn biển mãi mãi bên nhau; bây giờ thời thế phải thế, phải chia tay mỗi người một phương trời. Các bài hát được đưa vào phần này nói lên các tâm trạng của những sự chia lìa qua sự diễn tả trữ tình và đầy nước mắt: **Mây Hạ** (Vành Khuyên và Quốc Chương), **Mây Trôi, Trôi Hết Một Đời** (Văn Trường Phúc), **Mười Năm Yêu Em** (Quý Nhơn), **Cõi Buồn** (Nhựt Vượng) và **Nửa Đời Yêu Em** (Bích Hà, Hữu Đức).

Trong tổng số các người tị nạn dứt áo bỏ xứ ra đi, chỉ một số đến được bến bờ tự do, một số lớn bỏ mình trên biển hay trong rừng rú. Cái giá trả cho sự Tự Do quá cao...

Giờ nghỉ giữa chương trình đến sau khi khán thính giả đã im lặng hơn một tiếng rưỡi, không thì thầm to nhỏ, không ồn ào, và cả không có tiếng điện thoại. Tất cả như bị thu hút đã lặng nhìn và lắng nghe, và họ đã tìm thấy một phần nào hình ảnh và hoàn cảnh mình qua những gì được trình bày trên sân khấu.

Phần 2 của nhạc kịch **50 Năm Nhật Ký Của Mẹ** tiếp tục cuộc hành trình của các mảnh đời nơi hai phương trời khác nhau. Người chồng, người cha, sang tới bến bờ tự do, nhưng sống trong cô đơn và âm thầm lặng lẽ. Như bao nhiêu người tị nạn khác, nơi vừa đến chỉ là nơi tạm dung. Với văn hóa khác biệt, ngôn ngữ không phải tiếng mẹ đẻ, những người tị nạn này phải cần cù làm việc để nuôi thân, dành dụm gửi tiền về nhà để trả nợ tiền vượt biên, tiền nuôi sống gia đình bên kia bờ đại dương.

Người vợ, người mẹ hy sinh ở lại lo cho cha già và trông nom cha mẹ chồng – tất cả đã lớn tuổi và đều dựa vào người đàn bà đảm đang, tất tả chu toàn mọi công việc trong ngoài.

Nơi xứ lạ quê người, những người tha hương tìm đến nhau, trong cô đơn tình cảm nảy sinh, dẫu biết sẽ không trọn vẹn, đôi khi chỉ nhất thời, song tha hương ngộ đồng hương là một tình cảm tự nhiên. Người đàn ông kết bạn với một phụ nữ cùng cảnh đơn độc và tìm được chút hạnh phúc mong manh. Bản nhạc **Một Ngày Vui Mùa Đông** nói lên hạnh phúc họ bất ngờ tìm được với nhau trong mùa đông cuộc đời được diễn xuất vui nhộn và trẻ trung qua tiếng hát của Vành Khuyên và Nguyên Hùng.

Rồi gia đình đoàn tụ, người bạn kết nối của người đàn ông lặng lẽ ra đi, để ông nối tiếp lại tình nghĩa vợ chồng sau nhiều năm xa cách. Ca sĩ Bích Hà trình bày bài hát **Cô Đơn** thật là não nùng, nói lên tâm trạng của thêm một người phụ nữ âm thầm hy sinh cho tình yêu. Tuy nhiên sự hy sinh ấy đã không trả lại hạnh phúc cho hai mảnh đời tuy đã về cạnh nhau nhưng tâm hồn đã quá cách xa vì những quãng đời khác nhau họ đã trải qua. Cảnh khổ đau của cả hai người đàn ông và đàn bà, người chồng và người vợ diễn tả rất trung thực như những hoàn cảnh của rất nhiều cặp vợ chồng đã trải qua của lớp người tị nạn từ giữa thập niên 70 cho đến cuối thập niên 90. Trong hội trường, thỉnh thoảng có những tiếng khóc sụt sùi nho nhỏ, những giọt nước mắt lăn dài trên má, hoặc những chiếc khăn chặm thấm hạt lệ trên mi.

Thời gian ai tránh khỏi sinh lão bệnh từ, sinh là ký mà tử là quy. Người đàn ông ra đi, rồi một ngày nọ, hai người phụ nữ gặp nhau bên mộ - người chồng của gia đình và cũng là người yêu tha hương lúc cô đơn. Hai người nhìn nhau trong ánh mắt chứa đựng sự thông cảm và biết ơn, và họ đã cầm tay nhau kết nối một mối tình thân không tên - thật là cao đẹp vì nhân nghĩa của người phụ nữ Việt.

Chung khúc là bài "**Em còn nhớ mùa Xuân**" của nhạc sĩ Ngô Thụy Miên, anh là cựu học sinh trung học Nguyễn Trãi tại Saigon, hôn thê của anh đi thoát ngày 30 tháng 4 năm 1975, thời gian còn bị ở lại anh gởi nỗi niềm của mình vào bài hát. Đó cũng là ca khúc duy nhất anh sáng tác khi còn ở Saigon trước khi vượt biên. Thoạt nghe nhiều người chỉ nghĩ bài hát này là một tình ca, nói lên sự nhung nhớ của hai người yêu xa nhau. Tuy nhiên, khi nghe rõ lời bài hát thì sẽ thấy nó chứa đựng cả nỗi niềm uất hận đau thương cho một đất nước không còn như xưa và đang chịu nhiều bi thương như các đoạn sau đây:

"Trời Sàigòn chiều hôm nay còn nhiều mây bay
Nhiều niềm đau thương bi hận tràn đầy
Gượng nụ cười giọt lệ trên môi
Nhìn đất nước tơi bời một thời em có hay"

Và câu

"Những thành phố em sẽ đi qua
Đây Ba-Lê, đây Luân Đôn, đây Vienne

Nhưng có đâu bằng Sàigòn hôm qua
Nhưng có đâu bằng Sàigòn mai sau"

Chúng tôi rất lấy làm thán phục anh Tâm Võ là người đạo diễn và biên soạn vở nhạc kịch này. Anh đã lọc lựa những bài hát rất có ý nghĩa và ăn khớp với các cảm xúc của từng đoạn trong câu chuyện chính của vở nhạc kịch **50 Năm Nhật Ký Của Mẹ.** Ngoài ra, chúng tôi cũng hết sức thán phục các anh chị em trong Nhóm Bạn Yêu Nhạc, có lẽ không phải là ca sĩ hoặc kịch sĩ chuyên môn nhưng diễn tả tự nhiên và lột tả được các cảm xúc theo câu chuyện. Tất cả đã hát và diễn xuất với cả tấm lòng và vì vậy, khán thính giả đã cảm được, đã kết nối các tâm trạng cá nhân mình vào đó và sống theo các cảm xúc đang diễn ra trên sân khấu.

Nhìn những người trẻ trên dưới 40 này, trong đó có người thuộc thế hệ hai như Joee Trương là stage manager, với sự trợ lực của quý vị cao niên hơn, đã thành công trong việc soạn thảo và trình diễn được một chương trình ý nghĩa và hấp dẫn để cống hiến cho cộng đồng như vậy, lòng tôi mở rộng hơn với tin tưởng:

"Mong sao nước Việt đời đời, Anh dũng oai hùng chen chân thế giới" như bản nhạc **Hải Ngoại Thương Ca** của nhạc sĩ Nguyễn Văn Đông.

Đặc biệt chúng tôi xin gửi lời cảm ơn đến Nhóm VROC đã bảo trợ cho buổi nhạc kịch này. Họ đã bỏ nhiều thời gian và công lao tập dợt, trang trải tất cả kể cả chi phí cho hội trường, cho ban nhạc, âm thanh, ánh sáng, và còn cung cấp thức ăn nhẹ cho khán thính giả luôn.

Chúng tôi đã có dịp tham dự nhiều buổi sinh hoạt văn nghệ, ca nhạc kịch và phim ảnh của cộng đồng người Mỹ gốc Việt tại các tiểu bang và thành phố khác nhau. Nhạc kịch **50 Năm Nhật Ký Của Mẹ** rất có giá trị và nếu được đi lưu diễn tại các nơi có đông cộng đồng người Việt tị nạn sẽ được hưởng ứng nhiệt liệt. Tham dự buổi nhạc kịch này đã làm cho chúng tôi có dịp hồi tưởng lại những trải nghiệm đau buồn đã qua và biết ơn hơn nữa những gì chúng tôi đang có hôm nay.

Nguyễn Viết Kim & Nguyễn Lâm Kim Oanh

TN

TIỂU LỤC THẦN PHONG

AN BẤT AN

Lăn qua lộn lại, kéo mền trùm đầu vẫn không sao ngủ được. An ngồi dậy, đi ra đi vào và uống nước mấy lần, tâm trí bất an, song lòng dập dờn như biển, lại thấy nóng như thiêu như đốt. Dẫu biết lo lắng cũng không giải quyết được chuyện gì nhưng không thể không lo lắng. Má An ở quê bị bệnh nghiêm trọng, bác sĩ chẩn đoán bị ung thư kỳ cuối.

**

Trong lúc này quả thật tâm An chẳng an, gần như bấn loạn lên. An nộp giấy nghỉ phép nhưng văn phòng nhân sự đòi hỏi phải có giấy xác nhận của bác sĩ điều trị. An thừa biết bác sĩ quê mình không rảnh và không dễ sẵn lòng cấp cho cái giấy xác nhận như văn phòng đòi hỏi. An định nghỉ phép hai tháng để về chăm má nhưng tình hình thế này chắc không ổn, chỉ có thể lấy phép thông thường mà thôi. Tuy nhiên An cũng tính đến nước cuối, nếu không xong thì bỏ việc luôn. An nghĩ đến việc nghỉ việc để về với má. Má đã mang nặng đẻ đau, nuôi dưỡng An suốt cả đời, giờ má bệnh, về chăm má một thời gian ngắn có là bao. Ngặt một nỗi còn vợ con, cơm áo gạo tiền cũng không phải chuyện chơi. Sống ở đời này không thể ăn gió uống trăng mà sống! Dù căng thật nhưng An sẵn sàng cho bước đường khó khăn nhất.

Không ngủ được, lòng bất an, tinh thần phiêu hốt. An ngồi dậy mở Facetime thấy tin nhắn từ cô bạn văn chương và cũng là cô em trân quý như em gái. Hồng Trân viết:

- Anh về với má đi, kẻo không sau này hối hận! Mất việc cũng không chết đói đâu mà lo!

Rõ ràng Hồng Trân đọc được nỗi khó xử trong lòng An, chưa kịp trả lời thì Hồng Trân viết tiếp:

- Em biết lòng anh đang rối bời. Em đã trải qua giai đoạn này rồi, tám năm trước má em cũng bị ung thư, kế đến ba em mất... Phải nói là quãng thời gian đó như địa ngục. Em khủng hoảng và căng thẳng cực độ khi nhìn thấy ba má lần lượt qua đời mà không làm gì được, hoàn toàn bất lực! Anh hãy về với má đi anh, thời gian không còn nhiều đâu!

- Ừ, anh đã xin nghỉ phép và đang mua vé máy bay để về. Em gái anh từ Canada đã về cả tuần nay rồi. Nhà anh neo đơn nên hai anh em sắp xếp lệch thời gian để có được nhiều thời gian cho má hơn.

- Khi nào anh về nhắn tin cho em biết. Em sẽ ra quê anh thăm má anh.

Bất chợt lòng An lại nhồi thêm một cơn sóng. An biết Hồng Trân là một cô gái trẻ đẹp, có lòng nhân hậu, có sự cảm thông sâu sắc với người. Hồng Trân còn là một cây bút trẻ tài năng và là một nghệ nhân kim hoàn. Hồng Trân muốn gặp An, hai kẻ đồng điệu trong tâm hồn, cùng đam mê chữ nghĩa, yêu cái đẹp... Hồng Trân muốn ghé thăm má An, An cảm kích lắm nhưng lòng AN bất an. Chuyến này về có vợ và con gái cùng đi, liệu Hồng Trân gặp vợ An thì chuyện gì sẽ xảy ra? An hiểu rõ vợ mình như lòng bàn tay, một người đàn bà tận tụy, chung thủy nhưng hạn hẹp và ghen tuông rất dữ dội. Thật sự mà nói thì An cũng đã từng ngoại tình, dối gạt cô ấy nên giờ cô ấy chẳng tin An cũng là lẽ tự nhiên. Hồng Trân với An hoàn toàn là bạn bè trong sáng, chỉ là tình anh em, tình bạn văn chương... Nhưng làm sao cô ấy tin được? Lúc nào cô ấy cũng nghĩ trai gái gặp nhau chỉ để lên giường. Có lần cô ta đã chửi mắng và nhục mạ Mai, một cô bạn giáo viên của An. Mai có con gái cũng trạc tuổi với con gái An, ngày cuối tuần cả hai chở con ra công viên chơi. Con gái về nhà hồn nhiên kể chuyện, thế là vợ An lồng lộn lên như thể An đã ăn nằm với Mai. Cô ấy nặng lời quá đáng khiến cho Mai đau lòng và cắt đứt quan hệ bạn bè với An, khóa chặn Facebook của An...

An đang bối rối chưa biết sắp xếp sao cho ổn việc Hồng Trân muốn ra nhà thăm má thì điện thoại cầm tay lại tít tít tin nhắn dồn dập. Em gái An, nhỏ Hiếu, gởi tin:

- Anh AN ơi! Má đang nằm bệnh viện chờ làm sinh thiết.

Cùng lúc, anh hai của An cũng nhắn tin:

- Sau khi siêu âm, nội soi, chụp X-ray, CT... bác sĩ kết luận ung thư di căn vào thận, gan, xương... và với tuổi già như má thì không thể dùng hóa trị hay xạ trị. Giờ nhập viện nằm không chẳng được có ích gì.

- Còn nước còn tát, không lẽ nằm nhà chờ chết? - Hiếu trả lời.

Anh Hai Huấn lại bảo:

- Tuần trước má nằm viện có mấy ngày mà bực bội chịu không nổi nên bỏ về nhà, giờ lại đưa má nhập viện làm gì? Bác sĩ cũng đâu có chữa trị.

- Phải chờ làm sinh thiết xong thì mới có phác đồ điều trị. - Hiếu đáp

Bác sĩ bịnh viện cũng có nói rõ sức khỏe và căn bệnh của má. Họ cũng phân tích những tác hại nguy hiểm của hóa trị và xạ trị. Họ đề nghị gia đình bàn bạc và lựa chọn trị hay không trị.

Nghe anh Hai Huấn và em Hiếu nói, An lặng thinh, lòng ngổn ngang chẳng biết nói gì. Theo anh Hai thì cũng có lý mà em Hiếu cũng đúng. Tánh An xưa nay vốn xìu xìu, ển ển giờ đụng chuyện lớn sanh tử như thế này thì làm sao dám quyết. An thật sự u tối vô minh, không biết phải nên như thế nào. Thấy má đang đối diện cái chết mà không biết phải làm gì. An thương má, sẵn sàng đổi mệnh cho má, gánh bệnh thay cho má nhưng làm sao thay được đây? Đoạn trường thật có qua cầu mới hay!

Từ lâu An đã thầm nghĩ sẽ về đưa má đi chơi chỗ này chỗ kia trước khi má yếu, vậy mà bao nhiêu năm nay không làm được, giờ thì muộn mất rồi! Những toan tính của An không thực hiện được vì không tự chủ được tiền bạc. Vợ An nắm chắc tay hòm chìa khóa và cô ấy cũng là thu nhập chính của gia đình. An biết lý thuyết bảo tiền bạc là vật ngoại thân, là phù du... nhưng không có tiền hay không nắm được tiền trong tay thì đời phù du hơn cả bọt nước, thân còn chẳng là của mình thì nói chi trong với ngoài.

An thương má mà chẳng làm gì được cho má. Những buổi Facetime với má hàng giờ, An lắng nghe má nói đủ chuyện trên đời. An cố khêu gợi để má nói cho hết mọi chuyện trong lòng, điều ấy giúp má nhẹ nhõm tinh thần hơn. An lắng nghe tất cả chuyện buồn vui của má. An thương má, ngày nghỉ cuối tuần có thời gian ngủ trưa

nhưng không dám ngủ, nhiều lần cứ chợp mắt là thấy hình bóng má lung linh trong tâm tưởng nên gợi lên bao sóng cồn. An thương má nhưng không làm sao bảo lãnh má qua Mỹ được lại không thể về quê sống với má. Lòng An suốt tháng năm giằng xé giữa đi – về, đàng nào cũng chẳng trọn vẹn, tháng ngày lần lữa trôi qua, tuổi đời chồng chất, công danh sự nghiệp không có, đời sống quẩn quanh, ngày từng ngày mòn mỏi như muốn mục rữa ra. An như con thuyền mặc tình sóng nước đẩy đưa, như chiếc lá phập phều trôi theo dòng.
Đời An coi như bỏ đi, chẳng có giá trị gì, đường đạo không xong, đường đời lỡ dở. An học thiền nhưng cũng chẳng buông bỏ được, hoàn cảnh bó buộc không còn ăn chơi bay bướm như thuở trước nhưng lòng thèm khát vẫn âm ỉ cháy.

An học thiền để tâm an nhưng an sao được? Con người đâu phải gỗ đá vô tri, lại chẳng phải động vật vô tình. Má đau như thế An an sao được? Mấy năm trước ba An cũng đau bịnh thập tử nhất sanh. An cũng tan nát ruột gan mà không làm sao về được! An sao được khi thấy má đối diện với thần chết mà mình bất lực!

**

An trở mình trên giường, địa ngục đâu ở dưới đất, lửa ngục đang cháy trong tâm An. An muốn khóc mà không khóc được, muốn hét toáng lên cho uất khí thoát ra mà cổ họng nghẹn đắng, miệng lưỡi khép kín. Đầu An căng như dây đàn, lại ngồi dậy lấy Tylenol uống. An biết lý thuyết là thế, lo lắng chẳng ích lợi gì, chẳng giải quyết được vấn đề. Má ung thư, nghiệp lực đã thế thì dù tâm có an hay bất an cũng thế mà thôi! Thương đến thế nào cũng không thay được nghiệp cho nhau. Trên đời này có chi thiêng liêng cao quý hơn tình mẫu tử? Có gì thương yêu sâu đậm hơn tình mẹ con? Thương thế nào thì thương, khi đối diện với già, bệnh, chết thì tất cả chịu bó tay! An thầm cầu nguyện khấn chư Phật ba đời mười phương gia hộ cho má. An niệm chú Đại Bi mong cầu phép nhiệm mầu khó nghĩ bàn từ Bồ Tát. An thầm ao ước máy móc có sự lầm lẫn, bác sĩ chẩn đoán sai... Trong nỗi bất an, An thầm khấn nguyện và đi vào cơn mộng mị.

Tiểu Lục Thần Phong

Ất Lăng thành, 0525

TN

PHAN NI TẦN

GIÓ ĐƯA CÂY BẸO

Vừa sanh ra con Bẹo đã bị thọt chưn bẩm sinh. Ông bà Hai Ớt thuộc giới thương hồ lấy ghe làm nhà nên con Bẹo cũng theo ghe rày đây mai đó mà lớn lên. Thấy con tật nguyền, nhưng tánh tình lại hồn nhiên, tươi thắm, ông Ớt càng thương con không thua gì bà Thìn, vợ ông. Mỗi lần treo trái cây toòng teng trên cây bẹo, ông lại bật cười nhớ lại vì đâu con gái rượu của hai ông bà có tên là Bẹo. Nguyễn Thị Bẹo.

Số là một hôm ghe vừa de đít cặp vô bến sông Bảy Háp, Cà Mau thì trời mưa lắc rắc. Ông Ớt đang loay hoay cột trái giác và lóng mía Lào trên cây bẹo thì bà Thìn nóng ruột quơ lấy tấm áo mưa ì à ì ạch chạy ra che cho ông.

Thấy cái bụng bầu vượt mặt lệt bệt chạy tới ông Ớt tuy thương vợ cũng phải nhăn mặt la lên: "Chèn đéc ơi! Mưa gió dzầy bà còn chạy ra đây làm gì. Giùm ơn dzô đi. Coi chừng cái bụng bầu bì kia kìa! Thiệt tình.". Bà Thìn cười giả lả: "Hông sao mà. Ông ướt hết rồi nè". Vừa nói bà Thìn vừa đánh phạch cái áo mưa ra, lầu bầu: "Mưa gì bất nhơn. Hổng đợi người ta treo cho xong trái giác."

Mặc dù mưa lưa thưa rớt hột đủ ướt sàn ghe nhưng cũng vừa đủ để bà bầu bất ngờ trợt chưn té một cái "ạch" chỏng gọng, đầu thì đập vô cây bẹo nghe một cái "bốp"..

Đầu gối bể bánh chè, cái trán sưng chù vù khiến bà Thìn nằm ưởn cái bụng lên trời la làng; đau đến nỗi bà nhăn quéo mặt nghiến răng rặn sao không biết lại tọt ra một hơi hai cái bào thai non. Đáng lẽ theo lịch ông Ớt đánh dấu ngày đưa ông Táo lên chầu Ngọc Hoàng bà Thìn mới chuyển bụng. Đằng này...

Ông Ớt xưa nay vốn trầm tĩnh, ít nói thấy vợ té sảy thai cũng quýnh lên, hối hả chạy tới trước mũi ghe, gặp người hướng xuống bến kêu cứu. Người Ca Mau vốn hiền lành lại nhanh tay lẹ mắt, nghe tiếng la hớt hải mấy người dưới bến ba chưn bốn cẳng ù lên ghe xúm đưa bà Thìn xuống đặt nằm lên xe ba gác chờ sẵn đạp thẳng vô nhà thương, ông Ớt lạch bạch chạy theo, tay quệt nước mắt, tay vịn yên xe đẩy đi cho lẹ.

Nhớ lại cái ngày bà Thìn sảy thai, ông Ớt hết hồn. Hớp miếng nước trà nguội ngắt ông chắc lưỡi thầm than:cũng may được ông trời thương - dù chỉ thương một nửa - giúp cho mẹ tròn con vuông; chỉ tiếc cho cái thai thứ hai mất ngay khi lọt lòng, âu cũng là phận số thiên định.

Rồi lần theo năm tháng con Bẹo lớn lên trong niềm vui của hai ông bà. Ban ngày ông bà Hai Ớt tất bật ngược xuôi khắp miền Lục Tỉnh Nam Kỳ, buôn bán đủ các mặt hàng từ thực phẩm tới nhu yếu phẩm. Đêm về, thương con mọn, bà Ớt thắp đèn dầu dạy con học hành. Tuy bị tật chưn nhưng đầu óc con Bẹo lại thông minh, sáng láng, học đâu nhớ đó. Nhất là tánh tình con Bẹo suốt ngày cứ tíu ta tíu tít, cái giọng thì trời ơi, cứ tươi roi rói, thánh thót theo câu hát, giòn tan theo điệu nhạc. Nó không thích nhạc buồn, nghe cái giọng chim hót vui tươi rộn rã của nó, người trên bến dưới thuyền đều khen con bé có giọng hát trời ban, cái bản mặt thì bầu bĩnh, sáng rực đến dễ thương quá ể. Khi trở thành thiếu nữ, con Bẹo càng ngày càng trở nên giỏi giang, quán xuyến cả việc bếp núc lẫn sổ sách chi tiêu cho hai ông bà.

Có lần Bẹo đòi theo má lên bờ bổ hàng, ông Ớt không cho, nhưng bà Thìn nói chắc như bắp có tui ông đừng lo. Bềnh bồng sông nước đã quen, lần đầu tiên đặt chưn lên mặt đất Bẹo cảm thấy ngồ ngộ, là lạ, nhồn nhột dưới chưn. Lỗi tại mặt đất (nó cứng quá má ơi, như Bẹo than), không bềnh bồng, mềm mại như nước khiến Bẹo phập phồng, run chưn. Mà thiệt, Bẹo rụt rè bước chưa tới năm bước đã té nhào đầu. Cú té thiệt tình, dù lúc đó bà Thìn có nắm chặt tay con, nhưng theo đà té Bẹo lôi cả bà chúi nhủi xuống đất. Rốt cuộc Bẹo trẹo mắt cá, còn bà thì trầy một bên má.

Ở nhà thương về, bị ông Ớt rầy quá mạng, biết lỗi, cả hai mẹ con đều nín thinh. Từ đó, Bẹo ở luôn dưới ghe làm bạn với trăng sao, sông nước. Cũng như ông bà Hai Ớt, Bẹo coi ghe là nhà, nước là đất.

Tuy lấy ghe làm nhà nhưng mỗi lần tết nhất nghe bạn hàng than nhớ nhà nhớ xứ quá mạng khiến hai ông bà cũng xốn xang. Chiều về bên mâm cơm, ông Hai Ớt chạnh lòng theo nỗi nhớ quê của bà Thìn ở Xóm Thủ, cạnh cửa sông Bồ Đề mà lâu lắm ông không có dịp đưa bà về thăm.

Hồi thanh niên còn búi tóc, anh Hai Ớt là thợ chuyên môn sửa chữa máy móc cho ghe thuyền chết máy ở chợ nổi Cà Mau. Lúc đó cô Năm Thìn là khách thương hồ chuyên buôn bán các loại đặc sản miền Tây, một hôm từ vàm rạch Đường Kéo xuôi ghe về tới cầu quay Cà Mau thì lột dên. Sau khi rà xét máy móc dưới hầm ghe không thấy gì, anh đề máy thử thì nghi dưới đáy ghe có vấn đề. Miệng ngậm ống nước thông hơi anh lặn xuống mới phát giác chưn vịt bị nứt gần gảy đôi, anh cẩn thận tháo chưn vịt đem về hàn khí đá.

Duyên nợ ba sinh sao đó, mới gặp nhau cả hai đều bị... "sét đánh". Sau này anh Hai Ớt thổ lộ anh thương cô Năm Thìn ở sự cần mẫn, tháo vác, chịu thương chịu khó với nghiệp dĩ; còn cô Năm thì cảm mến anh Hai tuy có tài nhưng tánh tình thực thà, chất phác. Dần hồi hai anh chị đến với nhau, gần gũi, đỡ đần nhau riết rồi thành vợ thành chồng.

Từ đó, anh Hai Ớt theo vợ chuyển qua nghiệp thương hồ rầy đây mai đó trên sông nước; mê nghề đến độ ở tuổi về chiều mới được một mụn con.

* * *

Trải qua những cuộc bể dâu trong cuộc đời làm người, con Bẹo hồn nhiên, liến thoắng ngày xưa nay đã là bà chủ nghiêm nghị, lịch lãm của một công ty xuất nhập cảng nguyên liệu máy móc ghe tàu ơ Sài Gòn và ba chi nhánh ở Cần Thơ, Cà Mau và Châu Đốc.

Bà Chơn Nguyên (tức con Bẹo thọt chưn) có chồng không ai khác hơn là con trai trưởng của ông chủ tiệm xuồng bè ở Cà Mau, chủ nhơn ông của anh thợ máy Hai Ớt ngày xưa.

Nhờ có tài kinh doanh cộng với một phần nhỏ tài sản bên chồng, lần hồi bà Chơn Nguyên tạo nên một cơ ngơi trải dài từ Sài thành cho tới miền Tây Nam phần. Điều đáng ngưỡng mộ là càng giàu có, bà Chơn Nguyên càng hướng Phật. Khi đã thành công ngoài đời, với tấm lòng bác ái bà âm thầm đóng góp, giúp đỡ người nghèo, người sa cơ lỡ vận, trẻ mồ côi, nhất là những người dị tật như bà. Bà tự nguyện làm việc đó miệt mài, tận tụy.

Không phải vì dáng đi khập khễnh của bà Chơn Nguyên mà người ta không nể trọng bà. Ở Xóm Thủ, quê mẹ của bà có một trường tiểu học mang tên Chơn Nguyên. Xóm Thủ cũng là nơi an nghỉ của song thân bà là: ông Hai Ớt và bà Năm Thìn. Mỗi lần về viếng mộ, bà Chơn Nguyên thường ngồi lặng ở đó hàng giờ. Cũng như về tới Cà Mau, đứng trên cầu quay nhìn xuống bến đò bà bồi hồi nhớ lại chuyện sanh non trên ghe thuở xa mờ. Những lúc đó, nước mắt của con Bẹo ngày xưa lại nghẹn ngào ứa ra để bà Chơn Nguyên ráng nuốt ngược vào lòng mà thương cho đứa em song sanh yểu mệnh của mình.

Bà Chơn Nguyên, pháp danh Mật Tịnh, mất năm 1969 tại Cà Mau. Bà có bốn người con, cả bốn đều ăn học nên người và đều thành đạt trong thương trường Có điều, cô Xưa, cử nhơn văn chương, cô con gái út của bà Chơn Nguyên, khi có chồng lại bỏ dạy theo chồng lênh đênh sông nước thương hồ. Anh chị cản cách mấy cô cũng tỏn tẻn cười " Út đi tìm ba má mờ. Hihi".

Sáng nay ở chợ nổi Cái Răng, Cần Thơ, ngồi trong mui ghe nhìn anh chồng dễ thương đang treo lóng mía Lào trên cây bẹo thì trời đổ mưa.

Trời mưa lắc rắc vừa đủ ướt cây bẹo.

Phan Ni Tấn

ĐAN THANH

NGẮM 2 TRONG 10 DÒNG SÔNG QUA THƠ LUÂN HOÁN

1. BA MẶT GIÁP TÌNH

ba mặt sông bọc quanh nhà mẹ
tấm lòng cha gìn giữ yêu thương
sông đầy nước lẫn sông không nước
đẹp bao nhiêu cũng có lúc buồn

đó là lúc con xa cha mẹ
xa nhà vườn ngồi ngắm ảnh suông
những hình bóng bùi ngùi hít thở
cùng nhịp tim mắt thoáng mù sương

nhớ chẳng dễ nở vài nụ lệ
nhưng trong lòng rờn rợn vết thương
những dấu cắt dịu dàng thân ái
sâu không sâu mà đáy vô cùng

tôi cũng nhớ như em, em gái
dù làng tôi chỉ có hai sông
tôi chỉ có vài năm ở đó
trôi nổi đâu sông cũng trong lòng

"không hai lần tắm dòng nước chảy"
nhưng con sông tang hải thế nào
vẫn còn mãi hương bùn hương nước
lẫn hương tôi đọng với ca dao

cảm ơn ảnh cảm ơn hình quá khứ
cảm ơn người góp vốn khi xem
bài thơ viết không cần đọc lại
ngỡ như tan trong thịt da mình
Luân Hoán

"Ba mặt giáp tình" là một tác phẩm thấm đẫm nỗi hoài niệm, tình cảm gia đình, quê hương, và chiều sâu cảm xúc cá nhân. Bằng giọng thơ nhẹ nhàng, giàu hình ảnh và đầy chất suy tưởng, tác giả đã thể hiện một cách lặng lẽ nhưng sâu sắc nỗi nhớ cha mẹ, quê hương, và chính mình trong dòng chảy ký ức.

Ba mặt giáp tình gợi một không gian sống được bao bọc bởi tình cảm — như "ba mặt giáp sông" của ngôi nhà mẹ. Cái "tình" ở đây không chỉ là tình cảm gia đình mà còn là tình đất, tình người, tình quê hương và cả tình thơ. Ngôi nhà – một biểu tượng thiêng liêng – nằm giữa ba mặt sông, trở thành trung tâm kết tụ của mọi dòng chảy cảm xúc.

Từ khổ đầu, hình ảnh ba mặt sông bọc quanh nhà mẹ là một cách nói đầy biểu tượng:
"ba mặt sông bọc quanh nhà mẹ
tấm lòng cha gìn giữ yêu thương"
Sông không chỉ là cảnh vật mà còn mang sức gợi của ký ức, của quá khứ và hiện tại quyện hòa. Sông có lúc đầy, lúc cạn – như dòng cảm xúc, như phận người:
"sông đầy nước lẫn sông không nước
đẹp bao nhiêu cũng có lúc buồn"
Câu thơ này như một chiêm nghiệm về sự phù du, bấp bênh của cái đẹp, cái nhớ – và cả cuộc sống.

Bài thơ là một chuỗi những tâm tình của người con xa quê:
"đó là lúc con xa cha mẹ
xa nhà vườn ngồi ngắm ảnh suông"
Từ hình ảnh **"ngắm ảnh suông"**, nỗi nhớ trở nên hữu hình, bùi ngùi, xao xuyến:
"những dấu cắt dịu dàng thân ái
sâu không sâu mà đáy vô cùng"

Câu thơ này rất đặc biệt – bởi "vết thương" không rướm máu mà ẩn sâu như một nỗi đau tinh tế, ấm áp.
Tác giả đưa vào thơ cả tư tưởng triết học phương Tây – cụ thể là Heraclitus với câu:
"không hai lần tắm dòng nước chảy"
Nhưng ông lập tức đặt lại vấn đề: dù sông luôn đổi thay, "**vẫn còn mãi hương bùn hương nước**" – chính là ký ức, là cái không đổi thay. Người ta có thể rời đi, sông có thể trôi, nhưng tình cảm, quá khứ – vẫn ở lại, **"đọng với ca dao"**.

"bài thơ viết không cần đọc lại
ngỡ như tan trong thịt da mình"
Câu thơ như một lời tự thú: thơ không cần được sửa, bởi nó xuất phát từ cảm xúc thật nhất, ngấm sâu trong thân thể, tâm hồn – như máu thịt. Đây là lời xác tín mạnh mẽ nhất về sức sống của ký ức và thơ ca.

"Ba mặt giáp tình" là một bài thơ sâu lắng, thấm đẫm tâm tình, chan chứa tình quê, tình gia đình và hoài niệm cá nhân. Giọng thơ nhẹ nhàng, tự nhiên, nhưng đầy chiều sâu, đặc biệt với nhiều câu thơ lắng đọng, hàm chứa triết lý sống và nghệ thuật thơ ca.
Đây là bài thơ không cần "gồng", không cầu kỳ cách tân, nhưng vẫn khiến người đọc dừng lại, ngẫm nghĩ – và thổn thức.
Sông quê chảy mãi trong hồn
Dòng trong dòng đục vẫn còn mênh mang
Đanthanh

2. THU BỒN SÔNG NUÔI QUẢNG NAM

Sông Thu đầy đủ Thu Bồn
còn tên: Sông Mẹ, mang hồn Quảng Nam
khởi từ Ngọc Linh ngút ngàn
cuốn mây cùng gió đổ tràn lan theo

sườn núi ghềnh đá cheo leo
tây nam vùng đất trời gieo nhân lành
hợp cùng sông Tiên, sông Tranh
tưới ngọt chân lúa thơm danh đất hiền

Quế Sơn, Đại Lộc, Duy Xuyên
dòng sông kết nạp gắn liền Vu Gia
đẩy đưa tạo dựng phù sa
Điện Bàn hai hướng mở ra đôi đường
một dòng Chợ Củi thân thương
một dòng Bà Rén khiêm nhường dáng trôi
bắc nam lại gặp thảnh thơi
lang thang đến cõi đất trời Hội An
tôi dân đặc sệt Quảng Nam
nhiều vùng đất, núi ấm bàn chân đi
thật ra không biết, nhớ gì
tên gọi, vị trí vân vi mơ hồ

sông trôi qua địa phận nào
phương danh con đất đặt vào tên sông
cuộc sống tôi tuy lòng thòng
nhưng nghèo luống nước thả ròng theo tôi

ngay Hội An mở cuộc đời
sông chỉ vài nét dạo chơi vội vàng
mươi câu tình lạc-bi-quan
dựa vào dòng nước hoang mang lạc loài

lòng tôi "Cửa Đợi Sông Hoài"
thao thức mấy kiếp thành bài tâm thi
tôi về lẩn quẩn rồi đi
mừng sông thức ngủ uy nghi vẫn còn

cuống rún tôi xưa đốt, chôn?
dù chôn hay đốt trong hồn Hội An
trong dòng sông thật dịu dàng
cũng chẳng cho phép tôi tan hòa cùng...
Luân Hoán

Thu Bồn một dòng xanh trong
Chảy trong tôi những nhớ mong ngậm ngùi
"Thu Bồn Sông Nuôi Quảng Nam" là một khúc trữ tình sâu lắng mang đậm hơi thở quê hương, gắn bó máu thịt với dòng sông Thu Bồn – biểu tượng của xứ Quảng Nam.

"Thu Bồn Sông Nuôi Quảng Nam"

Ngay từ những khổ thơ đầu, tác giả đã tái hiện dòng sông Thu Bồn không chỉ như một con sông địa lý mà như một **"Sông Mẹ"**, một biểu tượng linh thiêng, mang "hồn Quảng Nam":

Sông Thu đầy đủ Thu Bồn
còn tên: Sông Mẹ, mang hồn Quảng Nam

Dòng sông khởi nguồn từ đỉnh Ngọc Linh cao ngút – nơi hội tụ mây trời, thiên nhiên hùng vĩ của núi rừng Tây Nguyên. Dòng chảy không đơn độc mà gắn với nhiều con sông khác như **sông Tiên**, **sông Tranh**, dòng sông hòa quyện cùng những địa danh nổi tiếng như **Quế Sơn**, **Đại Lộc**, **Duy Xuyên**, **Điện Bàn**... Những địa danh ấy không chỉ là cột mốc địa lý, mà còn gợi nhớ bao tầng văn hóa, lịch sử, đời sống sinh hoạt của con người xứ Quảng.

Dòng sông đi qua bao miền, góp phù sa bồi đắp ruộng đồng, nuôi lớn con người – như người mẹ âm thầm, lặng lẽ:

tưới ngọt chân lúa thơm danh đất hiền

Ở đoạn giữa bài, tác giả chuyển sang giọng điệu tự sự, với một chút bông đùa, chân thành, mang đậm chất "Quảng" – mộc mạc, thật thà:

tôi dân đặc sệt Quảng Nam
nhiều vùng đất, núi ấm bàn chân đi
thật ra không biết, nhớ gì
tên gọi, vị trí vân vi mơ hồ

Cái "không biết, nhớ gì" ấy không phải là vô tâm, mà là nỗi niềm của người từng đi qua nhiều vùng đất, nhưng vẫn cảm thấy gắn bó nhất với quê nhà. Dù có xa quê hay sống đời phiêu bạc, dòng sông, vùng đất Quảng vẫn luôn in sâu trong tiềm thức.

Nỗi niềm Quảng Nam vẫn bồi hồi trong lòng người xa xứ:

ngay Hội An mở cuộc đời
sông chỉ vài nét dạo chơi vội vàng

gợi lên một khởi đầu nhẹ nhàng, giản dị. Nhưng chính từ đó, dòng sông trở thành biểu tượng của thân phận, của hành trình nhân sinh:

lòng tôi "Cửa Đợi Sông Hoài"
thao thức mấy kiếp thành bài tâm thi

Thu Bồn không chỉ là dòng sông mà là nỗi thao thức nhân sinh

Dòng sông không chỉ là một phần của địa lý, mà là dòng chảy của ký ức, của tâm hồn, của thơ ca. Người viết nhận mình "lẩn quẩn rồi đi", một hành trình lưu lạc và trăn trở. Nhưng cuối cùng, dòng sông, **"uy nghi vẫn còn"**, như một biểu tượng vững chãi, thủy chung.
Khổ thơ kết mang theo triết lý sâu sắc:
cuống rún tôi xưa đốt, chôn?
dù chôn hay đốt trong hồn Hội An
trong dòng sông thật dịu dàng
cũng chẳng cho phép tôi tan hòa cùng...
Dòng sông "dịu dàng" ấy tưởng chừng bao dung, nhưng lại không dễ dung hòa tất cả. Phải chăng, đó là nỗi niềm của một người con tha hương, dù yêu quê, nhớ sông nhưng vẫn mang cảm giác lạc lõng, không trọn vẹn?

"Thu Bồn Sông Nuôi Quảng Nam" là một bài thơ dung dị nhưng thấm đẫm hồn quê, kết hợp nhuần nhuyễn giữa chất trữ tình và tự sự, giữa địa danh cụ thể và nỗi nhớ dòng sông.

Sóng Thu Bồn vẫn xanh lời hò hẹn
Hòn Kẽm đá dừng mây trắng ngập ngừng trôi

Bến đò xưa bên lở bên bồi
Và bãi dâu xanh chỉ còn trong ký ức
Còn đâu nữa tiếng thoi đưa lách cách
Khung cửi guồng tơ Phường Rạnh, Quế Xuyên
Nong kén vàng màu nắng tháng giêng
Thuở ấu thơ chừ biết đâu tìm lại
Nhưng trong góc khuất trái tim dòng sông Thu vẫn mãi
là quá khứ ngọt ngào trong nỗi nhớ mênh mang
Thu Bồn ơi!
thơm thảo dịu dàng
đanthanh

Đan Thanh

THÁI NC

3 Truyện Rất Ngắn

1. VÌ SAO RỚT TRONG VƯỜN

Có cậu bé kia rất mê các vì sao. Hằng đêm nó hay nhìn sao sáng trên cao và thầm ước có ngôi sao nào đó rớt xuống vườn nhà để nó lượm chơi.

Một ngày nọ, đang dạo chơi trong vườn chợt thấy một miếng thủy tinh tròn trịa không biết từ đâu đến nằm chơ vơ, phản chiếu ánh mặt trời lấp lánh. Cậu bé mừng quá nghĩ rằng đó chính là ngôi sao mơ ước đã thực sự rớt xuống trần, nên sung sướng lấy vào nhà. Cái cảm giác hãnh diện có một ngôi sao không thể giữ riêng mình, nó phải đem khoe với mọi người, ba má, các anh chị, ai cũng khen ngôi sao đẹp quá, cậu thật may mắn... Cho đến khi có một người lớn khác nói cho biết sao trên trời to lắm, không phải nhỏ nhoi như sao của nó, và nếu có một sao trên trời rụng xuống thiệt, trái đất sẽ bị đè bẹp tận thế ngay. Ngôi sao của nó chỉ là một miếng thủy tinh vụn nào đó mà thôi.

Thằng bé nghe qua thất vọng quá ngồi khóc, nhưng vẫn không muốn quăng miếng thủy tinh đó đi. Nó bỏ vì sao trong một cái hộp và cẩn thận gìn giữ.

...

...

Một hôm có thằng bé khác tò mò mở cái hộp cũ trong đám đồ đạc linh tinh của ông nội, và thấy chỉ có miếng thủy tinh bể, bèn hỏi ông tại sao cất trong hộp?

Ông bâng khuâng cầm miếng thủy tinh, và kể cho cháu nghe: "Ngày xưa, có một vì sao rớt trong vườn..." ./.

2. SÔ CÔ LA

Tôi vẫn còn nhỏ lắm, lúc đó người Mỹ mới bắt đầu vào Việt Nam. Một hôm đang đứng chơi đầu ngõ thì một anh lính Mỹ tới đưa mảnh giấy có ghi tên và địa chỉ một người trong xóm mà tôi biết. Anh nói một tràng, và tôi tuy không hiểu ất giáp gì, nhưng cũng đoán là anh muốn kiếm nhà người có tên trên tờ giấy nên dẫn anh ta tới tận nơi. Xong xuôi đang định quay đi, anh bỗng gọi lại và lấy trong túi ra cho tôi... một đồng tiền vàng.

Vâng, tôi thực sự nghĩ đây là đồng tiền vàng. Lúc đó tôi hoàn toàn không biết trên đời này có một thứ gọi là «Sô cô la». Tính tôi lại hay tưởng tượng. Tôi tưởng như trong một câu chuyện cổ tích nào đó thường có ông tiên hóa trang làm người nghèo khó để thử nếu gặp người tốt bụng chịu giúp người khác, sẽ trả ơn bằng... một kho tàng chẳng hạn. Cho nên tôi nghĩ đồng tiền vàng này quý lắm chứ chẳng chơi. Phải giữ gìn cẩn thận và nhứt định không cho ai biết.

Nhưng tôi giữ đồng tiền vàng chưa được mấy tiếng thì bỗng thấy nó mềm dần, mềm dần... và có một chất nước nâu nâu chảy ra, thơm vô cùng. Một mùi thơm lạ lùng chưa bao giờ biết. Tôi lấy ngón tay quệt và sau khi lưỡng lự mấy giây, đưa lên miệng liếm một phát. Trời ơi! Ngon quá chừng! Tôi chợt hiểu. Té ra không phải tiên cho tôi kho tàng vì tôi còn nhỏ đâu cần tiền nhiều làm gì? Chắc chắn là tiên đã cho tôi thần dược. Phải, chỉ có thần dược, thuốc tiên thì mới thơm tho ngon ngọt như vậy. Thuốc tiên này chắc chắn sẽ khiến tôi trở thành thông minh như mấy ông trạng nguyên ngày xưa, hoặc sẽ làm cho tôi khỏe như Hec-quyn trong phim xi-nê vậy.

Thuốc tiên không phải dễ mà lấy ra được đâu! Tôi phải loay hoay một hồi lâu mới kiếm được cách để tách đồng tiền vàng thành hai mảnh, và thật khéo không để đổ ra ngoài một chút nào. Bên trong, món thuốc tiên sền sệt, nửa đặc nửa nước thơm lừng lựng. Tôi kiếm một chỗ kín ngồi, rồi dùng ngón tay chấm-mút, chấm-mút một hơi sạch sành sanh không còn một chút vết tích nào. Hai mảnh đồng tiền vàng không cần rửa cũng sạch sẽ láng coóng. Tôi vuốt lại cho thẳng và ghép lại như cũ. Chỉ khác là bây giờ nó nhẹ tênh vì bên trong không còn gì cả.

Mấy ngày sau chờ hoài mà thấy mình hình như cũng... khờ như cũ, và sức khỏe thì vẫn yếu như sên, tôi nghi ngờ mang đồng tiền vàng trống bụng đi hỏi mới biết nào có tiên phật gì ! Đó là Sô Cô La Mỹ.

Tuy thất vọng vì không được thuốc tiên, nhưng thôi cũng có chút an ủi mình là đứa đầu tiên trong xóm được thưởng thức món Sô Cô La lừng danh của Mỹ này ./.

3. CHUYỆN MỘT NGƯỜI TÊN MỘNG HOA

Khi đó tôi hãy còn nhỏ, và có nhiệm vụ mỗi sáng nhận thơ từ ông đưa thơ. Một hôm có lá thư tên rất lạ: Nguyễn Thị Mộng Hoa. Tôi ngạc nhiên lắm, không biết là ai. Đang phân vân thì chị người làm đã canh ở đó tự lúc nào chạy lên giành lá thư nói "Của tau!". Ủa, chị tên Hoa nhưng là Lê thị Hoa tui biết, sao tự nhiên trở thành Nguyễn Thị Mộng Hoa? Nhưng chị đã nhanh nhẩu cầm lá thơ đi mất. Thôi cũng được, dầu gì nhà chỉ có mình chị tên Hoa. Không phải chị thì là ai?

Từ đó trung bình hai ba tuần lại có thư của Mộng Hoa từ một người con trai tên Toàn mà địa chỉ gởi từ một hộp thư KBC nào đó. Tôi biết Mộng Hoa tức là chị Hoa nên tự nhiên cất đưa lại chị.

Được mấy tháng, một hôm trước nhà tôi có anh lính vai mang ba lô, chiến bào còn dính đầy bụi đường xa hỏi muốn gặp cô Mộng Hoa. Anh đưa lá thư của chị Hoa gởi, nói anh là Toàn người ở trong thơ muốn gặp chị của em. Anh tưởng tôi là em chị Mộng Hoa. May anh gặp tôi là người biết chuyện, nên chạy vào báo chị tin vui là anh Toàn gởi thơ cho chị bấy lâu nay đang ở trước cửa muốn gặp. Chị Hoa thất kinh hồn vía, chân tay run rẩy dặn tôi ra nói anh Toàn chị Mộng Hoa mới dọn nhà đi học xa rồi, chưa về. Tôi không hiểu nhưng cũng nghe lời chị ra nói đúng như vậy. Tội nghiệp anh Toàn hỏi có biết chị Mộng Hoa đi đâu? Anh là lính từ chiến trường về phép chỉ mấy hôm, muốn gặp người con gái lâu nay vẫn thư từ liên lạc với anh. Tôi được chị dặn nên một mực nói không biết. Anh Toàn đành thất vọng xốc ba lô đi.

Khi tôi trở vào, thấy chị Hoa ngồi khóc tấm tức. Nãy giờ chị ở trong nhà nhìn ra đã thấy anh Toàn nằn nì hỏi, chịu không nổi nhưng chỉ biết khóc.

Chị mấy lâu nay liên lạc với anh Toàn qua mục thư tín "Anh Tiền Tuyến- Em Hậu Phương". Chị Hoa tuy hoàn cảnh gia đình khó khăn, quê nhà chị chiến tranh bom đạn nên phải bươn chải ra thành phố đi làm người giúp việc mưu sinh nhưng là một người có học vấn, văn hay chữ tốt. Chị tham gia viết thư ủy lạo những người lính chiến phương xa, nghĩ rằng chỉ liên lạc thư từ cho những người lính có niềm vui nơi chiến trường, không hề ngờ đến ngày người lính đó theo địa chỉ trong thư tìm về để gặp người em gái hậu phương mấy lâu nay đã viết thư hỏi han, an ủi anh nơi chốn tiền đồn.

Chị Hoa đời nào dám ra nhận chị là người làm trong nhà tôi, bởi vì trong trái tim anh lính chiến tên Toàn, Mộng Hoa, người em gái hậu phương của anh là một cô nữ sinh Đồng Khánh cơ mà!

Mấy tuần sau đó chị Hoa thẫn thờ như người mất hồn. Tôi gặp chị ngồi lấy mấy cái thơ cũ của anh Toàn ra đọc, rồi lại chấm nước mắt.

Cũng từ hôm đó, không còn cánh thư nào gởi về Nguyễn Thị Mộng Hoa nữa. Không lâu sau, chị Hoa xin thôi việc và đi đâu không ai biết. Tôi không bao giờ gặp lại chị một lần nào nữa. ./.

Thái NC

Tranh Khánh Trường

TN

NGỌC DUY

CHƯA BAO GIỜ BUỒN THẾ

Nhà văn Vũ Trọng Phụng khi mô tả một nhân vật trong cuốn tiểu thuyết của mình đã viết một câu "để đời": "*Chị Doãn là một người đàn bà có cái nhan sắc của một người đàn ông không đẹp trai*". Một người đàn bà mà có "nhan sắc" của một người đàn ông thì đã là một điều thiệt thòi ghê gớm rồi, đằng này người đàn ông đó còn không đẹp trai nữa thì nhan sắc của chị Doãn chắc thuộc loại ma chê quỷ hờn! Nhưng thế nào là một người đàn ông không đẹp trai? Lấy quan điểm nào để đánh giá, để thẩm định vì mỗi người có một quan niệm thẩm mỹ khác nhau. Nhưng chắc chắn một điều nếu bạn gặp Định, nhân vật chính trong câu chuyện mà tôi sắp kể, thì bạn sẽ vỗ đùi một cái đét, vì đã tìm ra "dung nhan mùa hạ" của chị Doãn qua gương mặt anh.

Tôi không có khiếu quan sát, vì vậy nếu bạn bắt tôi làm một bài văn tả người để mô tả tướng tá và dung nhan của Định thì thiệt làm khó nhau quá! Nhưng tính tôi thuộc loại cả nể, tôi sẽ phác họa một vài nét cơ bản để bạn "nắm". Dù sao tôi cũng xin thưa trước là từ hồi nào đến giờ tôi vẫn quan niệm đánh giá một con người qua vóc dáng bề ngoài là một sai lầm nghiêm trọng. Con người ta sinh ra trên đời này, có nhiều cái không được quyền chọn lựa, chẳng hạn như cha mẹ anh chị em, và cái gần gũi nhất là hình hài mặt mũi. Có ai mà không muốn mình đẻ ra có cái mũi dọc dừa, môi trái tim, cằm chẻ, mắt bồ câu mơ huyền? Nhưng thôi, miễn là bạn hiểu rằng đối với tôi việc đẹp xấu không thành vấn đề thì tôi mới khỏi áy náy khi đề cập đến Định.

Định không cao lắm, chỉ nhỉnh hơn chiều cao trung bình của người Việt mình chút xíu, khoảng một thước năm tám, năm chín là cùng. Nhưng đôi vai rộng làm cho tôi có cảm giác Định lùn hơn một chút. Định bị rỗ từ hồi còn nhỏ, không nặng lắm, nhưng cũng để lại trên gương mặt chằng chịt "những hố bom". Khi nhìn ai nét thu hút đầu tiên có lẽ là cặp mắt, vì đôi mắt là cửa sổ của tâm hồn mà. Nhưng với Định thì không vậy, cặp mắt của anh ti tí như một cọng chỉ, nằm khiêm tốn hai bên cái mũi to bằng trái cà tím bên nhà. Cũng vì cặp mắt ti hí này của Định mà tui rất lấy làm nghi ngờ câu *Những người ti hí mắt lươn Trai thời trộm cướp gái buôn chồng người* của ông bà mình. Trong suốt bao năm trời quen biết, tôi chưa hề thấy Định có hành động nào không lương thiện, dù là trong ý nghĩ.

Tôi quen Định trong một dịp tình cờ. Hôm ấy ra lớp trễ, vì phải vội vã đi rước thằng con lớn tan trường nên bỏ quên cuốn sách trong lớp. Về tới nhà khám phá ra mất sách, tôi phóng xe trở vô trường, trong đầu đã thầm nghĩ, cuốn sách chắc đã ra đi không hẹn ngày về. Một quyển sách giáo khoa, mua lại cuốn xài rồi, cũng tốn vài ba chục. Ở vào thời buổi gạo châu củi quế này, sống bằng tiền trợ cấp chính phủ như gia đình tôi, ba bốn chục cũng là một món chi tiêu đáng kể. Tôi hớt ha hớt hải chạy vào trong lớp học, nhưng chỉ thấy bàn ghế trống trơn. Miệng định văng tục một câu chửi thề, nhưng chân lại bước ra khỏi lớp rẽ về hướng văn phòng nơi có cái bảng *Lost and Found* với hy vọng mong manh. Định chặn tôi ngay cửa lớp, nhìn thấy nét mặt như bị mất sổ gạo của tôi, Định chắc đã đoán được chính tôi là khổ chủ, bèn cất tiếng:

- Anh để quên cuốn sách ở trong lớp, phải không?

Tôi mừng như gặp lại cố tri, reo lên:

- Đúng rồi, quyển Calculus cái bìa màu vàng.

Định lôi quyển sách từ cái túi đeo trên lưng, vừa đưa cho tôi vừa giải thích:

- Tôi thấy cái tên Việt Nam viết ở trang bìa. Định ngày mai giờ này trở lại kiếm người bỏ quên để trả lại. Thôi tiện đây đưa luôn cho anh.

Tôi cười tươi như hoa:

- Cám ơn anh. Ngày mai có *homework* để nộp nên mới quýnh quáng chạy vô trường kiếm liền. Anh tên gì vậy? Tôi tên Thân, chắc anh đã thấy trên bìa cuốn sách rồi. Anh còn lớp gì không? Vô cafeteria làm ly cà phê cho vui nha.

Định gật đầu cười. Vừa uống cà phê tụi tôi vừa cà kê dê ngỗng kể chuyện đời tư cho nhau nghe. Định lúc đó ba mươi hai, đến Mỹ được bốn năm, đã học xong bằng technician hai năm và hiện vừa đi học vừa lấy bằng kỹ sư. Tôi ngạc nhiên:

- Sao siêng vậy? Đi làm tám tiếng bận tối tăm mặt mũi mà còn trở về trường học tiếp được à?

- Tại cũng rảnh quá. Bốn giờ rưỡi tan sở, làm gì cho hết buổi chiều. Anh tính, vợ con chưa có, người thân duy nhất là bà mẹ thì còn kẹt lại bên nhà. Đi học vừa giết thì giờ vừa có công việc làm bận bịu đỡ thấy ngày tháng trống rỗng.

Tôi giương mắt ngó, thán phục:

- Tui mà học xong cái bằng technician và kiếm được việc làm là đã thấy mãn nguyện lắm rồi. Có vài lớp ghi danh cho đã tới gần cuối năm là phải bỏ, học cực bỏ mẹ! Chắc tại mình thuộc loại con nhà lao động chân lấm tay bùn, giờ rớ tới chữ nghĩa coi bộ nhọc nhằn còn hơn bắt lạc đà chui qua lỗ kim.

Định cười hềnh hệch, nụ cười làm cặp mắt anh càng híp lại và hàm răng nhô ra mọc lồi lõm mất trật tự:

- Mấy lớp anh đang học chắc tôi có lấy qua. Để tôi xem lại coi có nhớ gì không, nếu cần gì cho tôi biết, nhớ tới đâu thì tui nói tới đó. Mà nói trước là cũng tùy lớp, có mấy lớp tui cũng chỉ học đủ để đi thi lấy test, đâu có hiểu thấu đáo để đi giảng cho người khác.

Tôi chồm lên mừng rỡ nắm lấy tay Định cám ơn rối rít. Dù Định có dở cách nào đi chăng nữa, và dù Định có quên bài vở tới đâu đi chăng nữa thì chắc cũng hơn cái trí óc vô cùng mê muội của tôi. Chúng tôi cho nhau địa chỉ, số phone nhà rồi chia tay. Trên đường về tôi cứ mơ mộng, biết đâu với sự giúp đỡ của Định, con đường học vấn của tôi sẽ đỡ chông gai hơn, và tôi sẽ bước đi những bước dài, như được mang hia bảy dặm.

Vài ba tháng sau thì tôi với Định trở thành một đôi bạn, thân thiết như đã quen nhau từ thuở thiếu thời. Bỏ qua cái bề ngoài không mấy hấp dẫn và có thể gây ác cảm cho người đối diện, thì Định quả là một người hoàn toàn. Anh ăn nói chừng mực, không cờ bạc rượu chè, và nhất là không bao giờ văng tục chửi thề dù là nói chuyện riêng với tôi hay giữa đám đàn ông đầu trâu mặt ngựa. Điều này làm cho vợ tôi rất là ngưỡng mộ. Định có đầy đủ những đức tính mà một người vợ mong chờ ở người chồng tương lai của mình. Vợ tôi bây giờ trong cuốn tự điển của nàng có thêm ba chữ: "như anh Định"! Hễ tôi làm điều gì phật ý nàng thì nàng đều lôi Định ra làm gương để tôi noi theo. Lắm lúc tui cũng làm bộ ghen tương:

- Cũng may Định là do anh dẫn về, chứ nếu mà nó quen biết em trước chắc có bữa anh... xin nó chút huyết.

Vợ tôi nguýt tôi một cái dài từ Sài Gòn ra Huế:

- Ăn với nói nghe du thủ du thực gì đâu! "Như anh Định" chớ hề mà nghe ảnh dùng mấy danh từ đâm chém như anh vậy.

Tôi nói trong bụng: "Sao không giỏi lấy ảnh đi, hở một chút là đem người ta ra so sánh làm cho người ta thêm mặc cảm". Ngoài những đức tính mẫu mực như vậy, Định còn rất nhiều tài vặt. Ngồi nghe Định đánh guitar classic lúc nửa đêm về sáng, người có lỗ tai cây như tôi cũng cảm thấy thổn thức vì tiếng đàn réo rắt rền rĩ như mang một tâm sự u uất nào đó. Lúc Định chuyển sang loại nhạc modern và cất giọng thì đúng là một giọng hát nhà nghề, nghe không thua gì Sĩ Phú hay Duy Trác. Một con người tài hoa như vậy, tốt tánh như vậy, có nhiều bạn hữu như vậy mà lại rất cô đơn về mặt tình cảm. Vợ tôi nhận xét:

- Tội nghiệp anh Định. Phải chi ảnh dễ coi một chút thì chắc đã có khối nàng chết mê chết mệt. Với lại đàn bà con gái thời nay... ngu lắm, yêu ai cứ lựa cái mã bề ngoài, thằng nào có bộ vó coi đặng một chút, hơi đểu đểu càng tốt, thì lũ con gái bu vào như thiêu thân. Chứ thật thà như anh Định, tốt tánh như ảnh vậy rồi sẽ chết héo mà thôi! Em mà có em gái là em mai mối cho ảnh liền. Đứa nào mà lấy được ảnh, chắc kiếp trước phải tu mấy chục đời!

Đừng có nghe vợ tôi chê bai đàn bà... ngu ngốc mà tưởng bở hùa vô phụ họa với nàng là mang họa. Nàng muốn nói gì thì nói, bổn phận của tôi là chỉ biết gật đầu, lỡ dại tán hươu tán vượn theo ý nàng thế nào cũng bị nàng sỉ vả là cái đồ không có chính kiến, là cái đồ... vuốt đuôi đàn bà! (Đàn bà có đuôi hồi nào mà tôi không biết vậy cà?)

Định có mặc cảm tự ti về bề ngoài của mình nên đã ngoài ba mươi mà không bao giờ tôi thấy Định đề cập tới một người bạn gái nào cả. Có lần cao hứng, Định kể chuyện hồi học trung học, anh có làm mấy bài thơ tình gửi cho cô hàng xóm, cái kiểu *Giá không có giậu mồng tơi Thế nào tôi cũng qua chơi thăm nàng.* Tôi háo hức hỏi dồn:

- Lúc đó Định học lớp mấy? Con nhỏ đó có đẹp không? Rồi kết quả ra sao?

Định cười héo hắt, yên phận:

- Lúc đó tôi học lớp mười. Con nhỏ đẹp mê hồn anh ơi! Mà điều dân Bắc kỳ nên chua ngoa ghê lắm. Cặp mắt nó sắc như dao. Tôi nhớ như in lúc nó ném trả mấy bài thơ tôi đã nắn nót chép ra giấy suốt mấy ngày mấy đêm bằng mực tím, cái môi của nó cong lên, thấy mà nhớ tới bây giờ luôn: *"Cái thứ đĩa mà đòi đeo chân hạc, đũa mốc mà đòi mâm son!".* Từ sau vụ đó tôi cạch luôn, chẳng còn dám mơ mộng tơ tưởng ba cái chuyện đó nữa. Nói anh đừng cười, tôi bệnh cả tháng sau vụ đó làm bà già chạy thuốc bắc thuốc tây đủ hết. Yêu một chiều mà còn bị vật lên vật xuống như vậy, huống hồ... Bởi vậy sau này thấy người ta tự tử vì tình tôi cũng thông cảm lắm lắm!

Tôi cười an ủi:

- Đâu phải đứa con gái nào cũng vậy! Thua keo này ta bày keo khác. Trước khi lấy vợ tui cũng có mấy mối tình lẻ tẻ, cũng có những lần bị bồ đá ê ẩm! Tình trường mà, gian nguy và đổ máu đâu có thua gì... chiến trường! Sao Định không kiếm đối tượng khác, không lẽ đeo đẳng hình bóng con nhỏ chằn ăn gấu ngựa đó hoài sao?

Định lắc đầu:

- Tôi có linh tính chớ, nhưng mà cũng quen rồi anh ơi! Tướng tá như tôi, mặt mũi như tôi, chắc ở giá nuôi mẹ già cho tròn chữ hiếu quá! Ai mà mê cho nổi!

Tôi cố gắng thuyết phục:

- Đồng ý là bề ngoài cũng quan trọng, nhưng chủ yếu là tánh tình và tâm hồn kìa. Định đâu có đui què sứt mẻ gì mà coi bộ bi quan quá đáng vậy! Có đui là mấy đứa con gái độc thân ở quanh đây kìa. Một tấm chồng gương mẫu sờ sờ ra trước mắt mà không thấy. Nhưng lo gì Định ơi, có một ngày nào đó tụi nó cũng banh con mắt toét ra, lúc đó sợ Định phân vân lựa không kịp nữa đó!

Lâu quá mới có dịp ngồi nói xấu đàn bà con gái một cách thoải mái, tôi thấy sướng miệng gì đâu! Vợ tôi đang dỗ đứa con gái út ngủ trong phòng, có nàng ở đây, có mọc nanh tôi cũng không dám phát biểu bừa bãi như vậy. Vợ tôi đã có lần nhận xét là đàn ông chỉ giỏi... nói xấu sau lưng đàn bà, chứ ba mặt một lời thì ông nào ông nấy cứ ngồi im thin thít. Từ hồi lấy vợ tới giờ tôi mới khám phá ra là mình có một đức tính tuyệt vời là rất giỏi... nhịn. "Tránh vợ hổng xấu mặt nào", hơn thua với vợ ba cái lẻ tẻ mà chi, đàn ông đâu có huỡn mà để ý ba cái chuyện vặt vãnh như vậy, phải không bạn?

Định nhấp một hớp nước, cười:

- Phân vân lựa không kịp? Anh làm như ra chợ lựa cá không bằng! Hồi nhỏ lúc mới lớn tôi cũng mặc cảm về bề ngoài của mình lắm. Nhưng thét rồi quen! Con nít xứ mình hễ ai có dung mạo khác thường là cứ ngó chăm bẳm làm như người từ hành tinh khác lạc xuống vậy. Còn nếu độc ác hơn thì đem những tật của người khác ra làm trò cười Tôi nhớ có đứa đã chỉ vô cái mặt rỗ của tôi rồi giả bộ ngây thơ hỏi: "Sao lỗ ở đâu lòi ra nhiều vậy?". Đúng là *một lời làm tan nát lòng nhau*. Anh có biết hồi nhỏ ngoài cái tên ông bà già đặt, ở trường tôi còn có một cái tên khác là Lê Quốc Tùng, nghe lịch sự lịch sàng lắm, nhưng đọc lái lại là Lùn Quốc Tế! Có đứa còn khuyên tôi mỗi lần muốn cắt móng tay móng chân chỉ việc ra đường rầy xe lửa nằm duỗi thẳng chân tay đợi chuyến xe nào đi ngang là bảo đảm bàn tay bàn chân được cắt móng sạch sẽ. Có thằng độc ác hơn, khuyên tôi nên ở vậy cho... tuyệt mẹ cái giống lùn! Nghe não nề quá phải không anh? Giờ ngồi nhớ lại, tôi chỉ thấy vui vui chứ không hờn giận gì cả, vậy mà ngày xưa nghe tụi nó nói vậy là chạy về nhà khóc ba bốn bữa mới nguôi ngoai.

Vợ tôi đang ở trong phòng, nghe tiếng nói chuyện rầm rì ngoài phòng khách, mở cửa bước ra, chiếc áo ngủ khoác vội với đầu tóc rối bù như tổ quạ nhìn thoáng qua như một con mẹ khùng. Nàng lầu bầu:

- Mấy giờ rồi mà còn chong đèn ngồi đó nói chuyện phone vậy?

Chợt nom thấy Định, nàng đổi ngay nét mặt và chuyển tông nghe thật là lịch sự:

- Ủa, anh Định hả? Anh qua chơi hồi nào vậy?

Đàn bà có khác! Ở nhà thì quần áo bê bối, tóc tai luộm thuộm, nhưng hễ bước ra đường là tươm tất như đi... trình diễn thời trang! Có lần tôi so bì sao ở nhà em không chịu sửa soạn gì hết, ăn bận như một con ăn mày, mà hễ ra đường là son phấn chưng diện. Chắc ở nhà chỉ có mình tôi ngó thấy nàng, mà nàng thì chỉ thích chưng diện cho... bá tánh, đâu thèm đoái hoài gì đến tôi chi cho mệt. Nàng trả lời tỉnh bơ: "Tại với anh "quen" rồi, son phấn làm chi cho mất thì giờ. Ra ngoài đường có những con mắt trần gian nhìn vào, em phải để ý tới bề ngoài một chút chứ! Với lại anh nên nhớ em trang điểm chưng diện này nọ là trang điểm chưng diện cho ... , bây giờ ra đường người ta gọi em là chị Thân, chứ có ai còn nhớ tới tên cúng cơm của em là gì đâu! Ở Việt Nam chỉ mất có cái tên, qua đây cả cái họ của cha mẹ đặt cũng phải đổi theo họ chồng! Vậy mà cứ mở miệng ra là nói đàn bà ở Mỹ là số một! Láo toét!"

Thấy vợ tôi bước ra, Định nhìn đồng hồ rồi đứng lên cáo từ:

- Chết, khuya quá rồi, để anh chị đi nghỉ. Tôi vô ý quá!

Vợ tôi quay vô phòng, nói vọng ra:

- Anh Định ở chơi, về chi sớm vậy? Để tôi pha cà phê cho anh với anh Thân uống, ngày mai thứ bảy mà, đâu có đi làm!

Năm phút sau vợ tôi bưng hai ly cà phê phin đặt trên bàn rồi ngồi xuống bên cạnh tôi, hỏi chuyện:

- Mấy anh đang nói chuyện gì vậy, cho tui nghe ké được không?

Định đưa mắt ngó tôi thầm nhắc chuyển đề tài đi, nhưng tôi làm bộ không thấy gì, ngây thơ thố lộ:

- Có gì đâu! Chuyện bồ bịch trai gái đó mà. Gì chớ ba chuyện này anh hỏi vợ tui là đúng người nhứt! Bữa nào anh giới thiệu em phụ trách mục "Gỡ Rối Tơ Lòng" cho mấy tờ báo biếu ở đây để kiếm thêm tiền mua tã cho con.

Vợ tôi ngó tôi bằng nửa con mắt:

- Anh chỉ giỏi nói xấu vợ con. Ờ mà anh Định thấy đàn bà con gái ở bên đây "khó ăn" quá thì về Việt Nam cưới vợ đi. Ở bển con gái nhiều như rắc, lại nết na thùy mị, không có cái kiểu tóc tai dựng ngược xịt mấy chục chai keo với nhuộm đủ màu như... chổi lông gà nhìn bắt gớm. Tui nghe nói bây giờ có nhiều người về Việt Nam lấy vợ lắm nghen.

Tôi la lên:

- Hết chuyện rồi sao mà em đi quảng cáo du lịch Việt Nam không công vậy?

Nàng lườm tôi:

- Về Việt Nam du lịch cũng năm bảy loại người! Mình có về bển hợp tác làm ăn với Việt Cộng đâu mà sợ! Anh Định về lo chuyện tình cảm thì phải khác chớ.

Định thấy tình hình có vẻ găng, liền xen vào:

- Chỉ có một con vợ mà lặn lội lên đèo xuống bể coi bộ khổ sở quá vậy trời! Lấy vợ ở bển qua, họ không hiểu được đời sống thực tế bên đây, cứ nghĩ xứ này là xứ hái ra tiền, thành ra dễ đổ vỡ.

Vợ tôi cố vớt vát:

- Tôi chỉ đưa ý kiến vậy thôi. Nếu không về Việt Nam thì kiếm con nhỏ nào mới đi đoàn tụ sang, không có nhiều nhu cầu, dễ dụ hơn!

Tôi lắc đầu:

- Em nghĩ vậy là lầm chết, mấy đứa mới sang, ăn diện và chơi bời còn hơn cả mấy đứa bên này. Con gái lớn lên bên đây đa số đều đi học hoặc đi làm, còn mấy đứa mới sang, vì nghĩ là mình sẽ sang Mỹ, nên cả một thời gian dài chờ đợi bên đó đa số tụi nó chỉ xách đít cà nhỏng đi ăn chơi ...

Định cười thân mật:

- Cũng còn tùy duyên số nữa. Phải chi hồi nhỏ ông già trong lúc trà dư tửu hậu hứa hôn trước thì bây giờ mình đâu phải bận tâm nữa. Mình bỏ qua giai đoạn yêu đương, lập đại gia đình cho nó khỏe!

Tối đó hai vợ chồng tôi nằm trằn trọc, lo nghĩ đến chuyện vợ con của Định, như kiếm dâu cho thằng con trai lớn. Vợ tôi chép miệng:

- Ông trời ngẫm nghĩ cũng bất công quá! Một con người tốt tánh như vậy, chỉ có cái dáng bề ngoài hổng đẹp trai cho lắm mà bị ế thiu ế chảy.

Tôi kéo cái mền trùm ngang ngực, ngáp đến chảy cả nước mắt:

- Giày dép còn có số nữa, huống gì là con người! Chắc Định cũng quen rồi! Cầu trời cho nó tìm được một chỗ nào đó để trao gửi "tấm thân ngà ngọc".

Vợ tôi lấy chân khèo ngang hông, đạp nhẹ tôi một cái dằn mặt:

- Anh chỉ giỏi nói giỡn, chọc ghẹo người ta! Ăn nói hiền lành một chút để đức lại cho con gái!

Rồi ngày qua tháng qua. Định chuyển trường lên đại học, và đổi sang làm ca tối. Tôi trầy trật mỗi khóa mới vật lộn được đôi ba lớp, lẹt đẹt không biết chừng nào mới xênh xang mũ áo ra trường, dù là trường đại học cộng đồng, lấy le với bà con cô bác. Thêm cái vốn tiếng Anh "ăn-đong" của mình, nghĩ tới lúc tốt nghiệp xong đi phỏng vấn kiếm việc làm là tui đã thấy... *một chưn trời tím ngắt*! Tuy vậy cuối tuần Định vẫn đến nhà chỉ vẽ bài vở cho tôi, nhưng phần lớn là ngồi nhậu lai rai, tán dóc, hay nghe Định đàn. Vợ chồng tôi thỏa thuận không đá động gì đến chuyện vợ con của Định nữa, sợ làm Định mặc cảm thêm.

Một buổi tối, đánh răng súc miệng xong, tôi bước vào phòng với tay lấy tờ tạp chí để trên kệ định đọc trước khi ngủ thì nghe tiếng phone reo và giọng Định ở đầu dây bên kia nghe hớn hở như đón mẹ về chợ:

- Anh Thân hả? Ngủ chưa? Nói chuyện một lát được không?

- Chuyện gì mà nghe giọng Định trẻ đi vài chục tuổi vậy?

- Ngày mai Chúa nhựt anh chị có bận đi đâu không? Tôi có chuyện vui muốn *surprise* anh chị. Thôi mai gặp nha, mười giờ tôi qua.

Nói xong Định cúp máy làm tôi ngẩn ngơ hụt hẫng! Khi không gọi phone lại nói lấp la lấp lửng như vậy rồi cúp máy. Nếu tôi kể cho vợ tôi nghe chắc nàng sẽ mất ngủ suốt đêm vì ấm ức.

Mà Định làm tôi ngạc nhiên thiệt. Hôm sau Định dẫn lại nhà tôi một người bạn gái, trân trọng giới thiệu:

- Thủy, cô bạn tôi mới quen tuần rồi.

Cả hai vợ chồng tôi đều há hốc mồm, banh con mắt toét ra chiêm ngưỡng Thủy từ mắt cá chân đến đầu ngọn tóc. Tôi nghĩ ngày xưa mấy bà già chồng Bắc Kỳ coi mắt con dâu có xét nét kỹ lưỡng soi mói tới đâu chắc chỉ cỡ hai vợ chồng tôi là cùng. Thủy không đến nước "nghiêng thùng đổ gánh", nhưng thuộc loại dễ coi, cộng với làn da trắng trẻo dễ gây cảm tình với người đối diện. Thủy gật đầu chào vợ chồng tôi làm quen:

- Anh Định nhất định dẫn em lại giới thiệu với vợ chồng anh chị. Em nói để dịp khác, và nhất là phải hỏi ý anh chị trước, mà ảnh một hai kéo em đi, nói là để anh chị *surprise*.

Tôi còn chưa hết ngỡ ngàng thì vợ tôi đã nhanh miệng đáp lời, giọng nàng nghe thân tình như đã quen biết Thủy từ muôn kiếp nào rồi:

- Có gì đâu! Trước lạ sau quen mà. Anh Thân với anh Định thân nhau như hai anh em vậy. Không dẫn qua giới thiệu mai mốt đụng mặt ngoài đường không biết người quen rủi có gây lộn gây lạo thì kỳ chết!

Định quay sang Thủy:

- Em thấy anh nói có đúng không? Vợ chồng anh Thân vui vẻ lắm. Anh cũng như người nhà của ảnh chỉ vậy.

Tới lúc này tôi mới lên tiếng:

- Vô nhà tôi kiếm chỗ ngồi đi chớ. Bộ nhà tui ghế gãy chưn hết rồi sao mà quý vị cứ đứng lóng ngóng ngoài cửa vậy?

Lợi dụng lúc vợ tôi và Thủy cùng vô nhà bếp pha nước, tôi lôi Định ra trước cửa, hỏi:

- Ở đâu mà "câu" được coi bộ mướt mắt quá vậy? Lẫm đẫm mà cũng ghê ta. Tưởng cha hiền, có dè đâu ...

- Thì tôi cũng hiền queo chứ có ăn thịt ăn cá ai đâu nè?

- Đợi tới ông ăn thì còn gì nói nữa!

Buổi chiều chở Thủy về nhà xong, Định mới quay lại nhà tôi, tường thuật lại chuyện quen biết với Thủy cho hai vợ chồng tôi nghe. Bằng một giọng hân hoan, cộng thêm với cặp mắt ti hí nhìn xa vắng, làm như câu chuyện đã xảy ra từ... thế kỷ trước, Định hân hoan kể:

- Hôm thứ sáu tuần rồi tôi lại nhà đứa bạn quen dự sinh nhựt con nó, thằng Dũng làm ở Semi-Conductor đó, nó học ra trường trước tôi một năm. Anh chị biết mà, tôi rất ngại đi dự tiệc tùng, nhưng vì quen biết quá nên đành phải bấm bụng đi. Tới nơi trễ cả tiếng đồng hồ, tui đi vào ngõ garage cho người ta khỏi để ý. Ăn tiệc xong, tới màn trình diễn văn nghệ bỏ túi. Thằng Dũng nhứt định kêu tôi lên hát. Cực chẳng đã, tui phải cầm đàn lên làm bậy một bản cho xong. Tôi vừa đàn vừa ca bài *Hương Xưa* của *Cung Tiến*. Lúc tui ca xong người ta vỗ tay khen dữ lắm, nhưng tui cũng nghe có người cằn nhằn: "Ca gì nghe rên rỉ thấy mà ghê, mà hổng hiểu gì hết trơn. Có ai thuộc bài *Đồi Thông Hai Mộ* không, hát giúp vui coi". Có tiếng la lên: "Mồ mả mà giúp vui gì bà! Sinh nhựt mà lựa bài chết chóc nghe ghê quá!". Vừa lúc đó Thủy đứng sau lưng tôi, nói nhỏ: "Cám ơn anh. Bài hát này Thủy thích từ hồi còn đi học, hồi đó nghe Lệ Thu ca, tưởng chỉ thích hợp với giọng nữ, ai dè giọng anh ca nghe cũng truyền cảm và ấm áp lắm, rất professional." Tôi cười khiêm tốn: "Duy Trác trước 75 cũng có thâu âm bài này." Thủy rụt rè: "Anh hát thêm một bài nữa được không, bài gì có câu *Lên xe tiễn em đi Chưa bao giờ buồn thế* đó?" Tôi buột miệng: "À, bài *Tiễn Em, thơ Cung Trầm Tưởng, Phạm Duy* phổ nhạc." Mắt Thủy long lanh: "Đúng rồi đó, anh nhớ cả tên tác giả nữa sao, sao hay vậy?" Sau hôm đó tụi tôi gọi phone nói chuyện với nhau đôi ba lần, và tôi mời nàng đi ăn tối. Thủy hợp với tôi nhiều thứ lắm, nàng thích nhạc mê thơ ghiền đọc sách ưa xi nê. Ngồi nói chuyện với Thủy tôi quên mất cái mặc cảm bề ngoài của mình. Hai đứa chuyện trò tương đắc như bạn cố tri vậy!

Vợ tôi thắc mắc:

- Cổ qua Mỹ lâu chưa? Có thân nhân gì ở đây không?

- Được gần ba năm rồi. Có người chị họ ở Minnesota. Thủy đang share phòng với người bạn ở đây để đi học ngành y tá điều dưỡng.

Tôi vui vẻ bắt tay Định:

- Chúc mừng ông nha! Như vậy là "thuyền có bến đỗ" rồi, không còn phải sợ "phất phơ giữa chợ biết vào tay ai" nữa.

Một tuần sau Định lại nhà báo cho vợ chồng tôi một tin động trời: Định và Thủy quyết định làm đám cưới! Tôi há hốc mồm, đứng chết đứng như Từ Hải:

- Sao lẹ vậy? Tính chừng nào? Càng ngày tui càng thấy ông "ngầu" ra đó nghen.

- Cuối tuần sau, anh. Tụi này chỉ mời hai bàn tiệc thôi, làm đơn giản vì ý Thủy muốn vậy. Tụi tôi cũng không có in thiệp nên chỉ mời miệng thôi anh.

Vợ tôi phải đứng dựa vào tường, chắc để khỏi phải té bật ngửa:

- Đám cưới đời người chỉ có một lần làm đơn giản như vậy coi sao đặng? Hồi đó tụi tôi làm bên Việt Nam thì đành chịu, chứ nếu ở bên đây phải có xe limousine rước dâu tui mới chịu đó nghen!

Định phân trần:

- Ý Thủy muốn làm đơn giản cho đỡ tốn kém. Anh Thân này, anh có bận gì không? Đi dạo một vòng coi đồ với tôi một chút.

- Thôi đi cha, đi sắm đồ cưới mà dắt tui theo. Có đui không vậy?

- Đi coi xe mà. Tôi muốn mua tặng Thủy một chiếc xe mới làm quà cưới!

Vợ tôi hai con mắt sáng rỡ:

- Chà, sang ác! Anh thấy chưa, hôm đám cưới tụi mình anh chỉ mua cho em cái nhẫn có năm phân, mỏng còn hơn... cọng cước câu cá!

Tôi cười hềnh hệch:

- Vậy mà anh cũng câu được em chớ bộ. Với lại chủ yếu là tấm lòng thôi. Anh cứ chắc mẻm một điều là lòng anh lúc nào cũng bao la như *tấm lòng của biển*.

- Cải lương vừa vừa vậy, tấm lòng của biển là người ta nói về tình mẹ con, ai lại nói đến tình vợ chồng!

Tôi quê quá nên chỉ biết ngồi cười trừ. Định ra cửa còn quay lại cẩn thận dặn:

- Về vụ tôi định mua xe mới, anh chị đừng nói với Thủy nha, để cho cổ ngạc nhiên.

Tôi nghĩ chắc Định chỉ nhắn nhe với vợ tôi thôi, còn tôi vốn nổi tiếng là người kín miệng, có cậy răng cũng không chịu mở. Vậy mà tối đó, trước cặp mắt thành khẩn của nàng, tôi cũng đành khai báo hết với nàng:

- Thằng Định coi lẫm đẫm vậy mà giàu hết chỗ chê. Nó mua cho con Thủy cặp nhẫn hột xoàn bự bằng hai trái táo! Rồi còn dây chuyền, bông tai, áo cưới thấy mà bắt ngộp. Đã vậy còn chiếc Toyota Celica đời mới nữa. Con Thủy đứng tên, thằng Định trả *cash* chớ không trả góp đâu!

Vợ tôi mơ màng:

- Thì em đã nói ai lấy được ảnh là phúc mấy mươi đời mà. Ngó qua ngó lại chỉ có mình anh là nghèo đến nỗi hổng có cái lá mồng tơi để rớt. Không nghĩ tới thì thôi, cứ mỗi lần nghĩ tới em càng tủi cho cái thân phận bọt bèo của em.

- Thôi đi em! Già chát sắp làm sui làm gia, sắp có cháu nội rồi còn ngồi đó nuối tiếc thời xuân xanh. Có giỏi thì đi thêm bước nữa đi! Mấy cha hồi xuân bên đây thiếu giống!

- Ngu sao bỏ anh để anh được tự do theo vợ bé! Em đâu có dễ bị lường gạt như vậy! Nghèo mà ham!

Tôi nhún vai:

- Nghèo mà không ham mới là chuyện lạ. À mà em biết không, tụi anh còn đi coi nhà nữa đó. Định nó nói đi trăng mật về rồi là dọn vô nhà mới ở luôn. Rồi còn sắm sửa ba cái đồ đạc trong nhà nữa. Tiền không là tiền. Thấy thằng Định sắm sửa mà phát ngán. Anh hỏi nó tiền ở đâu ra vậy, của ông bà già để lại hả? Nó nói đi làm để dành mấy năm nay, giờ cưới vợ không lấy ra xài thì đợi đến chừng nào!

AI nói đám cưới làm cho người ta già đi vì mệt mỏi và lo lắng, chứ đối với Định, tôi thấy Định trẻ hẳn ra. Định sắp xếp mọi chuyện ngăn nắp, thứ tự, có chương trình hẳn hoi. Đám cưới xong, hai vợ chồng sẽ đi hưởng tuần trăng mật ở Hawaii, sau đó về lại San Jose sẽ dọn vô nhà mới. Đồ đạc bàn ghế giường tủ mấy chỗ bán có chở tới Định nhờ tôi trông chừng giùm. Vợ mới, nhà mới, xe mới, ôi chao sao mà đầy đủ và hạnh phúc để bắt đầu một cuộc sống mới. Bây giờ thì hai vợ chồng tôi không còn than vãn thở dài trách móc trời xanh không có mắt nữa, trái lại còn ganh tị nữa là đàng khác. Như vậy chắc cũng bù đắp ba mươi mấy năm bị đời khinh rẻ. Thủy có vẻ được, tôi chưa tiếp xúc nhiều nên không biết rõ con người nàng, nhưng nếu nàng hợp tánh nết với Định chắc cũng không đến nỗi nào.

Bữa đám cưới, đúng như lời Định nói, chỉ có hai bàn tiệc. Cô dâu bận áo dài màu hoàng yến, đầu đội vương miện, dòm đơn giản mà sang trọng. Vợ tôi cứ ngó chăm bẳm vô cái nhẫn cưới để đoán xem nặng bao nhiêu ca-ra. Định xúng xính trong bộ tuxedo màu đen, dòm y như... tài tử Holywood! Lúc cô dâu chú rể đứng dậy chào quan khách và tuyên bố nhập tiệc, như một thủ tục nhàm chán, mọi người gõ vào ly bắt hai người hôn nhau. Định vòng tay qua ngang lưng Thủy, ôm hôn nàng một cách đắm đuối. Không biết đây là nụ hôn thứ mấy trong đời, nhưng chắc không phải nụ hôn đầu, vì dòm thấy Định biểu diễn thiện nghệ lắm.

Tiễn vợ chồng tôi ra trước cửa nhà hàng, Định thân ái bắt tay:

- Sáng mai hai đứa ra phi trường sớm. Mấy việc ở đây nhờ anh để mắt giùm. Bữa về thế nào cũng có quà Hawaii cho anh chị và mấy cháu.

Tôi siết tay Định:

- Đi chơi cho vui, rồi về đây bắt đầu kiếp sống "trâu ngựa" như tôi. "*Đêm nay mới thật là đêm Ai đem sáng lên trên vườn chè*" đó nghen.

Vợ tôi ngắt tôi một cái:

- Anh chắc chừng nào cụt lưỡi mới bỏ được cái tật nham nhở.

Định và Thủy cùng cười.

Vì phải ghé nhà người bạn đón hai đứa nhỏ nên mãi đến gần 11 giờ khuya tụi tôi mới về tới nhà. Đang đứng ở cửa mở khóa, nghe tiếng phone reo trong nhà giục giã như cấp cứu, vợ tôi bực mình, gắt:

- Ai mà nửa đêm nửa hôm rồi còn gọi phone lại vậy hổng biết nữa!

Tôi phóng vô bếp, chụp cái điện thoại, thở hổn hển:

- Allo?

Tiếng Định bên đầu dây bên kia:

- Anh Thân hả? Tới *Holiday Inn* được không? Tôi chờ anh ở dưới *lobby*.

- Có chuyện gì vậy?

- Anh tới liền nha. Đi freeway cho nhanh. Tôi đợi!

Nói rồi Định cúp phone. Tôi cầm xâu chìa khóa, phóng như bay ra cửa, không quên giải thích với vợ:

- Anh lại chỗ khách sạn của vợ chồng Định, chắc có gì không ổn.

Định đón tôi ở ngay ngoài cửa khách sạn, mặt chảy dài như cha chết mẹ chết. Tôi chưa kịp hỏi thì Định đã đưa tôi một mảnh giấy, miệng thều thào:

- Thủy bỏ đi rồi anh ơi. Cổ có chồng con rồi!

Tôi nghiêng tờ giấy về phía có ánh đèn, lẩm nhẩm đọc: "Anh Định. Cảm ơn anh về mấy món quà cưới và chiếc xe. Tôi đã có gia đình! Mong anh hiểu cho sự ra đi đường đột này. Hy vọng anh sẽ gặp được người xứng đáng hơn tôi. Thủy.

Bức thư tuyệt tình chỉ có vậy. Ngắn ngủi đến độ tàn nhẫn! Định đứng tựa vào xe tôi, hai tay ôm đầu, mặt mũi nhợt nhạt. Thốt nhiên tôi nhớ tới bài hát mà hình như lần đầu gặp nhau Thủy có yêu cầu Định hát cho nàng nghe: "*Lên xe tiễn em đi Chưa bao giờ buồn thế* ..." Có lẽ trong suốt cuộc đời của Định, hôm nay đúng là "chưa bao giờ buồn thế" thật ...

Ngọc Duy

tranh Khánh Trường

T

LÊ MINH HIỀN

CẦU MƠ ĐỔ NHỊP

(Nhớ Sư phụ Bùi Giáng)

tàn canh nấc nuối chiêm bao
địa đàng mộng mị sương mờ hiên Tây
giã từ cố quận thành mây
xanh xao ngôn ngữ thơ gầy tương tư

cồn loang loáng quạnh sa mù
mưa mây tạnh vội sầu đâu lại sầu
ngoảnh hồn từ phố hư hao
cầu mơ đổ nhịp lối nào thu nguyên

mùa lá rụng vàng công viên
quay xe khuất dạng dáng huyền tăm mây
mùa xưa ly biệt trùng khơi
Hoàng Lan tàn cuộc vướng mùi trinh hoang

đêm qua đứt khúc miên trường
người con gái ấy nụ nường liêu trai
đêm nghê thường nhớ khôn hoài
chút duyên để gió cuốn đi về ngàn

chuyện tình cuối chưa hoàn hồn
cõi ta cô quạnh mưa nguồn xuống khe
mai về tinh thể u mê
tràng giang gợn sóng còn nghe ngậm ngùi ■

(10:31 tối)
Stanton, California, Apr. 11th - June 10th, 2025

** địa đàng, hay khu vườn Eden: nơi chốn nương thân của Adam-Eva, cặp tình nhân đầu tiên của loài người (Kinh Thánh)*
*** khổ kết lấy ý từ hai câu thơ: Anh về tinh thể đa mang/Để dành khe chị trên tràng giang trôi [trong một bài thơ của Sư phụ Bùi Giáng, tác giả (Lê Minh Hiền) từng có duyên đọc trên một tạp chí 50 năm trước, không tìm thấy khi search trên Google!]*

BẢO GIANG

BẾN XƯA

Nhớ hôm xưa khi mùa Xuân tới,
Bên nồi bánh mẹ gọi đàn con,
Cùng thức dậy đón chào năm mới.
Nét hân hoan rạng rỡ muôn nhà.

Này áo mới đón chào xuân đến,
Đây tiếng cười trìu mến bên hoa.
Em vui tươi, dưới làn nắng mới,
Con hát vang, vui múa giữa nhà.

Rồi từng người nắm tay chung bước,
Trong tiếng ca vang lở đất trời.
Mẹ nâng ly đón mời xuân tới,
Chị hân hoan áo mới trên tay.

Kìa chiến tranh sẽ là dĩ vãng.
Hai mươi năm nước mắt đã qua.
Nay Xuân về như hoa hẹn ước,
Trong hân hoan đất nước thanh bình.

*

Có ai ngờ ngày đi mau quá,
Nắng chưa về xuân đã đi qua.
Kìa người mẹ vào ra thơ thẩn,
Đây nàng dâu thao thức đêm dài.

Mong nắng lên cho ngày mới đến,
Người sẽ về trên bến năm xưa?
Làng quê ta không mưa đạn pháo,
Nơi chiến trường tiếng hát vang xa.

Nhớ hôm nào nắng mùa xuân đến,
Vợ bên chồng đôi bóng đan tay.
Nàng ước rằng chiến tranh sẽ hết,
Anh trở về với tiếng ca vang.

Đường quê ta mai ngày nắng dậy,
Cho người người tay nắm lấy tay.
Từ thôn làng tiến ra thành phố,
Chẳng nơi nào tiếng pháo không vang.

Kìa đình làng vui trong tiếng trống,
Đây sân chùa nhịp kẻng ngân vang.
Mùa xuân ơi chiến tranh đã hết,
Người bên người cất tiếng hoan ca.

Ngày mai ơi hương tràn, gió mát,
Đất nước ta thơm ngát tình người... ■

LÊ HỮU MINH TOÁN

Vô Âm

Không là nắng
Chẳng phải mưa
Chỉ là
im ỉm cho vừa vặn đau
Chỉ là
gió chướng qua cầu
Oằn vai gánh nặng vực sầu ảo hư

Sao không buông bỏ cơn mơ
Chỉ là diệu ảo
chỉ vờ vịt đêm
Chỉ là
dư ảnh vô hình
Mà còn nuôi mộng rước tình viễn phương

Tình tang,
Ôi! Khúc tình tang
Cung đàn loạn nhịp
điệu đàn
Vô
Âm !...... ■

CÁI TRỌNG TY

MẮT BÃO

Khởi duyên từ cội vô thường
Em duyên hạt bụi thiên phương dặm đường
Nòi tình một đóa hồng dương
Tiếng mơ hồ gọi vô phương kiếp người

Buổi thế gian lạnh tiếng cười
Thân tôi ở trọ đười ươi cố cùng
Em đi xa khuất hoài dung
Tìm em khắp chốn trên vùng dốc mơ

Cội nguồn Âu Lạc đôi bờ
Mà trần gian lại cuộc cờ phế nhân
Vườn thu âm lạnh căn phần
Mà tình thôi nhé lần khân kiếp nào

Từ em mắt bão vườn sao
Xuống nhân gian lại lạc vào cõi thơ
Cõi tình cõi tội còn mơ
Đường xa em đã bụi mờ bóng tôi ■

DONRY NGUYỄN

VỀ GÒ TRE THĂM LẠI VƯỜN XƯA

- tặng trăng nhỏ.

Và khi em về vườn đã hoang vu,
Cánh cổng buồn thiu khép hờ vệt nắng.
Cố mím đôi môi ngăn dòng lệ mặn,
Lối nhỏ quanh nhà xanh thẫm rong rêu.

Và khi em về mái lệch, tường xiêu,
Lớp ngói âm dương phủ màu sương xám.
Một chiếc mo cau rụng bên thềm giếng,
Con chim giật mình vụt cánh bay lên...

Và khi em về chân bước nhẹ tênh,
Không dám run tay chạm vào kỷ niệm.
Bông dại bên hè, trổ hoa tim tím
Quanh cội tre già lá rụng lao xao...

Và khi em về trời vẫn xanh cao
Chỉ có thời gian nhuốm màu mái tóc.
Ngồi tựa thềm xưa em nhìn quanh quất,
Tìm tuổi thơ ngây, lạc mất phương nào!... ■

ĐOÀN HẠNH

ĐÊM CẠN

Đêm trôi trời buông gió
Đêm cạn tiếng thở dài
Mưa buồn đêm hiu hắt
Từng giọt sầu qua đây

Em đi những vết hằn
Ngày loang bóng Hạc bay
Hứng giọt buồn trên tay
Bờ mi cong guộc gầy

Áo em phai màu nhớ
Tóc đã phủ màu sương
Thời gian đâu còn nữa
Ngày xa lũ rêu buồn

Đời trôi mãi dòng sông
Chảy về nơi vô tận
Mắt em cong màu nhớ
Bên song sắt vô tình

Thôi em đi mùa cũ
Trăng đã ngủ thềm xưa
Hoang vu vàng mấy bận
Cạn đêm từ kiếp nào... ■

DƯ ĐẰNG DUY

HUYỀN THOẠI ĐÊM

gió nào trút lá nhụy thơm
vàng mơ hoa cúc ngậm sương phấn hồng
em se sẽ lụa bước son
áo bay lồng lộng dậy hương tơ tình

vén mây tìm sắc hồng linh
xẻ trăng ra nét màu đêm huyễn huyền
sương ngàn dậy bóng lửa thiêng
tương tư là bóng hay hình nhớ nhung

thần tiên bước lỡ tình nhân
yêu em lừng lững vô chừng vô tâm
ái ân chớm nhánh ưu phiền
những khuya ngà ngọc những duyên mộng thường

nụ quỳnh rưng rức trầm hương
dòng sông chuyên chở cung thương biệt trùng
đến với nắng tan cùng sương
thuở em huyền mộng liễu vờn xanh dâu. ■

GIỌT THU

TA ĐÂU NÓI GÌ MÀ BIỂN THỨC NĂM CANH

Con sóng rì rào rì rào biển hát
Lời du ca cứ dào dạt ôm bờ
Nước biển xanh và trời xanh bát ngát
Sóng mãi say tình làm còng gió cứ ngẩn ngơ

Em một ngày tình cờ trước biển sóng bao la
Ngỡ ngàng hoan ca chạy bắt còng tinh nghịch
Con sóng vỗ về rồi lon ton mải miết
Sóng cứ xô bờ để nuối tiếc... hoàng hôn...

Con còng gió xe hòn cát cỏn con
Mặc ngoài kia biển trùng khơi lớp lớp
Em và còng mãi đùa vui giỡn nước
Mặc mây trời khúc khích cụm mây bông

Biển nhớ thương em hay biển nhớ thương anh
Khi con tàu vượt trùng dương tít tắp
Khi đảo xa nhớ thương bờ dào dạt
Bãi thùy dương phi lao dõi tà huy

Em đâu nói gì mà biển mãi nghĩ suy
Vị mặn ngàn năm thấm bãi bờ nỗi nhớ
Anh đâu nói gì mà cồn cào sóng vỗ
Chung thủy bạc đầu từng con sóng trùng khơi ■

HOÀNG LỘC

NƯỚC MẮT
TRÀN ÂN NGHĨA QUẢNG TRONG ANH

anh mong mình đừng xa biệt Quảng Nam
chân cứ muốn đi cho mòn cố xứ
những tên đất không nguôi niềm thương nhớ
Hòa Vang Duy Xuyên Đại Lộc Điện Bàn
em ghé Tam Kỳ em nhớ Quế Sơn
cát nóng Thăng Bình chè thơm Tiên Phước...

anh dân Quảng mà làm người lưu lạc
dẫu trong lòng muốn sống chết cùng quê

Tí Sé Dùi Chiêng anh chưa từng ghé tới
cả đèo Le cũng chưa biết bao giờ
chùa Non Nước thời anh vừa bước mỏi
tảng hoa cương còn ngần ngại câu thơ

anh đốn củi Bà Nà, em chưa nghỉ học
rồi vào trại tập trung Thượng Đức trồng rừng
là cái thuở quê nhà như biết khóc
với những tên tù còn rất trẻ trung

ba mươi tuổi đã biết mùi dâu biển
tuổi bốn mươi rành cuốc bẫm cày sâu
anh dân Quảng mà ra thân tứ chiếng
tuổi năm mươi ngơ ngác nửa địa cầu ■

anh đã từng về lại với Câu Lâu
để khép nép cùng em ngồi chợ Tổng
giọng nói Quảng giật mình anh, dân Quảng
(ai hương âm vô cải thuở quay về?)

những nhánh Thu Bồn một cõi sông quê
thành mỗi cái tên như tuồng xa lạ
mới biết anh, thằng con hư của mẹ
uống nước sông mà mờ mịt ngọn nguồn

cho anh về với Quảng cuối trăm năm
nghe gió Hội An mặn nồng Cửa Đại
cho anh khóc như thời anh thơ dại
nước mắt tràn ân nghĩa Quảng trong anh... ■

HUỲNH LIỄU NGẠN
ĐỪNG GIẬN BÓNG ĐÊM

mai anh sẽ đi về phía có cánh rừng
có ánh trăng mười sáu
trên tóc em
vẫn còn mây bay qua tầng tháp
và mưa
mưa kéo dài thêm kỷ niệm

mai anh sẽ nhớ em
nhớ con đường chưa bao giờ hò hẹn
chưa bao giờ gặp gỡ
đã chia đôi dòng thác đổ
chảy lên mùa đông năm hai ngàn hư ảo
có tiếng chim khàn giọng
làm bầu trời xám lạnh
khi ngọn gió u buồn thổi ngược lên vai

mai anh sẽ tìm em ở tận cuối chân trời
có bảy sắc cầu vồng đưa lối
anh tìm em
để lịch sử thôi hờn giận bóng đêm
khi anh bỏ đi
năm vừa hai mươi bảy tuổi. ■

24.5.2025

NHẬT QUANG

MẸ VÀ QUÊ HƯƠNG

Hôm nay con về quê Mẹ
Đường làng nắng trải mênh mang
Rặng tre nghiêng nghiêng gió mát
Chim xanh ríu rít mùa vàng

Xứ người bôn ba năm tháng
Con về ấm lại dấu chân
Bên hiên nhà xưa mưa nắng
Còn thơm kỷ niệm đong đầy

Cánh đồng tuổi thơ ngày ấy
Nâng những cánh diều ước mơ
Dòng sông con đò thấp thoáng
Chiều lam bếp tỏa khói mờ

Rưng rưng lệ vương khóe mắt
Tìm đâu hình bóng Mẹ xưa
Lời ru khi còn thơ trẻ
Ơi à... thương mấy cho vừa

Con về lật trang kỷ niệm...
Quê hương Mẹ dấu yêu ơi!
Khắc ghi bao tình thương mến
Theo con suốt mãi cuộc đời ■

NGƯỜI SÔNG HẬU

NGHĨA TRANG CỦA NHỮNG THIÊN THẦN

Đêm qua mẹ lại nằm mơ
Thấy đôi mắt con thầm trách
Mẹ ơi! Lâu lắm con chưa được gặp mẹ
(trong lòng con mẹ chắc là người đàn bà tệ)
Muốn cầm tay con để nói lời xin lỗi
Ôi! Cái sinh linh bé nhỏ đáng thương
Mẹ từ bỏ con vì đâu nhỉ?
Vì mối tình vụng trộm
Vì đói nghèo vây bủa
Hay vì muôn ngàn lý do mẹ tự đặt ra
Nguyên nhân nào cũng chỉ tự biện minh
Cho lỗi lầm mình mắc phải
Con không may mắn được mẹ sinh ra cuối thai kỳ
Con chưa một lần nhìn thế giới bên ngoài
Cái không khí trong lành con ao ước
Mẹ không đặt tên con bình thường như bao trẻ khác
Không mang cho con niềm hy vọng làm người
Bàn tay nhỏ nhắn dễ thương mẹ chưa từng được nắm
Lúc con khao khát muốn gọi mẹ ơi
Con chưa ngày nào được ngậm bầu sữa căng tràn
(dòng sữa ngọt ngào mẹ chỉ muốn dành tặng riêng con)
Cái giây phút thiêng liêng sao rất đỗi ngọt ngào ấy
Mẹ chưa bao giờ nhận ra điều đó
Con ơi!
*

Sinh linh yêu dấu của mẹ
Thành phố con đang sống thật yên bình và tĩnh lặng
Có tiếng chim hân hoan chào bình minh mỗi sớm
Có hạt sương ban mai lóng lánh dưới ánh mặt trời
Bạn bè con đều là những thiên thần bé nhỏ
Chỉ biết vui chơi trong khu vườn
Đầy ắp hương thơm hoa cỏ
Không vướng bận phiền muộn lo lắng
Thế giới ban đêm của con và các bạn
Bầu trời đầy trăng sao lấp lánh
Dãy ngân hà bao la ngân nga trong veo khúc hát
Ngủ ngoan con yêu
Trong vòng tay bè bạn ấm cúng rất nhiều
Ở nghĩa trang thiên thần
Hãy yêu thương nhau bằng trái tim không tì vết. ■

NGUYỄN HÒA TRƯỚC

SÁNG LÊN NÚI SỚM

Mắt đời ngã chập trong ra
lần nọn ngoạn cảnh vân xa đón gần
thủy lưu long lượn phò âm
vách cheo leo ném dương trần ngửa bên.

Trăm xưa đá đạp tầng chen
nhọ hun muội hốt đang thiền tọa kia
thiên nga khoắng cổ ao rìa
ngậm lây lẩy cuống cải thìa nghinh phong.

Rượu hang cáu sạm men nồng
bọt râm ran cắn rêm cồng treo trưa
nâng ly nhãn pháo lập lờ
gạo men sọt nổ nhờ nhờ rắc ngâu.

Phu thê bến phủ chăn cầu
suối nguồn thượng vợi gội hầu tóc ai
bút rêu vớt kẻ lông mày
mỗi phe phẩy mỗi lộ bày mị dung.

Vợi ly sáng chạm thắt lưng
mẻ tia chấm phá cặm mùng góc tây
nội tâm ngoại thể còn ngây
ngất cay gừng ngọt sệt lầy bánh trôi.

Cọ khe vỗ rát mặt trời
vênh khung ấm ức cả nồi kim thêu
mù ho sặc sụa vai lều
cây đơm ngọn bóng lêu khêu lạ nhường.

Nấm tràn trụa nóc ngô nương
mũ ô cặm nhạc rung chuông rẫy ngà
mút mê mật ủ bương già
xui mô ngực cái nứt loa mũi tròn.

Cạn ly câu móc chon von
gọi cô cá nhỏ môi son bống về
cặn nhăn hớp ảnh ngàn khê
lưỡi đưa nhấm nhuận lên tê chát hồn.

Rượi sương áo xống rập rờn
một tưa vạt đuổi một cơn trọc phiền
sỏi lồng vo gọt xâu viên
mỏ cào chim nhả sợi chuyền nắng hoa. ■

03-2025

NGUYỄN TRỌNG LĨNH

RU TÔI

Ru tôi
năm tháng ngọt bùi
tiếng thiêng sông núi vọng lời ông cha
thương câu ví giặm ngân xa
thanh như giọng mẹ ngâm nga truyện Kiều

Ru tôi
êm ả sáo diều
ngây ngô ngồi ước mấy điều vu vơ
rạ hiền tựa bóng tre phơ
một đời suy nghĩ như khờ khạo tôi

Ru tôi
thương nhớ ngậm ngùi
rối bời phượng đỏ đem gùi vào tim
tình như bài toán trốn tìm
chẳng lành phép giải đành im lặng buồn

Ru tôi
phận mỏng cánh chuồn
mong manh sương khói chập chờn bão giông
người xoay cho bến đục trong
đời xoay cho phận giữa dòng nhục vinh

Ru tôi
dâu bể đa đoan
lỡ đa tình mới đa mang kiếp này

Ừ thì
ru một đời say
cho đêm trống trải cho ngày hư không. ■

(Nghệ An)

THY AN

ĐÊM BỪNG LỬA

đêm rất lạnh và ngày mưa nhiều
nảy sinh những lỗi hẹn buổi xuân phân
mùa đông ra đi chưa nói câu từ giã
những giải mã lung lay tâm thức
sợi tóc bạc chơi đùa
vẽ vời khung trời màu sắc
nhung lụa đầy hấp dẫn
xiêm y lay động

quá khứ bay nhảy như con chim
thơ vẫn là chiêm bao
ý nghĩa văn tự đổi dời
lịch sử muôn đời vần vũ
nỗi khao khát tự do
tình yêu nguyên vẹn loài người
ranh giới mong manh thiện ác
sự hổ thẹn của những chủ nghĩa kinh ngạc
sinh ra từ bẩn thỉu

đêm bừng lửa trên những thân người
khát khao tung vỡ mặt trăng
choáng ngợp níu kéo
chung tần số theo những nhịp đập
cánh tay gầy vươn dài ra
nắm những dây thừng vũ trụ
trói chặt hồn ta

phất phơ những hơi thở tình yêu thơm ngát
hành lang ngơ ngác
đêm thắp lửa trong tim nguyện cầu ■

TÔN NỮ MỸ HẠNH

ĐÀ LẠT ĐỢI TÔI VỀ

Tôi chưa về ai còn nhớ tiếng mưa rơi
trên mái ngói tu viện cũ trăm năm giờ đành hoang phế
trên con dốc dài đi chưa quen bàn chân ai đã mỏi
ly cà phê đen vỉa hè sáng sớm buốt lạnh cóng cả đôi tay
áp vào má vào môi nồng nàn thơm sao lại nhớ thương da diết
nhớ tiếng chuông nhà thờ con gà đêm giáng sinh đổ dài mải miết
nhớ tiếng ngựa thồ lóc cóc gõ móng những đêm sương
nhớ hàng hoa anh đào rực rỡ chạy suốt đường Hùng Vương
màu nắng lạ thêm hồng má môi người con gái
cơn chiều mưa dằng dai có làm lạnh thịt da tê tái
thèm cốc sữa đậu nành hiên chợ đêm còn bốc khói
Đà Lạt luôn hiền hòa
cưu mang những con tim đầy thương tổn – làm sao tôi có thể quên.
*
Khi tôi về ngàn thông có xao động reo vui
có đợi chờ tôi – cô bé năm xưa lên đồi cao bắt bướm
hái nấm rau rừng đơm buổi cơm chiều mùa đông ấm đượm
giàn su xanh sau nhà sương còn đọng giọt long lanh
Đà Lạt bây giờ thêm đèn đường ngọn đỏ ngọn xanh
tôi sợ lạc đường, lạc dấu chân anh bước đi ngày nào rất vội
có một mùa đông làm chúng ta chia xa vời vợi
không còn ai cùng tôi dạo bước trong sương mờ
không còn ai cùng tôi nghe say đắm bản nhạc xưa
tìm giây phút bình yên dưới ánh trăng huyễn hoặc
lòng bất chợt vui giữa phố khuya thơm lừng mùi ngô nướng
tôi mơ về một ngôi nhà – cho người vừa trở lại. ■

NGUYỄN KIẾN THIẾT

ĐỌC "VĂN XUÔI TỰ SỰ QUỐC NGỮ NAM BỘ CUỐI THẾ KỈ XIX ĐẦU THẾ KỈ XX – NHỮNG GÓC NHÌN"

"***VĂN XUÔI TỰ SỰ QUỐC NGỮ NAM BỘ CUỐI THẾ KỈ XIX ĐẦU THẾ KỈ XX – NHỮNG GÓC NHÌN***" (gọi tắt là *Văn Xuôi Tự Sự Quốc Ngữ*) do nhà xuất bản Hội Nhà Văn ấn hành. Sách dày 462 trang, không kể các trang bìa. Độc giả có thể nhận biết sách được in năm 2023, ghi ở trang cuối. Căn cứ vào bìa 4, đồng tác giả theo thứ tự là: HUỲNH THỊ LAN PHƯƠNG - Thạc sĩ văn học Việt Nam (1999), Giảng viên chính (2004) và NGUYỄN VĂN NỞ - Tiến sĩ Ngữ văn (2008), Phó Giáo sư Ngôn ngữ học (2011), Giảng viên Cao cấp (2015). Chúng tôi gọi

Nhóm Huỳnh Thị Lan Phương hoặc Nhóm tác giả để thay thế nhị vị tác giả. Đây là cuốn sách thứ 5 được ấn hành của Nhóm tác giả.

Tập sách *Văn Xuôi Tự Sự Quốc Ngữ* gồm 22 đề mục (trừ Lời Nói Đầu), mỗi đề mục là một *mảnh vụn văn học* được Nhóm tác giả khéo lồng ghép một cách có dụng ý, xoay quanh trọng tâm của chủ đề. Đó là:

1.- Đặc điểm văn xuôi tự sự

2.- Vai trò của chữ Quốc ngữ

3.- Tính giao thời – nét đặc trưng của văn học

4.- Vấn đề xác định thể loại ***Truyện Thầy Lazarô Phiền***

5.- Nghĩ về những điểm mới trong ***Người bán ngọc*** của Lê Hoằng Mưu

6.- Cảm nhận về đoản thiên tiểu thuyết của Sơn Vương

7.- Thành ngữ cải biến trong tác phẩm Sơn Vương

8-22.- Các tác giả dành 15 đề mục (8-22) từ trang 171 đến trang 462 để khai thác về nhiều đề tài trong ***tiểu thuyết Hồ Biểu Chánh*** như: Ngôn ngữ - Người kể chuyện – Điểm nhìn trần thuật – Phản ánh hiện thực – Cảm hứng thế sự - Đời sống văn hóa ở nông thôn – Nam Bộ trong buổi đầu giao lưu văn hóa với phương Tây – Tìm hiểu văn hóa giao tiếp của người Nam Bộ - Sự kế thừa và đổi mới quan niệm về con người – Cái nhìn của Hồ Biểu Chánh về người nông dân Nam Bộ - Thân phận người nông dân Nam Bộ - Tính cách người nông dân Nam Bộ - Ý thức nữ quyền qua kiến tạo nhân vật nữ - Vấn đề du học và nhân vật người thanh niên du học - Chị Đào, chị Lý – Một tiểu thuyết ra đời ở giai đoạn sáng tác cuối của Hồ Biểu Chánh.

***Nhận định**

Đây là quyển sách thôi thúc độc giả *phải đọc*, và *đọc kỹ* để đi đến một vài nhận định khách quan.

Ngay Lời Nói Đầu, các tác giả khẳng định: *"Văn học Quốc ngữ Nam Bộ, đặc biệt là văn xuôi tự sự là bộ phận đi **tiên phong** trong quá trình hiện đại hóa văn học Việt Nam" (...) "Những con số tổng kết lượng tác phẩm đã xuất bản; những thể tài mà văn xuôi tự sự Quốc* *ngữ Nam Bộ đã "dàn trận"; những tên tuổi nhà văn với đủ các thế hệ, nhiều thành phần, có cả nữ giới... chứng minh cho sự hùng hậu về lực lượng sáng tác, cũng như những đóng góp của họ về mặt nội dung và nghệ thuật*" (tr. 7). Tập sách này gồm những bài viết của đồng tác giả "*đã được đăng trên các tạp chí chuyên ngành, trong các kỉ yếu hội thảo khoa học trong khoảng hơn 15 năm qua. Đó có thể nói là kết quả từ quá trình giảng dạy, nghiên cứu, đặc biệt là với lòng yêu quý văn chương Nam Bộ*"... Nhóm tác giả đã giới hạn "những góc nhìn" của mình qua việc "*chỉ tìm hiểu, khảo sát và tập trung khai thác một số giá trị tiêu biểu từ sáng tác của các nhà văn nổi bật, trong giai đoạn này như: Nguyễn Trọng Quản, Sơn Vương, Lê Hoằng Mưu, đặc biệt là Hồ Biểu Chánh – cây bút sáng giá nhất của văn xuôi tự sự đầu thế kỉ XX*" (tr.8).

Về *Đặc điểm văn xuôi tự sự*, Nhóm tác giả muốn "*khẳng định vị thế của văn học Nam Bộ*" (...), bởi lẽ "*vẫn còn đó cách nhìn thiếu khách quan, những đánh giá chưa công bằng, hợp lí về văn xuôi tự sự Quốc ngữ Nam Bộ*" (tr. 9). Về "Vai trò của chữ Quốc ngữ", tập sách khẳng định "*chữ Quốc ngữ... có vai trò tích cực trong hoạt động phiên âm, dịch thuật*" (tr. 54) và đóng "*vai trò sáng tạo mới trong buổi bình minh của văn xuôi tự sự hiện đại ở Nam Bộ*" (tr. 54). Cũng như một số nhà nghiên cứu khác, các tác giả đã đề cao "*Người đầu tiên, có công lao lớn trong việc truyền bá chữ Quốc ngữ là Trương Vĩnh Kí* [Ký] (...). *Bên cạnh ông còn có Huỳnh* [Huình] *Tịnh Của*" (tr. 48) và đi đến kết luận: "*Chữ Quốc ngữ được hình thành từ công lao các giáo sĩ phương Tây. Nhưng nó chứa đựng cái hồn của nước Việt*" (tr. 63). Từ đó "*phổ biến hiện tượng tồn tại song song cái cũ và cái mới trên nhiều yếu tố*" (tr. 73) – tính giao thời. Bàn về vai trò *bản lề* của văn học, các tác giả bày tỏ mối ưu tư: "*Làm sao để hội nhập mà không mất gốc, đổi mới mà không bạc tình với quá khứ?*" (tr. 83).

Nơi đề mục 4, sau khi thừa nhận "*Truyện thầy Lazarô Phiền là một sáng tác văn xuôi tự sự Quốc ngữ ra đời sớm nhất Việt Nam*" (tr. 85), Nhóm tác giả dành 25 trang (85-109) để bàn về Vấn Đề Xác Định Thể Loại "Truyện Thầy Lazarô Phiền". Theo đồng tác giả, "*Truyện thầy Lazarô Phiền là một tác phẩm mang đặc điểm khá phức tạp*" (tr. 106).... "*chứa đựng trong nó bao nhiêu điều mới mẻ, từ nội dung đến hình thức nghệ thuật*" (tr. 108). Không thể xếp tác phẩm vào *truyện ngắn, truyện dài, tiểu thuyết* hoặc *tiểu thuyết hiện đại* – mặc dầu Nguyễn Trọng Quản gọi là ***truyện*** - mà nên "*dành cho tác phẩm của ông một cách gọi phù hợp:* ***truyện vừa***" (tr. 109). Và cũng chính với tác phẩm này của nhà văn tiền phong Nguyễn Trọng Quản đã "*ảnh hưởng tích cực đến các nhà tiểu thuyết Nam Bộ, tiêu biểu nhất là Hồ Biểu Chánh*" (tr. 108).

Phần cốt lõi của quyển sách là bàn về ***tiểu thuyết Hồ Biểu Chánh.*** Với 15 đề mục (8-22) chiếm hai phần ba tập sách, Nhóm tác giả dành trọn 292 trang sách (từ trang 171 đến trang 462) để khai thác rất nhiều đề tài trong *tiểu thuyết Hồ Biểu Chánh,* như đã dẫn. Điều này khiến độc giả nghĩ đến một cuốn sách *biên khảo luận đề*, một *Luận án tốt nghiệp* sau Đại học về Hồ Biểu Chánh. Huỳnh Thị Lan Phương và Nguyễn Văn Nở chắc hẳn là người *mê* tiểu thuyết Hồ Biểu Chánh số một nên mới có hứng khởi và dành rất nhiều thời gian, công sức để hoàn thành tác phẩm này. Chúng tôi muốn biểu đồng tình với nhị vị tác giả bởi cái *ghiền* tiểu thuyết Hồ Biểu Chánh – cũng như *mê* Truyện Tàu [(1)]. Nói theo một nhà văn Mỹ, William Faulkner: "*Viết lách bao gồm 99% là mồ hôi, và 1% là cảm hứng*", người viết có thể nói nguồn cảm hứng của các tác giả *Văn Xuôi Tự Sự Quốc Ngữ* chiếm tới **5%.** Thật bất ngờ khi được biết Huỳnh Thị Lan Phương với đề tài Luận văn tốt nghiệp Thạc sĩ "*Đặc trưng văn học Việt Nam giai đoạn 1900-1930*"; còn Nguyễn Văn Nở với Luận án Tiến sĩ "*Biểu trưng trong tục ngữ Việt Nam*", lại có "duyên nợ" với Hồ Biểu Chánh bởi nguyên quán Gò Công. Chính cái nôi Gò Công, "*một vùng quê nghèo khó, với nước mặn đồng chua, lắm gò, ít được thiên nhiên ưu đãi*" đã "*khơi gợi cho Hồ Biểu Chánh một nguồn cảm hứng bất tận*" (tr. 339).

Chúng tôi muốn lan man ghi vội những *cảm xúc* về các đề mục mình *tâm đắc.*

Trước hết *ngôn ngữ, khẩu ngữ* "*Hồ Biểu Chánh đã làm nên một phong cách ngôn ngữ trong tiểu thuyết của mình*" (tr. 172). Chẳng hạn hiện tượng rút ngắn độ mở của nguyên âm: *nghĩa nhơn/ nghĩa nhân; huê viên/ hoa viên; phước/ phúc; bịnh/ bệnh; hun/ hôn; chơn/ chân;* **huờn** (không phải hườn)/ *hoàn; nưng/ nâng...* (tr. 173).

Thí dụ: - "*Cậu mợ làm* ***phước*** *cho ít đồng xu mua cơm ăn*" (***Khóc thầm*****,** tr. 67).

Những biến thể phát âm về phụ âm đầu như: *mắc/ đắc; hửi/ ngửi; nhỏ mức/ nhỏ rức; nhắm nhía/ ngắm nghía; day/ quay...* Thí dụ:

- "*Tối ngày* ***hửi*** *mùi hôi dưới đường mương hoài*" (***Chút phận linh đinh***, tr. 06).

Nhiều từ ngữ quen thuộc phổ biến ở vùng đất Nam Bộ "ngồn ngộn chất sống và giàu màu sắc địa phương" như: *nín khe, buồn hiu, lạ hoắc, xí được, khoái chí, mừng quýnh, cứng cát, riu ríu, lục đục, đi riết, không dè, om sòm, lật đật, coi bộ, lung lắm...* Thí dụ:

- "*Mợ dằn lòng nhịn thua mà* ***coi bộ*** *tức giận* ***lung*** *lắm*" (***Con nhà nghèo*****,** tr. 155).

Nhiều từ địa phương phải dựa vào *văn cảnh* mới hiểu. Chẳng hạn*: đụng*: nam nữ lấy nhau; *để vợ, để chồng:* ly dị; *dòm, coi:* xem; *trọng*: khá lớn; *dè*: ngờ; *riết:* nhanh; *xăng xớm*: (đi) mau; *trằn*: giữ, níu lại...

Từ láy được vận dụng nhiều, như: *láo liên, lựng khựng, lằng nhằng, tả tơi, lơn tơn, lăng xăng, nhùng nhục, xển lển, chơm bơm, xẩn bẩn...* Thí dụ:

- "*Anh ta mặc một cái áo đen màu* ***nhùng nhục****, một cái quần vắn lai đứt* ***tả tơi***" (**Cha con nghĩa nặng**, tr. 05).

Bàn về "*Nam Bộ trong buổi đầu giao lưu văn hóa với phương Tây*", tác giả cho rằng: Nam Bộ là vùng đất mới, là xứ thuộc địa, là nơi tiếp xúc với văn hóa phương Tây buổi đầu với nhiều "biểu hiện tiêu cực". Con người dễ dàng bị sa ngã, hư hỏng do sự "xui khiến" của "thị dục" thấp hèn. Liệt kê những "biểu hiện tiêu cực" (cụ thể ở Sài Gòn), như: "*ca quán, vũ trường, tửu điếm mọc lên san sát, phô trương vẻ lộng lẫy, hào nhoáng, lúc nào cũng sẵn sàng mời gọi, tiếp rước khách phong lưu...*" (tr. 285) bằng dẫn chứng: "*Trong Chợ Lớn còn nhiều chỗ kêu là "nhà xét" bày lập ra để người có tiền đến đó ăn chơi, muốn hút á phiện sẵn có mâm đèn, muốn ăn uống thì đủ thứ cao lương, muốn thưởng hoa nguyệt thì sẵn có gái xinh, muốn đánh bạc thì cũng sẵn có tay chơi*" (***Một đời tài sắc,*** tr. 74).

Nơi tiếp xúc với văn hóa phương Tây buổi đầu dẫn đến nhiều hệ quả. *Vấn đề du học phương Tây* để bao thanh niên có cơ hội đến với chân trời mới nhằm học hỏi, tích lũy kiến thức của xã hội văn minh hiện đại ngõ hầu "mang tri thức về để thật sự phục vụ cho việc cải cách đất nước". Nhưng "cũng không phải ai học cao, biết rộng cũng là sống tốt". Chẳng hạn như: "*Vĩnh Thái trong **Khóc thầm** học giỏi, biết nhiều mà cũng lắm toan tính để có cách chiếm đoạt, bóc lột tá điền thật tinh vi*" (trích dẫn tr. 287).

Ngôn ngữ Pháp đã làm thay đổi văn hóa giao tiếp của người Việt. Đó là một thứ "văn hóa nói bằng ngôn ngữ pha trộn" Tây-Việt, lai căng. Thuần trong ***Đoạn tình*** đã nói: *"Ma-phăm có nghén không đi đám cưới được, còn moa thì công việc đa đoan mệt quá..."* (tr. 18).

Lối sống tự do theo phương Tây gây nên "mâu thuẫn giữa khát vọng tình yêu tự do của tuổi trẻ và lễ giáo phong kiến khắt khe, cực đoan". Ngoài nam giới, *"phụ nữ cũng được đi du học (...) Phụ nữ có học thức càng được tôn vinh"*. Chẳng hạn cô Xuân Hương thi đậu bằng "Brevel Supe-rieur"(?), lập tức được *"các nhựt báo đều khen ngợi lại đăng chơn dung của cô lên mặt báo cho công chúng biết"* (***Một đời tài sắc***, tr. 30).

Ngoài ra, trong tiểu thuyết Hồ Biểu Chánh, "*công việc làm báo có phần tự do*" (nếu không muốn nói báo chí ra đời sớm nhứt ở Nam Kỳ - NKT), "dân Nam Bộ có thói quen đọc báo", từ người lớn tới trẻ con. Nhằm "*kích hoạt thương nghiệp, thực dân Pháp thực hiện nhiều chủ trương phát triển thành thị*". *Vấn đề trang phục* được Hồ Biểu Chánh miêu tả tỉ mỉ. Cô Bạch Yến "*bận một đồ lụa mỏng màu trứng gà, trao dồi thiệt khéo, trang điểm thiệt đẹp*" (***Từ hôn***, tr. 80). *Thực phẩm* thời hội nhập trở nên đa dạng, tiện dụng: Rambon, xúc xích, patê... Nhưng loại thực phẩm từng làm nên đặc thù văn hóa ẩm thực *miệt vườn*: đó là "mắm". Chẳng hạn anh Trần Văn Sửu "*phành gói cơm ra mà ăn. Một tay cầm con **mắm** sặc, một tay bốc cơm nguội, trên đầu trời nắng, dưới chơn lấm bùn mà anh ta ăn cơm coi bộ ngon lắm*" (***Cha con nghĩa nặng***), vân vân...

***Góp ý**:

Việc mong muốn đón nhận sự "góp ý" của độc giả không thấy nhắc tới trong tập sách – điều mà đại đa số tác gia khác vẫn thường làm. Chẳng hạn, tôi có viết: *"Chúng tôi thành khẩn đón nhận những sự chỉ bảo..."* [2]. Nguyễn Vy Khanh cũng viết: *"Chúng tôi mong tiếp tục được quí độc giả chỉ giáo những sai lầm và thiếu sót..."* [3]. Nguyễn Văn Sâm đã tự biện minh cho sự "bắt giò" Hồ Văn Trung / Hồ Biểu Chánh qua việc chú giải cuốn *U Tình Lục*: *"**Bắt giò** không vì ghét, vì phách lối, tự cao tự đại, mà để cùng nhau hiểu hơn những ngõ ngách của lâu đài văn hóa kỳ bí của dân tộc"* [4]. *Văn Xuôi Tự Sự Quốc Ngữ* đã "gãi đúng chỗ ngứa" của người viết, nên thay vì chỉ "mặc áo thụng vái nhau", chúng tôi xin có đôi lời **góp ý** thật thà, thẳng thắn với nhị vị tác giả. Đành rằng hễ "trung ngôn" thường gây "nghịch nhĩ", nhưng đây là việc *phải* làm nên chúng tôi thành thật xin lỗi trước.

1.- Về tên gọi "**Nam Bộ**". Trước năm 1975, hầu hết tác giả trong Nam đều mặc nhiên gọi "miền Nam", ngầm hiểu là "Nam Kỳ Lục tỉnh" hoặc "Lục tỉnh" hay "Nam Kỳ". Lục tỉnh Nam Kỳ được phân chia dưới thời nhà Nguyễn, dựa vào một câu cổ ngữ: *"Khoái mã gia biên vĩnh định giang hà"* (phóng ngựa ra roi giữ yên non nước). Cụ thể vào năm Nhâm Thìn (**1832**), vua Minh Mạng bãi bỏ Gia Định Thành, đổi các trấn thành tỉnh, chia 5 trấn của Gia Định Thành trước đây thành 6 tỉnh (**Lục tỉnh**) gồm: Phiên An [sau đổi Gia Định], Biên Hòa, Định Tường, Vĩnh Long, An Giang, Hà Tiên. Hai năm sau (Giáp Ngọ, 1834), vùng Lục tỉnh thuộc Gia Định Thành trước đây được gọi chung là Nam Kỳ. Từ đó có tên gọi là **Nam Kỳ Lục tỉnh** cho tới khi toàn cõi Nam Kỳ rơi vào tay thực dân Pháp. Đương thời, người Pháp gọi Nam Kỳ Lục tỉnh bằng cái tên Basse-Cochinchine (tức vùng Cochinchine "hạ"). Chánh quyền Pháp bỏ tên Lục tỉnh nhưng còn giữ lại hai chữ Nam Kỳ, gọi là Cochinchine, phân biệt với Bắc Kỳ (Tonkin) và Trung Kỳ (Annam). Người Anh, Mỹ cũng gọi Nam Kỳ là Cochinchina. Nam Kỳ còn đươc gọi **"Nam Bộ" từ năm 1945** nhưng ít phổ biến ở vùng Quốc Gia. Đến năm 1946, Pháp thành lập chánh phủ Cộng hòa tự trị Nam Kỳ, còn gọi "Nam Kỳ Quốc". Nam Kỳ / Nam Bộ còn được gọi là Nam Phần hay Nam Việt từ 1948 tới 1975 thời Quốc gia Việt Nam và Việt Nam Cộng Hòa. Từ sau Cách mạng Tháng Tám năm 1945 cho đến nay, chánh quyền Việt Nam Dân Chủ Cộng Hòa rồi Cộng Hòa Xã Hội Chủ Nghĩa Việt Nam vẫn tiếp tục sử dụng và thống nhứt cách gọi Nam Bộ. Các tác phẩm của Lê Thị Minh: *Hò Miền Nam* (Phạm Văn Tươi – 1958), của Sơn Nam như: *Nói Về Miền Nam* (Lá Bối – 1967), *Lịch Sử Khẩn Hoang Miền Nam* (Đông Phố -1973), của Nguyễn Văn Hầu qua loạt bài *Hò Miền Nam* (*Bách Khoa* các số 135 và 136, năm 1962), v.v... đã sử dụng tiếng "Miền Nam" được ngầm hiểu là "Nam Kỳ" hay "Nam Kỳ Lục Tỉnh" theo ý nghĩa đã dẫn giải trên. Chúng tôi đã xác định: "*Tiếng "Miền Nam" chúng tôi dùng trong tiểu luận này được hiểu là vùng địa bàn từ Biên Hòa tới Hà Tiên, tức Nam Kỳ Lục tỉnh*" (5).

Nhóm Huỳnh Thị Lan Phương đã thận trọng khi viết: "*Nam Bộ được hiểu là Nam kì trước đó*" (tr. 271). Phải đọc kỹ mấy trăm trang sách mới thấy chi tiết này. Thiết nghĩ câu này nên được đưa vào Lời Nói Đầu để người đọc dễ nhận biết.

2.- **Về cách gọi "điền chủ" hay "địa chủ".**

Huình Tịnh Của trong *Đại Nam Quốc Âm Tự Vị* đã cắt nghĩa: Địa: đất (tr.293) [không có Địa chủ]; Điền: ruộng; Chủ điền: chủ ruộng (tr.296) [không có Điền chủ]. Theo *Hán Việt Từ Điển Giản Yếu* của Đào Duy Anh, ý nghĩa hai từ này có chút khác nhau:

.Địa chủ (地 主): người chủ có đất;

.Điền chủ (田 主): người chủ có đất ruộng. Trong tiếng Pháp hai từ này đều gọi chung "propriétaire foncier".

Điền chủ là những chủ ruộng lúa để phân biệt với những loại chủ khác. *Điền chủ / Chủ điền* cũng được dùng khá phổ biến trong các tài liệu thành văn thời Pháp thuộc ở Nam Kỳ cũng như trong hầu hết tiểu thuyết của Hồ Biểu Chánh. Nhưng đồng tác giả lại gọi *địa chủ* (tr. 263, 446...) thay vì *điền chủ / chủ điền.*

3.- Nhóm tác giả không nói rõ "***Cuối Thế Kỉ XIX Đầu Thế Kỉ XX***", cụ thể là từ năm nào tới năm nào. Có nên giới hạn ở giai đoạn 1887-1930 (từ tác phẩm đầu tiên *Truyện Thầy Lazarô Phiền*) hay giai đoạn 1900-1930 (giai đoạn Nhóm tác giả tập trung khai thác tiểu thuyết Hồ Biểu Chánh)?

Như chúng ta đều biết, Hồ Biểu Chánh với sự nghiệp văn chương đồ sộ, trong đó có tới 64 tiểu thuyết đã xuất bản (cuốn đầu tiên: "***Ai làm được***" – 1912; cuốn cuối cùng: "***Chị Đào, chị Lý***" – 1957). Nhóm tác giả cho biết: "*Có thể khẳng định, ở 30 năm đầu thế kỉ XX* [tức 1900-1930 – NKT], *Hồ Biểu Chánh là người đi tiên phong trong việc hiện đại hóa tiểu thuyết Việt Nam, theo con đường chủ nghĩa hiện thực*" (tr. 270). Thật ra giai đoạn 1900-1930 chỉ có **17** cuốn tiểu thuyết của Hồ Biểu Chánh đã xuất bản (1 phần 3), trong khi tập sách tham khảo nhiều cuốn trong tổng số **47** tiểu thuyết còn lại (2 phần 3) thuộc giai đoạn sau (1931-1957). Như vậy có nên đổi tựa sách thành: "***Cuối Thế Kỉ XIX* Tiền Bán *Thế Kỉ XX***"?

4.- **Về việc trích dẫn**: Theo lẽ thường khi trích dẫn *phải* tôn trọng nguyên tác. Nghĩa là tên tác giả, tác phẩm, câu văn trích dẫn phải ghi *đúng* nguyên văn (kể cả gạch nối, chữ nghiêng và các chữ có thể hiểu sai chánh tả) – đặc biệt đối với tác phẩm biên khảo, phê bình văn học. Không nên tùy tiện *sửa* bất cứ chữ nào của nguyên tác. Bởi lẽ "*sách báo sau sao chép lại sách báo trước và bằng cách nào đó đã từng bước gia tăng những chỗ sai lệch nhiều đến mức rối như tơ vò*" (5). Tôi lấy một thí dụ. Câu thơ đầu tiên trong bài *Qua Đèo Ngang* của Bà Huyện Thanh Quan là: "*Bước tới đèo Ngang bóng **đã** tà*" (6). Sách giáo khoa đã tùy tiện đổi chữ "đã" thành chữ "**xế**". Từ đó học trò cứ học "xế", thầy cứ tà tà dạy "xế", sách báo về sau cứ vô tư trích dẫn "xế" từ năm này sang tháng khác. Chúng tôi tôn trọng nguyên tác nên đã trích nguyên văn "Cuối Thế ***Kỉ*** XIX Đầu Thế ***Kỉ*** XX", mặc dầu luôn viết "Thế ***Kỷ***" (Y dài).

Đồng tác giả *Văn Xuôi Tự Sự Quốc Ngữ Nam Bộ* đã tôn trọng nguyên tắc này. Tuy nhiên, một viên ngọc quý giá vẫn có chút tì vết. Đó là những hạt bụi nhỏ li ti bám vào, nên vì cái tình *đồng điệu,* chúng tôi muốn làm cái việc đánh bóng cho viên ngọc được sáng rỡ.

- *Tên tác giả, tên các nhân vật* nên ghi đúng: Trương Minh *Ký*/Trương Vĩnh *Ký/Huình* Tịnh Của (thay vì Trương Minh Kí/Trương Vĩnh Kí/Huỳnh Tịnh Của – tr. 15, 16, 49). *Pellerin* (thay vì Pelerin, thiếu chữ "*l*" – tr. 289). Khi phiên âm Brevel Supe-rieur ở trang 293 (chúng tôi chưa đọc được nguyên tác của Hồ Biểu Chánh), thiết nghĩ nên chua thêm [Breve**t** Sup**é**rieur]. Tương tợ như vậy, A-mia-ranh-cuộc-bê (tr.42) nên chua thêm tiếng Pháp cho người đọc dễ hiểu, tức [**Amiral Courbet**]. Thật ra Amiral là đô đốc, tương đương đại tướng 5 sao; tên đầy đủ là Anatole-Amédée-Prosper Courbet (1827-1885), một đô đốc Pháp, chỉ huy quân viễn chinh Pháp ở Đông Á.

- Tên *tác phẩm*: ***Nhơn** Tình Ấm Lạnh* (thay vì ***Nhân** Tình Ấm Lạnh* – tr. 256); *Thông **Loại** Khóa Trình* (không phải *Thông **Thoại** Khóa Trình* – tr. 13); *Nam **Kỳ** Địa Phận* (thay thế *Nam **Kì** Địa Phận* – tr. 13).

- *Nguyên tác sai chánh tả,* thiết nghĩ nên chua chữ *đúng* trong dấu [ ] và in **chữ đậm**. Một vài thí dụ: ngàn năm văn dật [**vật**] (tr. 246); đổi chát [**chác**] (tr. 256, 277); xiết cổ [**siết**] (tr. 363), v.v... Về vấn đề này, chúng tôi đã từng góp ý với Nguyễn Văn Sâm trong cuốn *U Tình Lục.*

- *Ngôn ngữ pha trộn Tây-Việt lai căng* được phiên âm nên chua chữ Pháp, in **đậm** trong dấu [ ]: canô [**canot**] - xalông [**salon**] – quali [**valise**] – mù soa [**mouchoir**] – manda [**manda**t] – ram bon [**jambon**] - xúc xích [**saucisse**] - patê [**pâté**] (tr. 267), v.v...

5.- **Về ngôn ngữ, khẩu ngữ** có chi tiết khá lý thú không thể bỏ qua; đó là *Kiêng húy / Kỵ húy*. Kiêng húy là cách viết hay đọc trại một từ nào đó do bị kiêng kỵ trong ngôn ngữ văn tự xã hội thời phong kiến Việt Nam, bắt nguồn từ thời Trần Thái Tông. Dưới thời các vua Nguyễn, Húy kỵ đã được nâng lên thành *Quốc luật*, làm thay đổi một phần ngôn ngữ. Chúng tôi có viết: "*Người bình dân miền Nam còn sử dụng một số tiếng đọc trại đi vì kiêng húy các bậc vua, chúa, thánh, thần...*" (Nguyễn Kiến Thiết: sách đã dẫn, tr. 76). Dương Quảng Hàm cũng ghi nhận điều đó như sau: "*Trong Nam thì tiếng **hoàng** đọc là **huỳnh** vì kiêng tên một chúa (Nguyễn Hoàng); tiếng **phúc** đọc là **phước** vì kiêng tên một chữ thuộc về chữ họ của bản triều (họ Nguyễn Phúc); tiếng **hoa** đọc là **huê** vì kiêng tên bà Hoàng quí phi về đời Thiệu Trị; tiếng **hồng** đọc là **hường** vì kiêng tên vua tự*

*Đức (Hồng Nhậm). Cũng vì sự kiêng tên ấy mà có nhiều chữ nho ta đọc sai chính âm đi, như chữ **tông** đọc là **tôn**, chữ **thật** đọc là **thiệt** hoặc thực, chữ **thì** đọc là **thời**, v.v..."* (sách đã dẫn, tr. 200). Hồ Biểu Chánh đã sử dụng một số ngôn ngữ húy kỵ trong hầu hết tác phẩm của mình.

Tóm, *Văn Xuôi Tự Sự Quốc Ngữ* là một tập sách có giá trị, được soạn thảo công phu với tinh thần nghiêm cẩn khoa học của các Giảng viên Đại học – những trí thức khoa bảng Huỳnh Thị Lan Phương và Nguyễn Văn Nở. Mặc dầu còn một số *"hạt sạn sót lại trong nồi cơm mới thơm lừng"* (tr. 381), nhưng quyển sách này xứng đáng đặt trên kệ Tủ Sách Gia Đình của những ai yêu quý sách. Rất cám ơn nhị vị tác giả đã tặng sách và xin giới thiệu đến tất cả bạn đọc – đặc biệt những người chưa đọc đầy đủ tiểu thuyết Hồ Biểu Chánh.

Nguyễn Kiến Thiết - Montréal, IV.2025

Chú thích:

(1) *"Nhờ một duyên may, tôi đã đọc được mấy bộ Truyện Tàu nổi tiếng và vài cuốn tiểu thuyết Hồ Biểu Chánh do ông Tám – em ông Nội tôi, mướn ở Sài Gòn đem về cho Ba tôi mượn đọc"* (Nguyễn Kiến Thiết: *Những Trang Văn Đời Tôi*, Văn Học Mới Hoa Kỳ xb. 2021, tr. 129).

(2) *Nguyễn Kiến Thiết: Tánh Cách Đặc Thù Của Ca Dao Miền Nam.* Đại học Văn Khoa Sài Gòn 1972, tr. 282.

(3) Nguyễn Vy Khanh: *Văn Học Quốc Ngữ Thời Đầu & Miền Nam Lục Tỉnh.* Nhân Ảnh Hoa Kỳ xb. 2021, tr. 11.

(4) Nguyễn Văn Sâm (giới thiệu và chú giải): *U Tình Lục.* Viện Việt Học CA xb. 2014, tr. 15.

(5) Nguyễn Kiến Thiết: sách đã dẫn, tr. 8.

(6) Bằng Giang: *Sương Mù Trên Tác Phẩm Trương Vĩnh Ký*, Văn Học xb. 1994, tr. 12.

(7) Dương Quảng Hàm: *Việt Nam Văn Học Sử Yếu*, Trung Tâm Học Liệu, Bộ Quốc Gia Giáo Dục Sài Gòn tái bản, 1968 – chúng tôi không có bản in lần đầu tại Hà Nội, 1943).

TN

NGÔ SỸ HÂN

ĐƯA VỢ ĐI THĂM NGƯỜI YÊU

Lâu lắm rồi từ khi tụi nhỏ có đôi có cặp ra riêng quên hết lời hứa "ở với ba má hoài," như thường lệ hai vợ chồng già đang ngồi tại quầy, bà bên ngoài cạnh bàn ăn đặng ra vô dễ vì hai chơn bà đi không vững, còn ông phía trong vì ông đã lên bếp chánh nhưng dưới sự giám sát của bà. Bà nhìn ra ngoài trời nắng dịu chỗ cái lồng cho chim ăn, chợt la lên khiến ông hốt hoảng tưởng con quạ hôm nọ lại tới bắt đàn chim của mình. Tức thì ông ngó ra ngoài cũng vừa lúc con chim màu đỏ lợt vụt bay lên cùng với đám chim sẻ.

Bà mơ màng nói:

"Lâu lắm mới thấy con chim lạ."

"Dà, làm anh hết hồn."

"Con này bằng con chim sẻ."

"Còn có hai con màu trắng và màu xanh lá cây nữa," ông thêm.

"Hai con kia nhỏ xíu hà, bằng ngón tay cái của em" bà cười, đưa ngón tay cái lên ra dấu.

"Anh còn hình hồi đó anh chụp được."

"Em sợ con quạ tới ăn chim sẻ của mình. Nhớ hồi đó nó bắt được một con đem lên hàng rào kẹp vô cái chưn đầy móng nhọn mổ ăn tươi nuốt sống thấy hãi hùng quá, em đuổi mấy lần nó mới chịu bay đi," bà nhớ lại chuyện hôm trước rồi quay sang bàn thờ nhìn bức hình anh thanh niên còn trẻ - chắc chưa tới năm mươi tuổi. "Thằng Quân đi đâu hổng nói với em một tiếng?" Ý bà nhắc thằng con trai đã qua đời mấy năm trước để lại đứa con gái nhỏ còn ở với hai vợ chồng bà.

"Nó có nói với anh. Trước khi đi làm nó có chào anh mà."

"Nó đi làm rồi chết luôn ngoài tiệm."

Chợt bà hỏi có vẻ lo lắng:

"Con chim đó đâu rồi?

"Nó hết hồn bay mất rồi."

"Con chim màu gì?"

"Không phải màu đỏ. Chắc đỏ lợt hay vàng đậm."

"Em thích màu xanh dương áo dài hồi đi học."

"Anh yêu em trong màu áo đó," ông nói xuôi theo. Hình ảnh cô học trò áo dài xanh quần trắng chào cờ mỗi sáng thứ Hai hiện ra trước mắt như mới hôm nào, nhưng thực sự đã hơn nửa thế kỷ rồi.

Ông lại nhắc bà, "Em uống cà-phê đi."

"Dà, em uống rồi," bà cười.

"Mới uống có chút xíu mà."

"Để em uống từ từ."

"Em muốn ăn gì?"

"Không muốn ăn. Chắc thèm đất." Bà lại cười.

"Thì em đi trước đặng anh lo hậu sự cho em."

"Em muốn đi liền, ngủ rồi đi luôn chớ hổng muốn nằm lâu."

"Em đi trước anh mới lo cho em được. Hay là em muốn hai đứa mình đi một lượt?"

"Anh còn khỏe thấy mồ," bà cười nhìn ông. "Sao sáng nay anh hổng pha cà-phê cho em?"

"Em đang uống đó," ông vịn ly cà-phê và đẩy nhè nhẹ về phía bà. "Anh pha cà-phê đặc biệt cho em, em uống thấy phê hôn?"

"Cà-phê đặc biệt là cà-phê nào?

"Cà-phê Du Monde nước nhì," ông chỉ cái hộp cà-phê. "Anh uống nước nhứt, em uống hổng nổi đâu."

"Dà, em quên rồi." Bà cười theo.

Ông tìm cuốn sổ tay và cây viết lại thấy trong giỏ rác. Ngoài ra, lại có cả mấy cái thơ để lát nữa đem đi gởi. Ông hỏi thì bà vừa cười trả lời:

"Đồ hổng xài để chi chật nhà."

Rồi thình lình bà lại thắc mắc, "Thằng Quân đi đâu giờ này chưa về?"

"Nó hổng về nữa đâu." Ông đứng dậy bước qua hun lên trán bà và ôm bà một cái. Bà để yên.

"Em đẻ nó ở Cần Giuộc mà," bà mơ mơ màng màng. "Dà, đất Cần... Cần Giuộc... hồi con gái nhiều người theo em lắm mà em chưa chịu ai."

"Ai đâu mà nhiều?" ông cười cười. "Đâu em kể nghe coi."

Bà suy nghĩ một hồi, bấm đốt ngón tay, "thằng Nghiêm nè, thằng Do nè, thằng Lợi nè..." bà le lưỡi. "Nhiều quá đếm hổng hết."

"Em hoa khôi mà, ai gặp hổng mê!" ông nói nịnh bà. Mà thiệt vậy. Hồi đó ai cũng khen bà là hoa khôi Cần Giuộc mặc dầu sách *Guinness* không có ghi. Ngay cả bây giờ ở tuổi gần tám mươi bà còn rất đẹp lão, gò má thẳng băng dù bà đâu có căng da mặt và khóe mắt không có dấu chưn chim. Ngoài ra, con cháu khen vú bà ngoại không xệ như của mấy bà Mỹ già. Những người chưa quen mới gặp lần đầu đều khen bà phúc hậu.

Bà ngước lên ôm cổ ông, "Có anh nữa." Bà ngó ra cửa trầm ngâm một lát rồi cười, "Ờ, có ông trung úy gì Sư đoàn 25... Dà, trung úy gì... gì đó."

"Trung úy Thế - Nguyễn Thanh Thế," ông buột miệng nhắc tên. "Sau này ổng làm lớn lắm ở đơn vị khác chớ không còn ở Sư đoàn 25 nữa."

"Ổng có nhớ em hôn?" Bà cười trong nỗi buồn của người chồng.

"Ai biết được, nhưng em còn yêu ổng hôn?" Ông dạm thử.

"Yêu gì! Bạn bè mà," bà chối. "Anh còn biết ổng sống hay chết và ở đâu hôn?"

"Không," ông vội trả lời, nhưng nghĩ lại. "Ờ... Ờ biết."

"Em muốn đi thăm ổng."

"Em còn yêu ổng hôn?"

"Còn," bà lại quả quyết.

Và bà cười trong lúc ông già hơi nghèn nghẹn trong cổ họng bởi ông nhớ chuyện hồi xưa.

Hồi đó gia đình cô học trò ở trong quê cách chợ chừng hơn vài cây số theo đường chim bay. Cha cô tới tuổi bị động viên thời Vua

Bảo Đại, gặp hên là không phải đi tác chiến cầm súng đánh đấm nhau ngoài mặt trận mà làm việc ở Chợ Lớn hay Gia Định gì đó cuối tuần mới về rồi chiều Chúa Nhựt lại lên sở làm. Sau này nghe kể lại thì cha cô thuộc lính thông tin hay truyền tin chuyên môn đánh mọt tít tít te te làm việc như công chức. Mẹ cô chỉ ở nhà lo cho hai đứa nhỏ, vịt gà heo cúi, và vườn tược cũng đủ hết ngày giờ.

Khoảng thời gian sau đình chiến cô Nhơn mới vô tiểu học, xong lên Trung học Cần Giuộc do ông Đinh Văn Lô làm hiệu trưởng. Năm đầu cô đi học một mình, tới năm đệ Lục thì thêm con nhỏ bạn lối xóm tên Vui - Võ Thị Vui. Con bạn cùng tuổi nhưng lại sau cô một năm vì nó thi rớt vô đệ Thất trường công. Lúc giặc giã nổi lên thì quê của cô là vùng xôi đậu, cha cô chỉ về ban ngày. Tối tối cán bộ cộng sản hay về tuyên truyền lôi kéo đồng bào, vận động chánh trị chống Diệm-Nhu, và chiêu mộ thanh thiếu niên đi du kích.

Cha cô nói, "Chà! Cái vụ này coi bộ hổng xong rồi."

Mẹ cô bàn vô: "Tui thấy thằng Nghĩa có vẻ cũng khoái tụi nó."

"Không khéo cha đi lính quốc gia mà con theo cộng sản."

Cha cô bèn quyết định dời chỗ ở. Trong vòng một vài tháng với sự phụ giúp của bạn bè nhà binh và thợ thầy ngôi nhà đã thành hình. Người ta có dịp chạy ngang qua không thể không nhìn thấy ngôi nhà mái tôn vách ván nằm phía bắc sát mặt đường Liên tỉnh số 5 bắt đầu từ cầu Nhị Thiên Đường ở chợ Xóm Củi - quận Tám chạy suốt tới Cầu Nổi qua hai quận Cần Giuộc và Cần Đước. Nhờ ngôi nhà sát bên trường Tiểu học Trường Bình mà bà mẹ buôn bán bánh kẹo và đồ chơi cho học trò có đồng ra đồng vô.

Tại Ngã ba Mũi Tàu này còn có con đường đá đỏ chạy lên xã Mỹ Lộc và xã Phước Lâm tới Ngã tư Xoài Đôi. Nếu tính nữa thì nó băng qua Cống Long Hòa tới Ngã tư An Thuận thuộc xã Phước Vân, đi ngang nhà thằng học trò từng học ở đây rồi hết lớp lên Sài Gòn. Thằng này là con của người bạn lính của ông già đang theo Đại học Khoa Học và dạy giờ ở trường Cần Giuộc. Nghĩ ông đi làm xa cuối tuần mới về còn bà thì buôn bán không ai dòm ngó vụ học hành của con cái, ông già bèn biểu nó kèm toán cho mấy đứa nhỏ.

Một thầy thanh niên kèm trẻ tại tư gia một cô học trò tuổi cặp kê thì kết quả tất yếu phải là gì ai cũng biết. Mẹ cô nói:

"Yêu đương sớm vậy sao học hành được?"

"Lo gì em. Học thì học yêu thì yêu có sao đâu? Tình yêu lý tưởng mà!"

"Sao không có? Chớ hổng phải như hồi đó em có bầu rồi bỏ học theo anh luôn?

"Tại em dụ anh..." ông cười, lại hun vô gò má bà, "... chớ hồi đó con trai mới lớn anh biết gì."

"Coi chừng có bầu rồi bỏ học như em hồi đó," bà cảnh giác.

"Em đừng lo. Có gì anh nắm đầu ông già nó."

Trong lúc những người quen biết khen tụi nhỏ xứng đào xứng kép: "Trai tài gái sắc" và "Con nhỏ trổ mã coi đẹp ghê rất xứng với thầy giáo đó" vân vân... thì cuộc tình khiến mấy thằng học trò cùng lứa hoặc trên con nhỏ vài lớp phải ganh tị. Bao nhiêu đứa con trai viết thơ cho cô: đứa thì làm thơ nói bóng gió về tình yêu đôi lứa, thậm chí có đứa tỏ tình trực tiếp nhưng cô không màng. Trong mắt cô chỉ có anh Ngộ đang học đại học ở đất Sài Gòn. Mà Sài Gòn là thủ đô của nước Việt Nam Cộng Hòa được mệnh danh là Hòn ngọc Viễn Đông chớ không phải là quận lỵ Cần Giuộc heo hút!

Chính ông Thủ tướng Lý Quang Diệu của Tân Gia Ba còn mơ đất nước của ông được như Hòn ngọc Viễn Đông của Sài Gòn. Sài Gòn có Thảo Cầm Viên nơi lý tưởng cho gia đình dắt sắp nhỏ vô chơi hay trai gái hẹn hò. Sài Gòn có những con đại lộ với hàng cây cổ thụ cả trăm năm đầy bóng mát lá me bay. Sài Gòn có Thư viện Quốc Gia cho sinh viên và học giả tới đọc sách. Sài Gòn có Bến Bạch Đằng thơ mộng trên bờ sông cùng tên. Sài Gòn có ít nhứt bốn trường trung học công lập nam nữ nổi tiếng.

"Mai mốt ở đây hết lớp em cũng lên Gia Long," anh thầy nói.

"Cũng như anh lên Trương Vĩnh Ký phải hôn?"

"Gia Long với Trương Vĩnh Ký là bồ ruột nhau mà, như hai đứa mình."

"Mai mốt anh dắt em lên Sài Gòn chơi cho biết," cô nài nỉ.

Hai người tình nhơn mới lớn lý luận và suy nghĩ về tình yêu bằng những diễm ngôn của người xưa, bằng những bài thơ tình thời tiền chiến, qua các cuốn sách về tình yêu về gia đình và cả các sách dịch tiểu thuyết lãng mạn Pháp. Ngoài ra, còn có sách trước ngưỡng cửa hôn nhơn chuẩn bị cho cuộc sống lứa đôi. Lại nữa, sách diễn giải tâm lý con trai và tâm lý con gái để rút kinh nghiệm tán tỉnh nhau. Đặc biệt và bí mật nhứt là sách giải phẫu học thân thể người ta chia ra làm ba phần! Câu thiệu của tình yêu đầu đời là "Yêu nhau là hai người cùng nhau nhìn về một hướng."

Cuộc tình màu hồng đang nở hoa hy vọng một cuộc sống trăm năm hạnh phúc với hai trái tim màu xanh thì tự nhiên Trung đoàn 46 của Sư đoàn 25 Bộ Binh về hành quân tại thị trấn này. Bộ Chỉ huy đại đội đóng tại cái nhà đúc nóc bằng giữa đường từ nhà nàng vô thị xã. Khu này rất nhiều học trò gái nhưng không biết do nghiệp duyên gì - chắc hoa khôi Cần Giuộc - ông Đại Đội trưởng lại chấm cô Nhơn nên luôn luôn theo sau đưa cô đi học và thường xuyên ngồi đồng tại nhà mỗi buổi chiều tới tối. Kết quả rồi cũng sẽ tới không thể khác được.

Nhưng cái khác ở chỗ này. Một anh sinh viên dạy giờ và một ông Trung úy làm đại đội trưởng hẳn có nhiều điều không giống nhau. Thầy dạy giờ là con của một quân nhơn truyền tin gia cảnh không lấy gì làm khá lắm lại chưa có công danh sự nghiệp trong khi ông sĩ quan dưới tay có hàng trăm lính. Thời chiến trước sau gì cũng phải nhập ngũ thì đi trước nếu chưa lên bàn thờ thì cũng có lon lá. Mấy năm sau anh sinh viên ra chuẩn úy thì ông sĩ quan đã lên tá làm tới tiểu đoàn trưởng hay trung đoàn trưởng cũng không chừng.

Những ai đang trong hạnh phúc yêu đương chưa bị phụ tình không thể nào hiểu nổi cái cảm giác của người bị *leo cây*. Cả bầu trời sụp đổ và thế gian vắng bóng người. Hết ngồi lại đứng, anh nhìn bóng cô đơn trải dài trên nền nhà dưới ánh sáng mờ ảo của cây đèn *huê kỳ* mà mơ hình bóng người yêu đầu đời. Chợt một tiếng nổ lóe lên ánh sáng hỏa châu trong màn trời đêm. Qua hàng cây thấp bên nây con đường, anh thấy rõ vài binh sĩ vây quanh cây súng máy trên nóc bằng ngôi nhà mà từng dưới là bộ chỉ huy của ông đại đội trưởng tình địch.

Giờ này vẫn có người chiến sĩ thức canh giặc, vẫn có người chiến sĩ ngủ bờ ngủ bụi đâu đó ven vòng đai an ninh quận để bảo vệ giấc ngủ cho người dân. Chưa đợi động viên, anh thầy giáo dạy kèm Ngô Đình Ngộ ngậm ngùi tình nguyện vô Thủ Đức, không thể nào quên được mối tình đầu. Hình ảnh cô học trò xinh xinh duyên dáng luôn ngự trị trong tim chàng. Học lý thuyết trong lớp thấy nàng, thực tập ở bãi bắn bãi địa hình thấy nàng, cả trong giấc ngủ mệt nhoài của một khóa sinh cũng mơ thấy nàng.

Và do giấc mơ trở thành hiện thực. - Nghiệp duyên chăng? Cuối cùng cô tiến tới hôn nhơn với anh sĩ quan trẻ và may mắn mười năm lính anh chỉ bị thương nhẹ vài lần. Nhưng cái xui của cô - không chỉ riêng ai mà cả toàn quốc - là phải nuôi chồng trong tù sau cuộc đổi đời. Trở về căn nhà cũ lúc này cha mẹ đã qua đời và thằng Nghĩa đi sĩ quan rồi cũng vô tù, cô Nhơn tỏ ra là người vợ đảm đương trong thời buổi ngợm-lên-người người-xuống-tận-cùng-đáy-địa-ngục-trần-gian. Một nách ba đứa con tứ cố vô thân cô làm cái nghề mua-gì-cũng-bán và bán-gì-cũng-mua để thăm nuôi thêm thằng em và cầm cự đợi chồng về.

Chuẩn úy Ngô Đình Ngộ ra trường làm trung đội trưởng một đại đội Địa Phương Quân đóng ở Long Thành. Sau đó do tình hình quân sự đòi hỏi thì chánh phủ đôn quân nên anh về Đại đội 8 Trinh Sát của Trung đoàn 8 thuộc Sư đoàn 5 Bộ Binh đóng ở Lai Khê. Trong lúc đó ông trung úy bị gọi tái ngũ với cấp bực cũ. Khi Sư đoàn 18 Bộ Binh tăng cường giải tỏa An Lộc, hai tình địch cùng chiến tuyến đánh nhau với giặc cộng. Những năm chiến tranh cô Nhơn theo chồng sát nút. Suốt thời gian chung sống với nhau cô không hề nghĩ và nhắc tới cuộc tình lãng mạn với ông Trung úy Nguyễn Thanh Thế.

Nhưng Đại úy Ngộ biết danh tiếng Trung tá Thế bởi ông đánh đâu thắng đó nổi danh trong quân đội miền Nam, kể cả các tướng Bắc Việt từng giao tranh với đơn vị ông cũng nể. Ông - không chỉ một mình ông mà toàn dân miền Nam kể cả các giới chức chánh quyền - đều thua trận cuối cùng. Để rồi tất cả cùng gặp nhau trong các trại tập trung khắp mọi miền đất nước. Những người kém may mắn bỏ xác lại dưới nấm mồ vô danh bên đồi cao. Những ai còn chút hên hên ra tù ngoài vượt biên bằng đủ mọi cách cũng bỏ xác trong rừng sâu hay đáy đại dương không ít.

Tính ra con số thoát khỏi sự kềm kẹp và chà đạp của xã hội mới khi từ *tù trong* ra *tù ngoài* chắc cũng chẳng nhiều lắm. Không riêng gì người bị tù, dân thường cũng muốn trở thành con người đích thực. Khi bà xã bị tai biến mạch máu não nằm một chỗ, ông trung tá từ chức chủ tịch hội cựu quân nhơn về nhà vừa làm vú em vừa làm y tá chăm sóc cho vợ ít nữa cũng năm sáu năm. Trong lúc đó, tụi nhỏ bay khắp phương trời chỉ trừ gia đình một đứa con gái còn ở gần vì sắp nhỏ mà cô còn nán lại ở khu học chánh tốt lành. Sau khi bà mẹ qua đời, con Út muốn đưa ông về ở chung đặng có dịp trả hiếu.

"Ba ở một mình con không yên tâm. Chồng con rộng lượng và có hiếu chớ không như người ta đâu."

"Ba nhà binh mà, tự lo được, con đừng quá quan tâm," ông Thế tự tin.

Tới khi hai chơn yếu hẳn ông mới chịu bán nhà về ở với vợ chồng con Út.

Cũng tại nơi này, Đại úy Ngô Đình Ngộ chở vợ tới thăm tình địch năm xưa, theo lễ nghi quân cách chào kiểu nhà binh.

"Chào trung tá," ông Ngộ nhìn ông tiểu đoàn trưởng thu nhỏ người trong chiếc xe lăn. "Được biết anh còn minh mẫn tui mừng."

"Hồi đó tui có nghe nói về anh, cũng hơi ân hận." ông Thế cười như mếu.

"Bữa nay tui đưa bà xã về đây thăm anh," ông Ngộ giải thích tiếp. "Bả cứ nằng nặc đòi đi thăm anh."

"Cảm ơn anh chị bỏ công bỏ của bay qua đây thăm tui."

Xong, ông Ngộ lịch sự ra ngoài sau vườn cho hai người nói chuyện tự nhiên hơn. Phía sau có cái nhà mát nhìn về hướng đông để chiều chiều các thành viên gia đình ra ngồi chơi. Từ ngày bà trung tá qua đời và ông ngồi xe lăn thì ông không ra đây nữa. Mấy cây phong đã xanh lá. Các bụi bông lồng đèn nở rộ một mùa hoa mới. Chim chóc vui hót đâu đây trong bụi rậm thỉnh thoảng bay ra ngoài. Cảnh vật xinh tươi như vậy nhưng lòng đại úy xót xa trong khi bà xã sống lại thời vàng son con gái với người tình cũ.

Bà Nhơn nhìn quanh, hỏi:

"Bà xã anh đâu?"

"Bả mất lâu rồi."

"Hồi đó tự nhiên anh mất tiêu không lời từ giã." Bà Nhơn nhắc chuyện hồi xưa.

"Anh có điều khó nói." Ông Thế nhúc nhích trong chiếc xe lăn.

"Lúc đó anh có gia đình chưa?" Bà Nhơn thắc mắc.

"Có rồi. Cho nên anh đâu dám..."

"Hèn gì..." bà nói tiếp. "Nhưng như vậy cũng là anh gạt em."

"Là Phật tử, anh nghĩ lại không nên kéo dài sợ rứt ra không được sẽ làm khổ nhiều người. Anh thấy tội nghiệp em - con gái mới lớn. Còn đối với bà xã là anh phản bội."

"Thấy lâu quá anh không ghé, em vô đại Bộ Chỉ huy hỏi thì lính nói anh đã giải ngũ rồi. Em chới với và sầu đời thật lâu. Nhớ anh muốn đi tìm mà không biết tìm ở đâu."

"Anh xin lỗi cô."

"Sao tự nhiên anh kêu em bằng cô?" Bà cười lớn.

"Tại em có gia đình rồi."

"Hồi đó anh có yêu em hôn?" Bà Nhơn lại hỏi.

"Có. Gặp em ai mà không yêu cho được," ông trung tá cười, nét mặt vui hẳn ra. "Dáng yểu điệu thục nữ, môi hồng, mắt biếc... Hỏi Đại úy Ngộ coi có phải như vậy không!"

"Sao hồi đó anh không nói yêu em?"

"Tại anh có gia đình rồi sao dám nói."

"Dà. Anh có vợ rồi," bà cười, ngần ngừ suy nghĩ cái gì đó một hồi rồi lẩm bẩm, "Ờ, ảnh có vợ rồi." Bà nhớ ông Ngộ, "Ờ. Em cũng có chồng có con rồi. Vậy huề héng."

Bà nhìn quanh phòng, không một bóng người, lại hỏi:

"Bà xã anh đâu?"

"Nhà anh mất lâu rồi."

"Anh có vợ khác chưa?"

"Bây giờ sống qua ngày chờ qua đời chớ lấy vợ chi nữa."

"Anh muốn hẹn em kiếp sau hôn?"

"Không dám đâu. Sao em không hẹn anh Ngộ ở kiếp sau?"

"Ảnh phản bội em!"

"Anh phản bội em hồi nào?" Vừa lúc anh Ngộ từ ngoài đi vô, lên tiếng.

Anh thầy giáo dạy giờ Ngô Đình Ngộ gốc dân quê học hết trường quận lên Sài Gòn rồi đi lính chưa từng hưởng lạc thú thời trai trẻ - nếu muốn nói đấy là lạc thú; quanh năm chỉ biết *cơm nhà quà vợ* chớ đâu có ăn chơi lăng nhăng bậy bạ. Chưa hề biết nhà hàng lớn nhỏ chưa hề vô vũ trường, chỉ biết học đường và võ đường. Dù vậy, nhờ tướng tá phương phi điển trai lại là thầy giáo mà nhiều nữ lưu vây quanh nhưng thầy lại chơn chỉ hạt bột không biết nói một lời tình cảm làm vui lòng phái nữ.

"Em thấy con gái theo anh nhiều lắm. Hồi đó con Vui cũng khoái anh lắm mà."

"Em khoái anh thì có."

Nhiều người nói nếu cô Nhơn không quay trở lại chắc thầy cũng xách xe không chạy lòng vòng tới hết cuộc đời.

"Dà. Hồi đó em yêu anh mà anh cũng yêu em nữa," bà lại cười, nắm tay ông Ngộ, hỏi, "Anh còn yêu em hôn?"

"Còn," ông an ủi bà. "Anh yêu em mãi mãi mà."

"Em già rồi!"

"Già đâu mà già?" ông cười nhìn bà. "Mỹ nhơn không nên nói mình già. *'Mỹ nhơn tự cổ như lương tướng, Bất hứa nhơn gian kiến bạc đầu.'*"

Ông Thế nhận xét:

"Anh chị yêu nhau từ hồi trẻ mà tới bây giờ còn như vầy hiếm có lắm."

"Hiếm gì? Ảnh phản bội em hoài," bà Nhơn nhìn ông Thế lại quay sang nhìn Ngộ, hỏi, "Ủa. Thằng Quân đâu rồi?"

Ông Thế nhìn ông Ngộ thông cảm, "Dù sao, tui cũng muốn nói một lời xin lỗi anh."

Sau khi hai vợ chồng về nhà rồi, bà Nhơn lại nhắn tin với ông Thế, "Hôm nay em thấy nhớ Anh quá Anh Thế ơi. Anh có nhớ em hôn? Anh và em mới gặp nhau hồi tháng Năm mà tháng Sáu em đã nhớ Anh như vầy. Ông xã em rộng lượng lắm hỏi em muốn đi thăm Anh nữa hôn anh ấy đưa đi vì chồng em muốn em vui."

Ông Thế đáp lại, "Cảm ơn vợ chồng em đã nghĩ đến anh."

"Nghĩ tới Anh thì lúc nào em cũng nghĩ. Anh đã cho em sống những tháng ngày lãng mạn: ngày nào Anh cũng đưa em đi học. Em mặc áo dài trắng đi trước, Anh đi sau, ra chơi thấy Anh đi tới, về nhà gặp Anh sang chơi. Một tình yêu lý tưởng, chúng ta hoàn toàn trong sạch không chiếm đoạt nên em rất cảm ơn Anh." Bà viết hoa chữ Anh!

Một hai ngày sau bà lại viết, "Anh Thế ơi, em nhớ anh quá, Anh Thế ơi! Anh gì đệ tử của anh đã gởi hình anh cho em. Bức hình Tướng Lê Minh Đảo gắn lon trung tá cho anh tại mặt trận. Thật oai phong lẫm liệt! Em có hình anh rồi. Từ nay khi nào thấy nhớ anh, em nhìn cho đỡ nhớ."

Buổi sáng, ông Ngộ thức dậy trước uống cà-phê rồi pha cho bà. Khi bà ra, ông Ngộ cười nói:

"Chào phu nhơn, anh pha cà-phê cho em rồi nè."

Bà nhấp một chút, xong để ly xuống bàn, nhìn ông Ngộ, nói:

"Em chào anh Thế. Hôm nay anh khỏe hôn?"

Ông Ngộ lờ đi như không để ý tới câu nói *hoài cổ* của bà, hỏi:

"Vậy em quen ông Trung tá Thế hồi nào?"

"Dà, dà...," bà suy nghĩ một lúc, hỏi lại, "bên Việt Nam hay bên Mỹ ta? Quên rồi."

Ông Ngộ nhìn bà cười cười:

"Bên Mỹ!"

"Phải rồi, bên Mỹ," bà cười theo.

Hồi qua Tony Lê dặn bữa nay ngày rằm nên ăn chay, bà viết, "Sáng nay ông xã em cho em ăn khoai lang khoai môn hương vị đồng quê ngán quá hà, làm em nhớ hồi ở Cần Giuộc anh hay dắt em ăn cốm ngò - em nhớ hoài cái mùi thơm và vị ngọt dịu em hổng biết tả sao - ở cái quán trước tòa hành chánh quận chỗ bến đò Tân Thanh qua bên kia sông là Phước Lại, anh có nhớ hôn? Em nhớ từ đó đi ngang qua Chợ Núi xuống Tân Tập là quê ngoại mỗi khi nghỉ hè và đám giỗ em hay về."

Coi điện thoại của bà, ông Ngộ hỏi:

"Em méc vậy, anh Thế nói sao?"

"Ảnh chưa đọc," bà Nhơn cười, lại viết trong mục nhắn tin. "Em chào anh Thế, em nhớ anh Thế quá, anh Thế ơi! Hôm nay anh khỏe hôn? Em nhớ anh rất nhiều. Anh có nhớ em không?"

"... la. ă. ắ.mm nh. ớ.ớ.ớ...." ông Thế trả lời.

"Anh có muốn em đi thăm anh nữa hôn?"

Trong một tuần bà Nhơn nhắn tin hoài vẫn không thấy ông trung tá hồi âm, bà Nhơn biểu ông Ngộ liên lạc thì cô Út trả lời, "Ba con vô

ER -*Emergency Room* hai hôm rồi, bác sĩ nói có thể chiều nay ra ICU - *Intensive Care Unit.*"

Ông Ngộ nói với bà Nhơn, "Hồi hôm anh nằm mơ thấy anh Thế nhắn tin 'lắm nhớ' chớ hổng phải 'nhớ lắm' mà viết tùm lum không còn tỉnh táo nữa. Anh bị ông trung tá này ám ảnh quá!"

"Ám ảnh gì? Anh ghen với ảnh làm chi?"

Ông Ngộ tự an ủi lấy khổ làm vui mặc dầu có đôi chút ngậm ngùi ẩn ức nhưng nghĩ cũng thương vợ - giờ không còn tỉnh táo nữa - hy sinh cho chồng con suốt cuộc đời con gái, nhứt là cuộc đổi đời cay đắng lúc cả nước xuống hố./.

Ngô Sỹ Hân

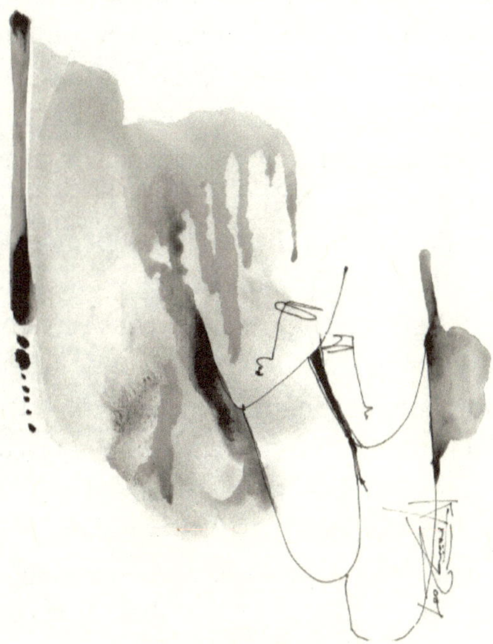

tranh Khánh Trường

TN

NGUYÊN CẨN

ĐỘC ĐINH

Buổi chiều xuống dần. Thành phố bắt đầu chen chúc những người đi làm về và học sinh tan học. Nhưng bỗng dưng mọi người nửa muốn ngừng lại mặc áo mưa nhưng một nửa vẫn đi tới vì một cơn mưa lất phất, những hạt nhẹ rơi qua kẽ tay. Thầy Việt nhìn tôi thầm dò xét xem tôi có phải về ăn cơm chiều không. Tôi nói khẽ:" Thầy sắp tới giờ cơm chưa, em về?" Thầy nói, "Thôi, ngồi với nhau mười mười lăm phút nữa." Thầy thích nói, thầy say sưa nói mỗi lần gặp tôi vì thầy cảm thấy như đang hụt hẫng thiếu người tâm sự mọi chuyện. Thầy nói với một sự lôi cuốn của một giáo sư giỏi hồi ấy. Thầy phân tích chính trị khá sâu sắc, từ thế giới đến quốc nội Thầy lại giỏi tiếng Anh, nghe VOA, BBC trực tiếp được, dù ngày ấy phải "nghe lén ". Tôi thăm thầy từ lúc 3 giờ và thầy trò nói chuyện đến gần 6 giờ. Như một sự tình cờ, nhà ông chú tôi bán cà phê đối diện bệnh viện Chợ Rẫy, thầy lại đang là bệnh nhân ngoại trú ở đây, trọ ở dãy nhà của bệnh viện. Một lần đang đạp xe ra từ nhà ông chú thì thấy thầy xuống uống cà phê, tôi chào thầy và hỏi:" Thầy là thầy Việt phải không? "Thầy gật đầu và nói:" "Thấy em rất quen. Tôi nói "Em học sinh Pétrus Ký học Anh văn năm lớp 10 với thầy". Thầy nói: "Nhớ rồi, thằng Nguyên phải không?" Thầy nhớ tôi là vì mỗi khi thầy ra bài tập, phần dịch thường rất khó, thầy lại hay lấy các tác phẩm lớn ra cho dịch nên mấy đứa trong lớp nó 'né' lên bảng nhưng tôi lại có vẻ thích thú. Có lần tôi nhớ thầy lấy một đoạn trong "Good Earth" của Pearl Buck ra cho dịch. Tôi nhớ có câu "In the afternoon, O-Lan stared at the other side of the river..." Tôi dịch là "Mỗi chiều, O Lan nhìn chòng chọc qua bờ kia của con sông." Thầy gọi tôi lên nói, "Mày giết chết văn chương rồi con ạ, 'stare' không thể dịch là 'nhìn chòng chọc' mà phải dịch là 'Mỗi chiều, O Lan *đăm đăm* nhìn qua bên kia sông'." Ngày ấy nền học vấn theo khuynh hướng khai phóng và tự do nên các thầy muốn lấy sách nào ra đề thì ra, không nhất thiết dựa vào bộ "English for today", nên cái học phóng khoáng và có phần bay bổng.

Thầy Dư Siêu Việt kể chuyện đời mình, cũng ly kỳ nhiều tập. Có những cái không tin cũng phải tin dù thầy chẳng tin vào số phận. Lúc gặp lại tôi, thầy chỉ nói cái nguyên nhân thầy vào bệnh viện, cái nguyên nhân thầy kẹt lại Việt Nam, như thể con người ta sau cái vận hên là đến cái hạn đen. Nhưng sau này có người kể lại gia đình thầy cực kỳ giàu có và nhân đức, một gia đình bán vàng nổi tiếng từ Hà Nội vào Nam và thầy giống như một cậu ấm "lên xe xuống ngựa ", kẻ ăn người ở đầy nhà, những món ăn hiếm ngày ấy như sơn hào hải vị, như yến nào có thiếu. Bố thầy đã xây lên một ngôi chùa lớn giữa lòng quận 3 và ông còn mở ra một nghĩa trang chung, nhất là giúp những người nghèo khó, tất cả mang tên Phước Hòa. Cuộc đời thầy đó luôn êm ả, tốt nghiệp Đại học Sư phạm đệ nhị cấp, về An Xuyên dạy khoảng mười năm, chuyển về Sài Gòn dạy tại Pétrus Ký, một ngôi trường danh giá. Thời gian sau khi dạy tôi, thầy được cất nhắc làm công cán ủy viên Bộ Giáo dục, rất quyền uy. Nhưng nỗi ám ảnh thiếu con trai nối dõi đeo đẳng thầy khôn nguôi và định mệnh lên tiếng trong một lần xuống Cần Thơ công tác. Khi thầy bước qua hàng chào danh dự có các nữ sinh cầm hoa vẫy chào thì bắt gặp ánh mắt thán phục của một cô nữ sinh cao ráo, xinh xắn. Không thán phục sao được vì lúc ấy thầy mới ngoài 40 còn rất phong độ. Tướng thầy không cao nhưng gương mặt thanh tú, dáng đi nhanh nhẹn, sóng mũi thẳng, mặt xương, cặp mắt sáng dưới cặp kính cận nhìn là biết trí thức. Sau bữa tiếp đón của trường nữ Đoàn Thị Điểm, thầy tản bộ ra ngoài và nói: "Để tôi đi ngắm cái trường này một tí." Và xui khiến sao thầy đi về phía ánh mắt hồi nãy thì không gặp ai, thầy hỏi thầy giám thị, "Lớp nào phân công cầm hoa vẫy chào tôi vậy?" Thầy giám thị nói:" Dạ 2 lớp 11 A1 và A2. Vừa lúc ấy học sinh ra và thầy lại thấy cô nữ sinh ấy dắt xe đạp ra cổng. Thầy tiến lại gần và hỏi: "Em học lớp nào? "Cô lí nhí: "Dạ, 11 A2." "Em tên gì?" Dạ, Vân." "Gì Vân?" "Dạ, Thu Vân." Thầy cười: "À, mây mùa thu, tên đẹp đấy. Nhà em ở đâu?" "Dạ cách đây mấy cây số, ở dưới Mỹ Khánh." Thầy nói: "Thôi, em về đi kẻo trễ." Nàng đỏ mặt vì đám bạn đứng chờ vì thấy ông công cán ủy viên hỏi thăm cô nữ sinh tỉnh lẻ.

Và thầy được biết cô ấy cũng thuộc loại hoa khôi của lớp. Trước khi về Sài Gòn thầy đã ghé qua vài lớp, nói chuyện bâng quơ với các thầy cô và cố ý tạt qua 11 A2 và để lên bàn Thu Vân số điện thoại bàn của văn phòng thầy trên Sài Gòn, ghi "Khi nào rảnh em cứ gọi." Rồi thầy ra về. Là một cô gái có cá tính, sắc sảo, không hiểu động lực nào khiến Thu Vân mạnh dạn gọi cho thầy, ngày nào cũng gọi, nói chuyện trời trăng mây nước, ít nói chuyện học hành mà theo thầy cô ấy có biết chuyện gì đâu mà nói. Thầy, một trí thức lỗi lạc, chính kiến rõ ràng, gia đình giàu có, quyền cao chức trọng nên nàng chỉ nói chuyện lung tung, ấy vậy mà họ cứ nói cứ cười như... đã quen nhau tự thuở nào, do duyên nghiệp đưa đẩy chăng? Thu Vân còn nói: "Thầy có sợ hôm nào em lên Sài Gòn tìm thầy không?" Thầy cười "Tùy em. Có dám không?" Và một ngày nọ, Thu Vân không hiểu bị sức hút của ông quan giáo dục cao ráo đẹp trai ấy đã xin gia đình lên Sài Gòn thăm bà cô và nàng ghé qua Bộ Giáo dục. Lăn theo vòng xoáy của định mệnh, họ đã đi chơi chiều hôm ấy. Cô gái ngơ ngác giữa lòng thành đô hoa lệ và bỡ ngỡ khiến thầy bật cười: "Trông em cứ như gà mất đầu." Sau cùng họ vào rạp xi nê, và thầy nắm tay nàng. Thu Vân rụt rè "Coi chừng ai thấy?" Thầy quàng vai nàng siết chặt, Thu Vân nép người vào thầy và nói: "Ba má em khó lắm. Không đi hoài được đâu? Em không làm vợ bé đâu nhen?" Thầy hơi giật mình, nhưng trước sự cám dỗ của một cô gái trẻ đang tuổi 17 và nhất là mong muốn có một đứa con trai nối dõi khiến thầy chao đảo. Thầy đã hôn nàng khi trong rạp chiếu một cảnh tối. Nàng rùng mình nhưng để yên, đê mê và họ đã đến với nhau với tất cả ngang trái của một kiếp người.

Ngày ấy bố thầy đã qua đời nên khi nói với mẹ, bà phản đối nhưng khi nghe đến chuyện đẻ con trai, bà tạm nguôi ngoai nhưng bà nói "Chắc mẹ không đi hỏi vợ cho con được đâu? Con vợ con nó có tội gì đâu? Chỉ có tội là đẻ toàn con gái nhưng như thế con cũng không nên bỏ nó!" Quen mấy năm, Thu Vân dứt khoát không chịu làm vợ bé. Thầy phải quyết định, đến bây giờ thầy cố gắng tin là đúng dù có lúc cũng hoang mang vì vợ thầy, một người phụ nữ mảnh mai, hiền hậu, chưa hề làm gì sai với thầy. Ngay cả khi thầy nói với cô ấy chuyện ly dị, cô ấy cũng phải suy nghĩ mất cả tuần lễ. Khi nghe thầy bịa ra chuyện nói đã lỡ làm Thu Vân có bầu, cô ấy chỉ nói sau hai giòng lệ: "Tùy anh thôi, chứ em đâu biết phải làm sao bây giờ!" Sau đó, thầy phải rủ vài ông bạn cùng thầy sắm sanh lễ vật xuống Phong Điền hỏi vợ, chứ đâu dễ gì mà có bầu (?). Chuyến đi gian nan vì phải qua mấy cái cầu khỉ, đường đi thì trơn trợt, phải đi đò vô. Và thầy phải tổ chức một cái lễ cưới ảm đạm vì anh em gia đình thầy tẩy chay không dự khi nghe tin thầy lấy vợ hai. Thầy không biết phải làm sao bây giờ. Cũng bơ vơ cô đơn như lần thầy ra ứng cử vào Hạ nghị viện Việt Nam Cộng Hòa để chống lại cái chính thể mà thầy cho là đang mục ruỗng nhưng thầy chẳng thuộc phe nào, ném 200 cây vàng ra tranh cử và thất bại thảm hại. Thầy cay cú nhưng cho rằng vận nước suy vi biết sao được, đến cái quyết định lấy vợ này, cũng không ai ủng hộ trừ vài ông bạn thân. Nhưng họ cũng gắng gượng làm phù rể cho thầy khi xuống Phong Điền. Hôm tổ chức tiệc cũng có người không đi vì ngại. Bà cụ thì đến tiệc ở Sài Gòn một lát rồi về. Thầy chỉ còn tin vào tình yêu mình dành cho cô Vân. Tình yêu là một sức mạnh vô hình nhưng giúp họ vượt qua tất cả. Nó không chỉ mang lại niềm hạnh phúc, mà còn giúp con người vượt qua những khó khăn, thử thách tưởng chừng không thể. Khi yêu, người ta sẵn sàng hy sinh, bao dung và tha thứ, biến những điều bình thường trở nên ý nghĩa. Tình yêu có thể hàn gắn vết thương, xóa nhòa khoảng cách và kết nối những tâm hồn xa lạ. Đó là ngọn lửa ấm áp sưởi ấm trái tim, là động lực giúp con người mạnh mẽ hơn, sống tốt đẹp hơn mỗi ngày. Tình yêu không chỉ là cảm xúc, mà còn là nguồn sức mạnh to lớn ảnh hưởng sâu sắc đến cuộc sống con người. Nó giúp ta tìm thấy ý nghĩa trong từng khoảnh khắc, là sợi dây gắn kết, mang lại sự ấm áp và bình yên. Chính nhờ tình yêu, Thầy và cô Vân có thể vượt qua những mất mát, tổn thương và tìm thấy hy vọng ngay cả trong những lúc khó khăn nhất. Và trong những đêm mặn nồng, cô thường thì thầm vào tai thầy: "Em sẽ sinh một chú nhóc cho anh, bù cho bốn đứa con gái cho cân bằng." Thầy rất vui vì cô nói đúng những gì thầy đang mơ ước. Thầy là con một trong một gia đình hay đúng hơn một giòng họ, không hiểu vì lời nguyền gì mà mỗi đời chỉ có một trai, ngoài Bắc họ gọi là "độc đinh". Nhưng đến thầy thì oan nghiệt sao, thầy lấy vợ đẻ liền 4 đứa con gái. Nên thầy nói, "Nếu thế, nó sẽ là cháu đích tôn lo hương hỏa từ đường sau này."

Sự nghiệp của thầy đang đi những bước vững chắc. Thầy đăng ký đi Anh học tiến sĩ văn chương và trả lời rất hay nên họ chọn thầy dù chỉ có một học bổng. Khi quan chức phụ trách phỏng vấn nói, "Ông Dư à, tôi không thấy có lý do gì để ông đi Anh cả?" Thầy trả lời từ tốn nhưng rành mạch cương quyết, "Các ông nghĩ tôi đi chỉ vì tương lai tôi sao? Tại sao không nghĩ tôi đi vì sự nghiệp quảng bá văn hóa văn chương Anh ở xứ sở này khi ảnh hưởng của Pháp đang quay trở lại và của người Mỹ đang mạnh dần lên. Tiếng Anh của các ông có cần người Mỹ giúp quảng bá không? Hay ông cần những trí thức tiếp thu một nền giáo dục khoa bảng chân chính để quảng bá nó. Tôi có thể là Khoa trưởng khoa Anh ngữ một trường đại học ở Sài Gòn, nơi có thể đào tạo rất nhiều thế hệ trí thức thông hiểu văn hóa Anh." Họ yên lặng. Thầy cũng yên lặng. Sau hơn 10 phút yên lặng như một kiểu thăm dò tâm lý xem thầy có vội vã chào tạm biệt khi họ chưa cho phép. Thì họ lên tiếng, "Cảm ơn ông Dư, chúng tôi sẽ xem xét." Và 10 ngày sau thầy nhận kết quả trúng tuyển học bổng duy nhất sang Anh lấy tiến sĩ. Thầy ghé sang Đại Học Phương Nam thăm Thượng Tọa Thích Tâm Châu, sáng lập viên của trường. Vấn an xong, thầy báo cho thầy Tâm Châu biết kế hoạch của mình thì nghe ngài nói, "Con cứ đi, thầy sẽ dành cái ghế Khoa trưởng Khoa Văn chương Anh Mỹ cho con khi về Việt Nam." Tin vui nối tiếp tin vui, cô Thu Vân có bầu phải về Cần Thơ sinh đẻ vì có con em bà con của nàng làm y tá Bệnh viện dưới đó, sẵn bên ngoại chăm nom tiện hơn. Ở dưới báo lên Thu Vân đã sinh một bé trai đầu lòng 3,80 kg. Thật song hỷ lâm môn cùng một lúc. Nhưng...

Ai có thể ngờ 30/4/1975 lại đến khi chỉ còn 18 ngày nữa thầy lên đường sang Anh. Sao không trễ hơn nhỉ? Cuộc đời có những chữ *nếu* hay *phải chi* không giải thích được! Thầy bị kẹt lại, phải đi trình diện theo diện Ngụy quyền và học tập mất mấy tháng thì về nhưng không được giảng dạy lại. Cảnh nhà sa sút, bắt đầu những năm cơ cực. Đến khi cô Thu Vân sinh đứa thứ hai, Dư Tường Vy, gia đình lâm vào hoàn cảnh bức bối, khó khăn. Thầy theo những người bạn rủ về quê tìm hướng sống trong hoàn cảnh nhiều người hoang mang trước thời cuộc, lũ lượt tìm đường vượt biên. Thầy cũng cạn vốn liếng, 200 cây vàng ra tranh cử, kết quả thất cử! Danh vọng tan như bọt xà phòng! Thầy cùng gia đình về Rừng Lá, hy vọng đắp đổi qua ngày. Địa danh Rừng Lá được nói tắt từ rừng cây lá buông - loài cây rất đắc dụng trong đời sống cư dân miền Nam từ thuở khai hoang, mở cõi. Thầy nói mình cũng nghiên cứu sơ và biết đến địa danh Bối Diệp giang, còn có tục danh là sông Lá Buông: "cư dân sinh sống bằng cách lấy lá buông dệt buồm, đan tấm, đánh dây, chặt tàu đem bán". Đây cũng là nguyên liệu độc đáo để chế tạo ra hàng chục mặt hàng thủ công mỹ nghệ, trong đó quen mắt nhất là nón lá, giỏ xách, đũa sóng lá, bao bì, tấm đệm... Xưa kia, lá buông còn được dùng để lợp nhà, ngăn vách, cánh buồm...

Khi thầy đến nhiều người cũng tìm vào ở dọc theo vùng Rừng Lá, nhiều nhất là dân Xuân Hưng, Xuân Hòa (huyện Xuân Lộc), Hàm Tân, La Gi (tỉnh Bình Thuận) sinh sống bằng nghề chuốt lá buông. Và anh trí thức năm nào giờ phải tập phơi lá, tuy nhẹ nhàng nhưng phải có kinh nghiệm để phơi cho lá buông từ màu xanh tươi non trở nên trắng ngà mới đạt chuẩn; nếu để nhiều nắng quá lá sẽ giòn, quăn queo; ngược lại ít nắng quá lá dễ bị mốc. Sau đó thầy phải tập xé lá, phải xác định đúng đường xương cá để không làm nát lá. Và cái khó nhất là chuốt lá. Bàn tay thầy chảy máu hoài vì lọng cọng khi dùng lưỡi lam bén kéo một đường thẳng dài dứt khoát chia đôi tấm lá buông, sau đó nhúng lá xẻ vào nước rồi đem ra phơi lần nữa để nan lá mềm và dẻo hơn. Trung bình phải cần đến 6-7 tấn lá phơi khô mới thu được một tấn lá đã chuốt thành phẩm để làm nguyên liệu cung ứng cho các mục đích sử dụng khác nhau...

Núi rừng có làn sương lạnh đẹp nếu ngắm để vẽ hay làm thơ nhưng không hợp với buồng phổi một anh thư sinh lớn tuổi, nên thầy ho liên miên. Làm cực quá mà chẳng thu nhập bao nhiêu nên thầy bàn với cô: "Hay mình trở lại thành phố, bám vào đó mà sống chứ không chịu nổi nữa rồi, còn con cái mai mốt học ở đâu?" Tương lai ngày một mù mịt. Cô quyết định trở lại thành phố cùng thầy.

Thầy phải theo cô Thu Vân đi buôn chuyến, sau khi gửi con tạm về Phong Điền cho Ngoại nuôi. Trong một lần đi, thầy đã bức xúc khi mình ngồi ghế trên còn một bà cụ ngồi cuối xe. Thầy đi xuống và nói: "Cụ lên trên ngồi, tôi ngồi đây cho, đường xa nó dằn xóc lắm, cụ lên đi." Bà lão ngần ngại. Thầy lại nói, "Bà lên nhanh đi, xe chạy." Bà lão sau một lúc miễn cưỡng cũng cảm ơn thầy rồi đi lên. Nhưng oan nghiệt cũng từ giây phút ấy. Khi thầy xuống dưới ngồi thì Thu Vân nói: "Thôi anh lên trên để em ngồi dưới cho, thầy không chịu. Và trên đường đi buôn chuyến ngang qua Vĩnh Long thì tai họa xảy ra, một hộp sắt đựng dụng cụ sửa xe bất ngờ rơi xuống ngay đầu thầy, may là sướt qua nhưng đủ làm chảy máu. Xe lập tức quay lại chuyển thầy vào Bệnh viện Vĩnh Long để thầy và Cô Thu Vân ở lại điều trị. Sau hai ngày băng bó vết thương tạm ổn thầy trở về thì một tuần sau đang ngồi ăn cơm thì chóng mặt, đưa vào Chợ Rẫy thì họ nói thầy bị tai biến nhẹ, phải theo dõi điều trị. Từ đó thầy làm bệnh nhân ngoại trú thường xuyên của Chợ Rẫy vì những cơn nhức đầu vô căn, nghi do cao huyết áp, dù trước khi bị thùng đồ ấy rơi vào đầu thì thầy hoàn toàn khỏe mạnh. Và cô Thu Vân phải vừa lo cho chồng vừa đi buôn chuyến kiếm tiền. Được cái cô tuy tiểu thư nhưng trong thời nhiễu nhương cũng giỏi thích ứng, cô đi buôn bằng những chuyến xe cứu thương chở xác người về quê miền Tây Nam Bộ, cô buôn bất cứ thứ gì có thể, gạo, thịt, mắm muối... Có những chuyến ngồi kế xác chết 5, 6 tiếng cô cũng không nề hà. Gương mặt xinh xắn trắng trẻo một thời trở nên dạn dày sương gió vì chồng vì con. Về đến nhà trọ là tất tả ra chợ rồi thì nào cơm nước nào thuốc thang còn phải hỗ trợ mấy đứa con bà cả nữa. Khi tôi ghé thăm ông chú bán cà phê thì gặp lại thầy. Thầy giảng về chính trị thế giới về văn chương Anh Mỹ, Anh thì thầy mê Pearl Buck và Somerset Maugham, Mỹ thì thầy lại thích nhiều, Steinbeck, William Faulkner, đặc biệt là Hemingway. Có một lần thầy say sưa nói: "Em nhớ trong English for Today, Book six, có giới thiệu một truyện ngắn của Hemingway. (Học sinh miền Nam ban C- văn chương như các em được học.) Một truyện ngắn khủng khiếp chỉ gồm có 8 trang mà cô đọng lại tất cả kinh nghiệm sáng tạo cực điểm về sự sợ hãi, xao xuyến, và hư vô. Truyện ngắn nhan đề là "A Clean, Well-lighted Place" (Một nơi sáng đèn và sạch sẽ). Thầy như thuộc lòng truyện ngắn đó. Em hãy lắng nghe độc thoại nội tâm của nhân vật chính trong truyện, một người bồi bàn cô độc đầy xao xuyến bàng hoàng nơi quán rượu về khuya ở một nơi nào đó tại đất Tây Ban Nha: "Tắt đèn điện xong rồi, hắn cứ tiếp tục nói chuyện một mình cho một mình hắn nghe, phải chăng hắn đã sợ hãi? Thực ra chẳng phải sự sợ hãi nào cả hay cũng chẳng phải sự áy náy bồn chồn xao xuyến nào cả. Đó chỉ là một cái hư vô mà hắn đã quá quen biết. Tất cả đều là một cái hư vô và con người cũng là hư vô. Chỉ có thế và ánh sáng quả thực cần thiết vậy và một sự sạch sẽ nào đó và một trật tự nào đó. Có người đã sống trong hư vô và chẳng bao giờ cảm thấy hư vô, nhưng hắn biết rõ nó, ồ tất cả là hư vô, ồ thế chỉ là hư vô *nada y pues nada y nada pues nada*. Cái nada của chúng con, lạy nada của chúng con, ở trên nada, nguyện danh nada cả nada nước nada trị đến xin dâng nada trên nada bằng nada vậy. Xin nada cho chúng con ngày hằng ngày nada và nada chúng con như chúng con nada nhưng nada của chúng con, lạy cho nada trong nada và chữa chúng con cho khỏi nada; pues nada. *Kính mừng hư vô, đầy hư vô, hư vô ở cùng người...*" Em có thấy đoạn văn trên toát lên một làn ánh sáng huyền hoặc, một thứ ánh sáng trong suốt trong sự trống rỗng mênh mông của cả vũ trụ. Hai bài kinh quen thuộc của Công giáo (Kinh lạy Cha và kinh Kính mừng Maria) trở thành kinh cầu nguyện hư vô: Thượng đế và Đức Mẹ và tất cả mọi sự trở thành hư vô (sắc tức thị không). Tất cả quán cà phê, ánh đèn điện rực rỡ, những hình dáng con người, những bàn những ghế, tất cả trở thành hư vô. Em nên biết triết gia William Bennett đã trích dẫn đoạn văn trên trong một buổi nói chuyện ở Hội Triết Học Mỹ (American Philosophical Association) vào tháng 12-1957 và có nhắc đến Không Tính của Phật giáo "gợi lên lòng từ bi bao quát tất cả mọi chúng sinh". Chữ Tây Ban Nha "nada" có nghĩa là hư vô và giọng văn của Hemingway ở trên tuôn chảy một mạch như Tâm Kinh Bát Nhã. "Thị chư pháp không tướng, bất sanh bất diệt, bất cấu bất tịnh, bất tăng bất giảm. Thị cố không trung vô sắc, vô thọ, tưởng, hành, thức;

vô nhãn, nhĩ, tỷ, thiệt, thân, ý; vô sắc, thanh, hương vị, xúc, pháp..." Khi tất cả những gì ta tưởng như có thực bỗng trở thành hư vô và ngay cả Thượng Đế cũng là hư vô thì chính hư vô cũng không còn là hư vô nữa, và như thế chúng ta sẽ không bị rơi vào chủ nghĩa hư vô (nihilism). Sắc tức thị không nhưng đồng thời không tức thị sắc, tất cả Ý Thức và Vô Thức của con người bị phá vỡ tung ra. Hãy nhớ Hemingway từng viết: "Cái chết của bất cứ ai cũng đều giảm bớt tôi, vì tôi dính líu với toàn nhân loại, vì thế đừng bao giờ tìm hiểu hồi chuông báo tử đang ngân lên cho ai đó; hồi chuông báo tử ấy đang gọi cho chính mi". Hemingway đã trích câu này của John Donne để làm đề từ cho quyển tiểu thuyết "For whom the Bell tolls".

Thầy say mê nói về văn chương với tất cả sự uyên bác và thâm nhập cả hai nền văn hóa Đông – Tây, Thiên chúa và Phật giáo... Tôi ấn tượng với thầy không phải vì những phân tích thời sự sâu sắc và cái nhìn toàn cục mà còn là kiến văn thâm hậu... Tiếc là thầy không hay chưa có dịp viết sách để rồi cái công phu tuyệt học ấy bị mai một vì những công việc hành chính trong đời một ông công cán ủy viên...

Mỗi buổi chiều khi không có giờ dạy tôi đều tạt qua thăm thầy và có khi nói chuyện với ông chú. Ông chú thì chỉ kể kỷ niệm hồi trong quân ngũ chứ không nói chuyện trời trăng kim cổ được...

Ngày tháng trôi rất nhanh. Gặp lại thầy cũng gần một năm. Thầy cũng khi khỏe khi yếu nhưng gặp tôi hai mắt thầy lại sáng rực những khi tâm sự. Tôi biết thầy rất túng thiếu mà lúc ấy mình chẳng làm gì được vì đồng lương giáo viên còm cõi (!). chỉ trả tiền cà phê và mua vài cái bánh cho đám nhỏ. Khi con gái lớn của thầy, Dư Vân Ngoạn, ghé tới xin tiền thầy sửa cái đùm xe, thầy kêu lên: "Chết tôi rồi! Chờ mẹ Vân mày về chứ tao hết rồi!" Những đứa con bà vợ cả, 4 đứa, thanh mảnh, nhất là con gái lớn bây giờ cũng níu áo cha vì mẹ nó làm không ra tiền bao nhiêu hết. Đứa nào cũng xinh xắn, đẹp gái vì vợ cả của thầy cũng là một nhan sắc khi còn trẻ. Mấy đứa khác lâu lâu cũng ghé qua, chủ yếu xin tiền vì mẹ nó cũng không làm gì ra tiền. Tên đứa nào cũng lạ và khá xinh, có lẽ do bà vợ cả cũng đẹp chăng? Tên chúng do ông nội đặt dùng toàn tích chữ Hán: Dư Tố

Cầm, Dư Mộng Tần, Dư Uyển Thanh... Có ai ngờ một gia đình giàu có, từ Hà Nội vào đến Sài Gòn mà sa sút vậy không?

Thằng con trai, Dư Oanh Liệt, ở với bà ngoại, có khi được em của cô, Kim Loan từ dưới quê dắt lên thăm thầy. Thằng bé mập mạp, dáng cục mịch, trông khác so với thầy và đàn con gái thanh mảnh. Nhưng cô Vân nói: "Cục vàng của thầy đó em. Thầy đặt tên nó là Oanh Liệt mà nếu còn sống chắc ông cụ không đồng ý vì nghe 'nổ' quá!" Đặc biệt cô nói: "Nó học dở lắm em ơi!" Chắc bao nhiêu thông minh thầy lấy hết rồi!

Rồi một chiều tôi đi chậm hơn thường lệ vì giữa đường gặp một cơn mưa lất phất Khi đến quán cà phê, thì thấy ông chú nói: "Ông thầy của cháu mất rồi! Tối hôm qua hay sao ấy?" Giật mình tôi lên khu ngoại trú thì gặp Vân Ngoạn nói: "Bố em mất chiều hôm qua, đang ăn, bỗng dưng nghẹn rồi ngả người nằm xuống và không dậy nữa!" Tôi giật mình, như một điềm gở khi cách đây mấy ngày lần gặp sau cùng, thầy tình cờ nhắc bài thơ Đinh Hùng ngẫu hứng viết trên mặt sau giấy thiếc trong bao thuốc lá tại nhà thương Bình Dân trong những ngày cuối đời (bài thơ chưa được công bố) khi nhìn những cánh hoa trong sân.

Những cánh hoa này rất mỏng manh
Ngày mai cho gió cuốn xa cành
Và ngày mai nữa em đi dạo
Sẽ gặp hồn anh trên cỏ xanh

Tôi hỏi, "Rồi bố em giờ ở đâu?" Ngoạn trả lời: "Dạ chuyển về nhà ông bác mẹ Vân để nhờ quàn quan tài, chú đi gấp thì còn đám. Sáng mai đưa đi rồi!" "Chôn gấp vậy sao?" "Dạ, vì không có hộ khẩu nên nhờ cái anh trước giúp việc cho ông nội con làm quản trang bây giờ nhà nước giao phụ trách Nghĩa trang Phước Hòa, ảnh cho phép chôn nhưng phải trước 6 giờ sáng, sợ người ta biết. Cũng được cái chôn dưới chân đức Địa Tạng." Tôi ngậm ngùi, tội cho thầy! Nghĩa trang của gia đình mình sáng lập ra mà giờ con cái phải chôn "chạy"! Tôi vội vã ghé đám tang. Tôi đã đi nhiều đám tang nhưng chưa thấy đám nào buồn và hiu hắt đến như vậy. Gia đình thầy thì tẩy chay việc thầy lấy vợ bé nên đã "từ" thầy lâu rồi, không ai ghé. Bốn đứa con gái, lớn nhất 18 tuổi, loay hoay rủ rỉ quanh một cái bàn. Thằng

Liệt và con bé Vy thì ngồi trong góc chơi mấy con thú nhựa. Cô Thu Vân thì tất bật mọi chuyện, đầu bù tóc rối. Cô cười héo hắt, "Chưa bao giờ cô nghĩ mình tàn tạ như vậy đâu em! Cực mấy cô cũng lo được, chịu được nhưng thầy mất là cô hụt hẫng, không hiểu sống vì cái gì bây giờ. Thầy tuy như cái bóng nhưng là điểm tựa lớn nhứt của đời cô." Bà vợ cả ngồi yên trong một góc phòng, tay lần tràng hạt. Dáng bà ngồi ẩn nhẫn, vóc người nhỏ nhắn, gương mặt trái xoan, nét đẹp hiền hậu.

Nhìn di ảnh thầy với nụ cười phớt đời, tôi đã viết mấy dòng thơ

Viên phấn giờ đây đã ngủ yên
Trả trong tàn lạnh mọi ưu phiền
Gửi cho cát bụi nghìn câu chữ
Và vạn niềm mơ xuống cửu tuyền

Và một đoạn khác, khi nhìn đàn con hai dòng của thầy đang bơ vơ.

Nghe bé thơ vào gọi: "Bố ơi!"
Bố đã đi xa khỏi cuộc đời
Còn đó hai giòng sông lặng chảy
Bao giờ hội ngộ giữa trùng khơi...

Thế đấy, một kiếp người. Tôi dự định tiễn đưa thầy. Cô Vân nhờ thằng cháu bên nội duy nhất đến đám của thầy vì tất cả đều sợ cha mẹ chúng không đứa nào ghé. Dặn và đưa tiền trước cho nó chuẩn bị xe buýt 5 giờ khởi hành.

Và sáng hôm sau, xin nghỉ dạy tôi đi thật sớm 4:30 đến đám tang. Lúc đó chỉ có mỗi xe đám ma. Cũng có vài người bạn và học trò cũ hay tin xin đi khoảng hơn 15 người. Nhưng 5 giờ rồi 5 giờ 30 xe buýt không đến, xe đám ma đành phải lên đường vì không thể chờ được, mang theo 7 người là 6 đứa con của thầy cùng với cô. Ngày ấy không ai có xe gắn máy hay chuẩn bị xe gắn máy vì nghĩ có xe buýt. Những người đưa tang thất vọng ngồi lại hàn huyên đến gần 7 giờ thì giải tán, chỉ thấy cậu em thầy chạy đến nói: "Thôi cô bác về đi. Thằng đó đêm qua nó nhậu quên kêu xe rồi." Có người nói, "Chắc lấy tiền thuê xe nhậu hết rồi, ai lại nhờ thằng đó! Mặt nó xanh lè như ghiền xì ke ấy mà!" Đám ma buồn. Cái kết buồn. "*nada y pues nada y nada pues nada. Kính mừng hư vô, đầy hư vô, hư vô ở cùng người.*"

Tôi trở về, hai ngày sau mua ít trái cây ghé qua chỗ thầy ở trong khu nội trú bệnh viện tính nhờ cô thắp nhang giùm thì gặp cô đang dọn đồ về quê. Mặt cô hốc hác, hai mắt trõm lơ, trông tiều tụy sau mới có mấy ngày. Tôi khuyên cô giữ sức khỏe. Ngồi tâm sự hồi lâu, cô nói: "Cái may là họ vẫn cho thầy chôn trong đất nhà chứ cô đâu lo nổi. Hôm đưa đám về, trời mưa em ạ. Họ nói sau đám ma mà mưa là may. Cầu thầy phù hộ cho cô khỏe để nuôi hai đứa này, có khi cả 6 đứa. Mấy đứa con riêng của thầy xin tiền cô miết!" Giây lâu sau, cô nói: "Thầy và cô trả giá đắt cho cuộc đời, nhất là thầy khi lấy cô chỉ để sinh một đứa con trai. Mà em thấy thằng Liệt nó giống thầy không?" Tôi tình thiệt, "Dạ, không cô. Nó hơi cục mịch. Em nghĩ nó là con Quách Tĩnh đúng hơn!" Cô bật cười, "Thằng này tinh mắt." Tôi giật mình: "Cô nói sao?" Cô mân mê vạt áo một lát rồi nói, "Cô cũng không biết cô là loại mẹ hiền hay mẹ ác. Em có tin cô làm một chuyện tày trời không?"

"Sao cô?" "Thầy lấy cô là mục đích đẻ con trai? Nhưng trời hại cô, khi sinh đứa con đầu, nó chết ngắc khi mới lọt lòng."

Tôi giật mình: "Vậy thằng Liệt con ai?" Cô hơi ngượng ngùng: "Em có nhớ con Kim Loan, em gái cô làm y tá ở Phong Điền không? Cô sinh con trong nhà bảo sinh nơi nó làm y tá. Và đêm đó khi nó báo con cô chết rồi, cô đã suy nghĩ quái gở là sao không tráo nó với con ai đó, nghe tàn nhẫn phải không? Nhưng em phải hiểu nếu thầy biết con cô chết, ổng bỏ cô thì sao? Nên cô đánh liều hỏi nó có cách nào tráo với ai khác không? Cũng may đêm đó có ba người sinh con và cô lựa một bà ở Nhơn Nghĩa có đứa con mới sinh là con trai và nói nó tráo con giùm cô." Lặng yên như để nỗi hối hận lắng xuống, cô kể tiếp: "Cô đâu quan trọng chuyện sinh được hay không, là trai hay gái, nhưng nếu đã quyết định làm bậy, phải làm rốt ráo, nghĩa là tìm một đứa con trai luôn em à! Thầy nói gia đình thầy mấy đời độc đinh nghĩa là có một trai thôi và cô làm ác chỉ để tìm cái thằng độc đinh ấy. May sao đêm đó có bà đẻ con trai. Lúc đó cô cho trời giúp cô!" Tôi còn gắng hỏi thêm một câu, "Sao tráo được cô?" Cô nói: "Mày khờ quá! Trong nhà thương tỉnh lẻ, khi sanh xong, lại ban đêm, nhiều bà mệt quá đâu biết con mình sống hay chết. Y tá làm hết nên nó ẵm sẵn đứa nhỏ chết tráo vô. Họ có biết gì đâu! Dưới đó họ đẻ như gà, mai mốt họ đẻ đứa khác. Khóc bù lu bù loa rồi mấy bữa quên hết à!". Cô lại dừng lại uống nước rồi nói tiếp: "Chắc em nghĩ cô ác quá phải không? Đời sống đôi lúc không cho mình chọn lựa em à! Bây giờ em còn trẻ chưa có gia đình nên mọi thứ em thấy đều phải có ngăn nắp, đạo đức nhưng để rồi sau này càng lớn em sẽ thấy cuộc đời không rạch ròi thiện ác vậy đâu? Cô cũng tính sau này ổn định gia đình tạm xong rồi cô sẽ quy y, sám hối vì nghĩ mình cũng tệ quá! Nhưng hoàn cảnh mà!" Cô thở dài, tiếng thở dài cho sự vô nghĩa của một việc trái lương tâm.

Cuối cùng cô nói: "Thôi, cô trò mình sắp chia tay, cô về quê đây. Cô tặng em cây viết Parker của thầy làm kỷ niệm, viết này của Việt Nam Thương Tín tặng thầy, ngòi nghe nói mạ vàng? Nhưng quý là cây viết của thầy. Chúc em ở lại mạnh giỏi, khi nào lấy vợ nhớ mời cô, còn hôm nào rảnh xuống Phong Điền chơi với cô và mấy em." Tôi chào cô và chúc cô may mắn nuôi dạy hai đứa nhỏ nên người.

Nói rồi cô quay vào nhà trong gói đồ để chuẩn bị về nhà ông bác ở tạm một đêm. Tôi tần ngần cầm cây viết lặng lẽ bước xuống cầu thang, ra về. Tôi chợt nhớ đoạn cuối bài thơ hôm nghe thầy mất.

Em khóc thầy chung một nỗi đau
Người về bến trước kẻ về sau
Vậy đó mà trời cao gọi đất
Nhưng đến vô cùng lại gặp nhau.

Ngoài đường thành phố đã lên đèn. Thành phố chìm ẩn thấp thoáng dưới cơn mưa lất phất. Có hay chăng một linh hồn vừa từ giã trần gian về phương xa thẳm?

nada y pues nada y nada pues nada. Kính mừng hư vô, đầy hư vô, hư vô ở cùng người.

Nguyên Cẩn

TN

NGUYỄN ĐÌNH PHƯỢNG UYỂN

GẶP NHÀ THƠ

Ơn ông Facebook.

Lòng vòng qua vài người bạn, tôi kiếm được cô, lúc ấy bà cụ tôi đã mất gần hai năm. Cô cháu reo vui trên mạng, ôn lại ngày xưa tháng cũ, thời tù tội, đói nghèo.

"Mẹ cháu mất, cô có viết bài cho mẹ đó. Cháu lục lại xem."

Tôi vội vã vào "phây" của cô, quẹt lia lịa. Má ơi, gần như ngày nào cô cũng post thơ mới, qua sáu trăm ngày, kiếm sao nổi?

Tôi nài nỉ, nhắn cô gửi riêng bài đó cho cháu nha, cô ngần ngừ, "Ừm... để cô lục."

Đấy, chủ bút kiếm còn khó, nói gì tôi.

Chờ một buổi, tôi nhận được bài, nhắc lại những hôm cô đến thăm gia đình tôi ở Làng Báo Chí.

Thời đó nghèo khỏi nói, cả nước nghèo vắt cổ chày ra nước, khách khứa đến chơi, có gì ăn nấy, bo bo, rau luộc, nước mắm kho quẹt... vét đến miếng cuối cùng.

Một hôm vợ chồng cô chơi sộp, đem vịt quay, bánh mì tới. Số là để đến Làng Báo Chí, mọi người phải đi ngang ngã tư Hàng Xanh, trước thập niên 90 là nơi có nhiều tiệm bán vịt quay và bánh mì ổ lớn ngon nổi tiếng, bạn bố mẹ đi ngang, ai sang thường ghé mua làm quà.

Cô chú ấy chắc trúng mánh bất chợt nên chúng tôi được hưởng sái. Với cái bụng móp tính bằng năm mà cả nhà được đãi bữa vịt quay như thế, đến giờ, sau nửa thế kỷ tôi vẫn nhớ miếng vịt ngon lắm, thơm lắm, mềm lắm, thêm bánh mì giòn chấm nước sốt vịt kèm với dưa leo tươi… chậc… chậc…

Cô kể với bố, "Đến tiệm, em bảo nó chọn con vịt ngon nhất, giá nào cũng được." Bí quyết là đây. Gì chứ văn nghệ sĩ, chịu chơi phải biết!

Cô và bố đối ẩm, đọc thơ, đàn hát, tôi lục đục trong bếp, không được phép léo hánh chỗ người lớn nhưng rất thích nghe lỏm thơ của cô, hùng có, bi có, ngọt ngào, day dứt, mỗi bài mỗi kiểu. Mấy bữa liền, tôi năn nỉ cô đọc cho nghe bài "Bông hồng mùa xuân", đến lần thứ ba, cô nói đưa giấy bút đây, cô chép cho - Có vẻ như cô muốn dành thì giờ để đọc những bài mới hơn, lửa hơn cho bố nghe - Bài thơ tôi còn giữ đến giờ và đến giờ sau mấy thập kỷ, tôi vẫn thấy nó hay.

Cô kể, bố tôi nói, "Thơ con nhỏ này đọc… ngất ngây." Cô chịu lắm, bảo không lời khen nào tuyệt hơn.

$

Về Việt Nam, tôi gọi điện kiếm cô, cốt để khoe cuốn sách mới của mình. Tôi muốn kể với cô rằng ít nhất, tôi đã làm cho bố vui lúc cuối đời.

Có Facebook, dĩ nhiện việc gọi cô, dễ òm. Cô tưởng tôi chỉ hỏi thăm dăm điều nhưng tôi khăng khăng, cho con địa chỉ, con tới gặp cô chú, lâu quá rồi… Cô reo lên, "Để cô nhờ chú, cô dở ba cái chuyện nhắn tin tiếc." Tôi hiểu ngay sự tình… của người già… của văn nghệ sĩ… bố mình y chang, khà khà.

Nhà cô ngay mặt tiền đường quận 7, gần Phú Mỹ Hưng, đất vàng Sài Gòn, ngang cỡ 10m, cho thuê một phần bán cà phê, phần còn lại vẫn đủ xây hai cánh cổng sắt to tổ bố, dẫn vào khoảng sân rộng gạch đỏ, tới căn biệt thự khang trang.

Bước lên bậc tam cấp, vào nhà, tôi gọi to:

- Cô Ý ơi, cô Ý! Cháu đây.

Cô bỏ hết bát đũa, nồi niêu trong bếp, chạy ra, ôm chầm lấy tôi, xoa xoa lưng, sờ sờ tóc rồi cô bật khóc.

- Em gặp được cháu nó rồi, anh Toàn ơi! Gặp rồi...

Tự nhiên tôi nhớ bố mẹ tôi quá chừng, nhớ từ cái ngày bố mẹ tôi ngồi ngoài sân, người tòn teng trên võng, người trên cái ghế sắt cọc cạch, tiếp cô Ý ở Làng Báo Chí, ngày đói no vất vưởng, ngày bố luôn nơm nớp sợ bị bắt, ngày cả nhà lăn lưng se sợi, bổ cau, bán cà phê kiếm sống, ngày bố mẹ bần thần nắm tay con cái trước khi quay lưng, đẩy hành lý vào sân bay đi Mỹ định cư, mắt vẫn dáo dác... lỡ nó túm lại, ngày bố dặn: "Cho mẹ về Việt Nam một mình - bố không đủ tiền mua hai vé - trước khi mẹ quên các con."...

Phút ngậm ngùi không lâu, tôi đổi đài:

- Nhà cô chú to thế, ở sao hết?
- Hồi cô chú mua chỉ là vũng đất lầy, rẻ lắm. Nhờ chú lo, cô chả biết gì đâu.

Tôi vội vàng:

- Chú. Chú ngồi xuống cho cháu phỏng vấn cái.
- Chú biết gì đâu mà phỏng vấn – Ông cười lỏn lẻn
- Cho cháu biết cảm nghĩ sau bao nhiêu năm lấy vợ là thi sĩ. Được gì? Mất gì?

Ông chú lắc đầu, vẫn nụ cười trên môi, mắt lấp lánh. Bà vợ thi sĩ nhanh nhảu đáp giòn lần nữa:

- Mọi việc chú lo hết. Cô chả biết gì, nhà cửa, tính toán...
- Bố cháu cũng vậy cô ơi, đóng đinh, sửa xe, cầu hư, cống nghẹt... toàn mẹ lãnh cho đến khi mẹ bệnh, bố phải cáng đáng mọi thứ.

Hình như phải tách mình ra khỏi đời sống thực, văn nghệ sĩ mới có đủ chất để nhìn ra quá khứ của trăm năm trước, tương lai của trăm năm sau.

Kể chuyện ở tù, cô tỉnh bơ, sẵn sàng đối đầu, đốp chát với chất pháp, "Cùng lắm là chết chó gì, con. Nó nhốt cô vô hầm đất, vô thùng sắt, lạnh như cắt, nóng như rang mấy năm trời, cô chả sợ, cứ lì ra."

"Nó nói cô phản cách mạng. Cô đốp lại, tôi không phản cách mạng vì tôi chưa bao giờ theo cách mạng."

Ngày nay, người đối kháng, người viết sự thật bị đàn áp, bị bắt, bị ngược đãi nhưng ít nhất, họ còn internet lên tiếng cho cả thế giới biết. Thời bố tôi, Lý Thụy Ý nằm tù, ai nghe, ai biết? Cô nhắc: "Xưa, Nguyễn Đình Toàn nổi tiếng, lúc nào cũng chuẩn bị đi tù." Họ đã sống những tháng ngày như thế nhưng vẫn sống thẳng lưng, không phản bội những người yêu mến mình.

Cô mời tôi ăn cơm nhà với tép rang và canh rau củ "Để nhớ thời đói nghèo, mẹ hay mời cơm cô." Thi sĩ nheo mắt. "Hồi đó có cơm tép là sang chứ cô." Tôi nhướng mày.

Được ăn cơm chung lại còn nghe cô đọc những bài thơ nảy lửa, đã gì đâu.

Thơ Lý Thụy Ý, phải nghe Lý Thụy Ý đọc nữa mới thấm, lúc khoan lúc nhặt, nhấn nặng nhẹ, ý bật rõ ràng mạch lạc... y chang thuở cô đến làng Báo Chí.

Tôi xúc động đến nín thở, nằn nì:

- Cô chép cho con bài đó nha.

Cô lập tức đem giấy bút ra hý hoáy viết, ký tên. Cô còn tặng thêm ba cuốn thơ cô in ở Sài Gòn với vài tác giả khác, sướng ơi là sướng.

Với bao sóng gió xảy ra trong đời, trong gia đình, ở tuổi ngoài bảy mươi, nữ sĩ vẫn tinh tường, khỏe mạnh, vẫn sáng tác xoành xoạch với chủ đề chính "Lính Việt Nam Cộng Hòa". Bà tâm sự "Lắm khi cô phải tự bảo, viết nhiều quá, lỡ mai mốt cạn ý thì sao, vậy mà bớt không được, hì hì."

Cuối đời, bà hài lòng và hãnh diện bên người chồng giỏi quán xuyến trong ngoài, mình cứ việc thơ thẩn thẫn thờ, mong gì hơn? Bà có điều kiện đi nước ngoài nhưng "Cô không đi đâu cả. Cô muốn ở đây, tại Sài Gòn, dẫu có thế nào...".

Nể!

Nguyễn Đình Phượng Uyển

25/05/25

NGUYỄN ĐỨC NAM

ANH TÔI: NGUYỄN ĐỨC AN

Hai Anh Em: Nguyễn Đức Nam & Nguyễn Đức An

Anh An hơn tôi 3 tuổi. Chúng tôi đều được sinh tại Bệnh viện Bạch Mai (thường gọi là Nhà thương Bạch Mai). Bạch Mai là một làng trồng toàn Mai trắng, vào mùa Xuân, hoa Mai nở trắng toát cả một vùng trời ngoại ô Hà-Nội. Chúng tôi ở gần nhà của gia đình họ Phạm Đình, sau này thành lập ban Thăng Long và gần nhà cậu tôi là Nhà Văn Nguyễn Đình Lạp, tác giả của truyện "Ngoại Ô".

Nhà tôi có 5 anh chị em: chị lớn nhất là Nguyệt, anh thứ hai là Nhật, anh thứ ba là An, tôi là thứ tư. Bố tôi đặt tên anh em tôi là An và Nam vì thời đó nước ta có tên là An Nam. Như vậy chúng tôi là mặt Trời, mặt Trăng trên quê hương, nước An Nam. Sau tôi, Mẹ tôi sinh một em trai tên Việt, là em út vì sau khi sinh Việt, Mẹ tôi mất vì hậu sản vào cuối năm 1944, lúc đó tôi mới hơn 3 tuổi.

Tôi không biết Mẹ tôi bị bệnh nặng vì tôi được một Vú Em, từ Hưng Yên - quê Nội - lên Hà-Nội trông nom tôi và em Việt.

Ngày Mẹ mất tôi không biết gì, còn đang chơi với trẻ con hàng xóm thì được Vú Em gọi về thay quần áo tang. Chúng tôi bước sau xe tang, đưa Mẹ ra nghĩa trang thuộc làng Quỳnh Lôi. Em Việt còn bé, chưa biết đi, được Vú Em bế, theo sau đoàn xe. Tôi cầm gậy, không biết làm gì, muốn rủ anh An đấu kiếm nhưng thấy anh khóc sướt mướt nên thôi. Tôi không nhớ nhiều về đám tang của Mẹ, chỉ nhớ chiếc xe tang màu đen, có bốn con ngựa trùm đầu bằng vải đen, kéo chiếc xe chở quan tài có Mẹ tôi nằm ngủ trong đó ra một nghĩa địa giữa cánh đồng làng Quỳnh Lôi, cạnh làng Bạch Mai...

Sau này, khi lớn lên, tôi được biết Mẹ tôi mất vào năm 1945, khi nạn đói năm Ất Dậu bắt đầu, giết chết hàng triệu đồng bào. Mẹ tôi mất vì lao lực, vì phải đi bán bánh chưng nuôi chồng con khi bà còn yếu sức và chưa quen với công việc nặng nhọc thức khuya gói bánh, dậy sớm đi bán hàng. Sở dĩ bà phải tần tảo như vậy vì Bố tôi đang dạy học bị mất việc, ngày ngày đẩy xe bò đi nhặt xác người chết đói đầy đường phố.

Sau khi Mẹ tôi mất, Bố tôi gửi anh em chúng tôi, mỗi đứa một nơi để vào Nam, nhờ Bác Tham, anh ruột của Bố đang làm Thanh Tra Sở Kiểm Lâm tìm cho việc làm. Chị Nguyệt lúc đó khoảng 12 tuổi được ở với Bác Lý, anh ruột của Mẹ đang làm Lý Trưởng làng Quỳnh Lôi. Anh Nhật được gửi đến ở với chú Hoàng, em của Bố ở khu Phố Huế. Chú Hoàng là con rể nhà cụ Đinh Sơn, thuộc giòng họ Đinh giàu có tiếng ở Hà-Nội. Anh An được cô Hiền, em út của Bố, đang ở Phủ Lý nhận nuôi. Tôi và Việt còn nhỏ quá, không ai muốn nhận nuôi nên ở với bà Nội, với Vú-Em-Hưng-Yên, là cháu bà Nội tại nhà của Bố. Vì nhà Bố và nhà bác Lý không xa lắm nên thỉnh thoảng tôi đi bộ sang nhà bác Lý thăm chị Nguyệt và vào kho chuối của bác Lý ăn chuối no nê. Tôi ít khi gặp anh Nhật và anh An. Một năm, dường như nạn đói đã bớt, anh An từ Phủ Lý về Bạch Mai. Anh gầy và đen. Anh cho biết anh phải đi chăn trâu cho gia đình ông Phú Hộ, bạn của cô Hiền. Phủ Lý đang bị lụt, không chăn trâu, làm ruộng được nên anh đã trốn, đi nhờ xe từ Phủ Lý về Hà-Nội. Bà Nội nhìn thấy anh đen và gầy thì ôm anh mà khóc. "Trời đất ơi, con Hiền nó đày đọa cháu tôi! Thôi không đi đâu nữa! Ở nhà với bà".

Từ đó, anh An và tôi được ở gần nhau, ở với bà Nội. Bà Nội bán nữ trang, quần áo, lấy tiền nuôi anh em chúng tôi cho đến khi bà mất. Sau khi bà Nội mất, khoảng một năm thì Bố tôi từ Saigon về. Bố tôi khóc hết nước mắt vì không được gặp bà Nội lần cuối. Bố tôi cho biết Bác Tham đã tìm cho Bố tôi một công việc rất tốt là làm Giám Thị cho một đồn điền cao su của Tây vì Bố tôi học trường Albert Sarraut, nói thông thạo tiếng Pháp nên ông Giám Đốc người Pháp rất thích và muốn gả con gái cho. Tuy nhiên Bố tôi đã từ bỏ tất cả để về Bạch Mai với chúng tôi.

Chúng tôi ở Bạch Mai, cho đến khi tôi vào học lớp Tư trường Quang Trung (Hàng Kèn) thì gia đình tôi dọn lên phố Huế (Duy Tân). Kỷ niệm về thời thơ ấu của chúng tôi rất nhiều, rất đẹp, tôi không thể viết hết trong một bài viết ngắn. Tôi hy vọng sẽ viết một tập Hồi Ký về tuổi thơ, về làng Bạch Mai, về Hà-Nội, về Anh Tôi. Tôi xin giới thiệu một số tác phẩm và một vài kỷ niệm về sinh-hoạt văn-nghệ với anh tôi tại vùng Thủ-Đô Hoa-Thịnh-Đốn.

1) NGUYỄN ĐỨC AN, Nhạc Sĩ : Anh tôi, Nguyễn Đức An là một Bác Sĩ nhưng còn là một Nhạc Sĩ.

Anh An học Trường Quốc Gia Âm Nhạc Việt Nam từ năm 1956 và tốt nghiệp vào năm 1959. Trường Quốc Gia Âm Nhạc hồi đó còn tọa lạc trên đường Phạm Đăng Hưng, Đakao và nhà chúng tôi ở trên đường Nguyễn Bỉnh Khiêm nên cách trường chưa tới nửa cây số, nên chúng tôi đi bộ tới trường. Tôi học Piano nhưng nhà nghèo, không có tiền mua Piano nên bỏ Piano, ghi danh học Guitar. Anh An học nhạc cổ truyền, chuyên về đàn Tranh (thập lục) với Nhạc Sĩ Nguyễn Hữu Ba. Học cùng lớp với anh An có cô Kim Oanh, sau này là Giáo Sư trường nữ trung học Gia Long, hiện cư ngụ tại Virginia.

Trong thời gian học Y Khoa rồi vào Quân Y, anh An không có thời giờ chơi đàn nữa cho đến khi sang Mỹ và sau khi đã định cư ở Florida, anh An học dương cầm, saxophone và cello. Anh An có một phòng bên cạnh phòng mạch, mỗi khi không có bệnh nhân, anh thường tập đàn ở đó.

Anh bắt đầu sáng tác nhạc:

Tập Nhạc đầu tay "Tình Liễu Trai" gồm 10 bài nhạc phổ thơ Vũ Hoàng Chương, Đinh Hùng, Nguyên Sa, Ngọc Hoài Phương, Nguyễn Thanh Giản, Quang Nhiếp, Nhà Xuất Bản Sông Hồng, 1989 và 1993.

Tập Nhạc thứ hai "Đường Vào Tình Sử", phổ thơ các vị Thi Sĩ nói trên, thêm TTKH, Mùi Quí Bồng, Viên Linh, Nhà Xuất Bản Sông Hồng, 1995.

"Tuyển Tập Tình Ca Y Giới", phổ thơ Lê Ánh, Mùi Quí Bồng, Nguyễn Thanh Bình, Trang Châu, Trần Việt Cường, Nguyễn Duy Hảo, Nhà Xuất Bản Mây Ngàn, 2023.

2) NGUYỄN ĐỨC AN: Nhà Văn.

Tác phẩm Thứ Nhất là Tập Truyện "GIÓ HOANG" của anh An do Nhà Xuất Bản Hồn Việt xuất bản và phát hành năm 1989. Một buổi giới thiệu "GIÓ HOANG" đã được báo Hồn Việt tổ chức tại Phở NGON với sự hiện diện của nhiều ký giả và nhà văn của CA.

Nhà Văn Nguyễn Đức An cộng tác với các báo Văn Nghệ Tiền Phong, Hồn Việt, Việt Nam Tự Do, Ngày Mai, Thời Báo, Dân Chủ Mới, Khởi Hành. Nhà Văn Nguyễn Đức An còn là Ủy Viên Trung Ương của Văn Bút Việt Nam Hải Ngoại 1994-1995.

Tác Phẩm Thứ Hai là Truyện Dài "SAU CƠN MƯA" do Nhà Xuất Bản Xuân Thu, Los Alamitos, CA ấn hành năm 1995.

Tác Phẩm Thứ Ba là Tập Truyện " ĐÊM HOA ĐĂNG", do Nhà Xuất Bản Sông Hồng, Florida ấn hành năm 1996, đã được giới thiệu rất trang trọng tại vùng Thủ Đô Hoa-Thịnh-Đốn cùng với Tập Nhạc "Mưa Trên Thung Lũng Hồng" của Nguyễn Đức Nam.

Tác PhẩmThứ Tư của Nguyễn Đức An là Tập Truyện "EM Ở ĐÂU", Nhà Xuất Bản Sông Hồng ấn loát năm 2011, gồm 10 truyện ngắn chọn lọc, gần 190 trang. Nhà Xuất Bản và Thân-Hữu ở CA dự định tổ-chức một chương-trình văn-nghệ giới thiệu "Em Ở Đâu" vào dịp Sinh Nhật anh Nguyễn Đức An vào tháng 8 năm 2024 nhưng rất tiếc anh đã ra đi.

Nguyễn Đức Nam

NGUYỄN ĐỨC AN
Tình Liễu Trai
10 BÀI THƠ PHỔ NHẠC

NGUYỄN ĐỨC AN
Đường vào tình sử

Tuyển Tập
Tình Ca
Y Giới
2023

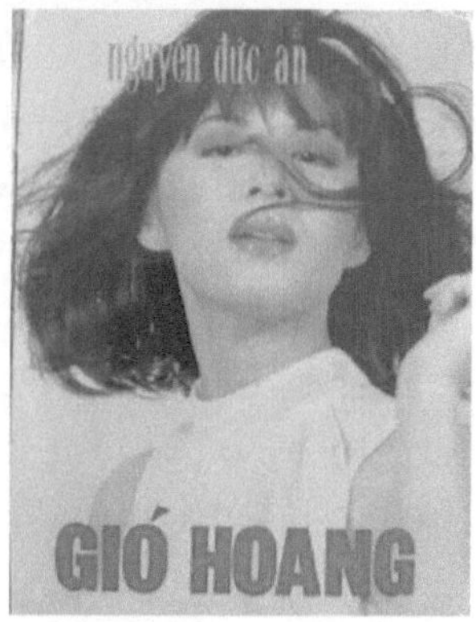
nguyễn đức an
GIÓ HOANG

NGUYỄN ĐỨC AN
SAU CƠN MƯA

Đêm
Hoa Đăng
NGUYỄN ĐỨC AN

TN

VÕ PHÚ

NHỚ VỀ NGÔI NHÀ XƯA

Gia đình ông Lâm và bà Hoa đến Mỹ theo diện H.O vào cuối năm 1992. Họ là những người miền Trung, mang trong mình sự giản dị, ít nói nhưng vô cùng chắt chiu. Từ ngày đặt chân lên đất Mỹ cho đến nay, đã hơn ba mươi năm, ông bà cùng các con đã trải qua biết bao thăng trầm, nhưng điều khiến họ cảm thấy tự hào nhất chính là những gì họ đã làm được cho gia đình, cho con cái.

Ngay từ những ngày đầu ở Mỹ, ông bà đã đối mặt với không ít khó khăn. Lối sống mới, ngôn ngữ xa lạ, không người thân thích, tất cả đều phải bắt đầu lại từ con số không. Nhưng dù khó khăn đến đâu, ông bà vẫn không bao giờ nản lòng. Họ bắt đầu từ những công việc lao động chân tay, làm tất cả những gì có thể để mưu sinh. Dù mỗi ngày trôi qua vất vả, họ vẫn giữ vững niềm tin rằng một ngày nào đó, mọi thứ sẽ tốt đẹp hơn.

Bà Hoa mỗi lần đi chợ luôn chọn những quầy hàng sắp hết hạn sử dụng để mua thực phẩm giá rẻ. Mặc dù vậy, bà vẫn vui vẻ và kể cho ông Lâm nghe về những món ăn mà bà sẽ xào nấu từ những thực phẩm giá rẻ gần hết hạn sử dụng ấy.

"Mình tiết kiệm một chút, rồi sau này sẽ có đủ tiền mua những thứ mình muốn," bà thường nói, với một nụ cười hiền hậu.

Sự chắt chiu của bà, dù đơn giản, đã giúp gia đình vượt qua nhiều năm tháng khó khăn.

Sau một thời gian dài lao động vất vả, ông bà cuối cùng cũng đã dành dụm đủ tiền để down payment (tiền đặt cọc) hơn 30 phần trăm giá trị của căn nhà. Một căn nhà nhỏ, cũ kỹ, với ba phòng ngủ. Nhưng đối với ông bà, đây không chỉ là một ngôi nhà, mà là minh chứng sống động cho sự kiên trì và nỗ lực không ngừng nghỉ trong suốt những năm tháng bươn chải nơi đất khách. Căn nhà ấy, dù khiêm tốn, lại trở thành tổ ấm thân thương, chứa đựng bao kỷ niệm và ước mơ của họ. Mỗi góc nhỏ trong ngôi nhà đều gắn liền với những hy sinh, những ngày tháng vất vả, nhưng cũng là nơi lưu giữ những khoảnh khắc hạnh phúc và ấm áp của gia đình.

Các con của ông bà đều là những người chăm chỉ, mỗi người đã xây dựng cho mình một cuộc sống riêng và tự lập trong công việc. Trâm, chị cả trong gia đình, sau khi sang Mỹ học nghề làm móng tay, được vài năm, cô quay về Việt Nam làm giấy bảo lãnh người bạn trai thời còn học đại học. Sau khi chồng Trâm đến Mỹ, hai vợ chồng mở tiệm làm móng tay rồi dọn nhà ra và sống tại một khu vực cách nhà ông bà khoảng ba giờ lái xe. Mặc dù ở xa, Trâm vẫn thường xuyên đưa chồng con về thăm ông bà vào những dịp cuối tuần hoặc lễ, Tết. Trúc, em kế của Trâm, học nghề làm tóc và sống cùng ông bà vài năm. Sau khi kết hôn, cô mở tiệm tóc nhỏ tại trung tâm thành phố, tự mình xây dựng một cuộc sống mới vững vàng và đầy tự chủ.

Tuấn, người con thứ ba, chọn nghề sửa điện lạnh. Sau khi lập gia đình, anh chuyển đến tiểu bang New Jersey cùng vợ, bắt đầu cuộc sống mới và dần ổn định công việc. Tâm, cậu con út, sang Mỹ khi mới 16 tuổi và sống chung với ông bà trong một thời gian dài. Sau khi tốt nghiệp đại học, Tâm tìm được công việc tại The United States Patent and Trademark Office (Văn phòng Sáng chế và Nhãn hiệu Mỹ) ở Crystal City, một cơ quan danh tiếng tại Mỹ. Khi công việc đã ổn định, Tâm dọn ra ngoài sống độc lập.

Mặc dù mỗi người con đã trưởng thành, lập gia đình và có cuộc sống riêng, tình cảm gia đình và ngôi nhà cũ xưa ấy là vẫn luôn là sợi dây vô hình gắn kết mọi thành viên lại với nhau. Điều này khiến ông bà cảm thấy mình chưa bao giờ đơn độc, dù con cái đã sống xa. Mỗi người con, dù đi trên con đường riêng của mình, nhưng trong lòng họ vẫn luôn mang theo những giá trị, tình yêu thương và bài học mà ông bà đã trao truyền suốt bao năm tháng.

Dù các con đã trưởng thành và có cuộc sống riêng, ông bà vẫn duy trì những thói quen đơn giản của thời xưa. Mặc dù căn nhà cũ đã trả hết nợ ngân hàng từ hơn mười năm trước và họ có một khoản hưu trí khá ổn định, nhưng do thói quen tiết kiệm đã ăn sâu vào tâm trí, ông bà vẫn sống rất dè sẻn. Họ tiếp tục giữ lối sống giản dị, không bao giờ để lãng phí dù điều kiện đã khá hơn trước. Lối sống của ông bà vẫn không thay đổi, khi mỗi đồng tiền đều phải tính toán tỉ mỉ. Dù sống trong một căn nhà nhỏ xinh ở đất Mỹ, trái tim của ông bà vẫn mang theo dấu ấn của quá khứ, nơi mà những giá trị truyền thống vẫn luôn hiện diện trong từng hành động và suy nghĩ của họ.

Sau khi đại dịch Covid-19 qua đi, ông bà nghỉ hưu và sống trong căn nhà cũ. Những ngày tháng này, bốn đứa con thỉnh thoảng đến thăm ông bà, nhưng mỗi lần như vậy vẫn không thể lấp đầy khoảng trống trong lòng ông bà. Các con có những lo toan riêng, công việc bận rộn, cuộc sống không bao giờ ngừng lại. Những chuyến thăm ngắn ngủi ấy không thể nào thay thế được sự gần gũi, sự ấm áp mà ông bà khao khát từ khi con cái trưởng thành.

Ông Lâm thường ngồi lặng lẽ bên cửa sổ, ánh mắt ông dõi theo những đứa con, những người thân vội vã đi qua, cuộc sống của chúng cứ thế tiếp diễn. Trong thâm tâm, ông tự nhủ: "Chắc chúng bận. Rồi một ngày, chúng sẽ hiểu rằng không có gì quý giá bằng những phút giây bên gia đình." Nhưng ông cũng biết, khoảng cách giữa ông và các con ngày càng rộng, không phải vì thiếu tình thương mà vì cuộc sống của chúng, quá nhiều lo toan và bận rộn.

Bà Hoa vẫn như thế, lặng lẽ trong căn bếp nhỏ, tay tỉ mẩn chuẩn bị bữa ăn cho chồng. Dù chỉ là những món ăn giản dị như cơm canh rau, cá chiên, hay những bữa cơm chay đạm bạc, bà vẫn luôn cố gắng làm sao cho thật ngon miệng, vì với bà, bữa cơm gia đình là điều quan trọng nhất. "Dù thế nào, mình cũng phải ăn cho ngon miệng," bà thường nói, mỗi khi ông Lâm nhìn bà với nụ cười trìu mến.

Cuộc sống nơi đất Mỹ, dù đã thay đổi rất nhiều, nhưng trong lòng ông bà tình thương và sự gắn bó của gia đình không thể phai nhòa.

Những ký ức về những ngày tháng gian khó ở làng quê, về những con đường gập ghềnh, những bữa cơm đơn sơ bên mâm cơm gia đình, vẫn luôn khắc sâu trong trái tim họ. Ông bà vẫn tin rằng, dù các con đã trưởng thành, dù cuộc sống có thay đổi thế nào, gia đình vẫn là nơi duy nhất để ta tìm về mỗi khi lòng cảm thấy trống vắng. Căn nhà nhỏ của ông bà, nơi chứa đựng bao kỷ niệm, vẫn là tổ ấm mà họ luôn trở về, dù là những ngày tháng bận rộn hay những giây phút lặng yên. Và ở đó, tình yêu gia đình vẫn mãi là điều quý giá nhất trong cuộc đời của họ.

Tuy nhiên, hai năm sau khi đại dịch Covid-19 lắng dịu, một tai họa lớn bất ngờ ập đến. Ông Lâm bị tai biến và trở thành người bán thân bất toại. Căn nhà mà ông bà từng xây dựng bằng bao nhiêu mồ hôi và nước mắt giờ đây trở thành nơi ông Lâm phải sống những ngày tháng tăm tối, không thể tự lo cho bản thân. Mọi công việc chăm sóc cho ông Lâm, từ tắm rửa đến ăn uống, bà Hoa đều một mình gánh vác. Dù vất vả, bà vẫn không một lời kêu ca, chỉ lặng lẽ làm mọi thứ, như một người vợ hiền tảo tần.

Nhưng rồi, thời gian không thương ai. Bà Hoa bắt đầu có những dấu hiệu của bệnh đãng trí. Những ngày trước, bà vẫn còn nhớ rõ mọi chuyện, nhưng giờ đây, bà thường quên mất những việc đơn giản, như để quên chìa khóa trong xe hay không nhớ đã ăn gì vào bữa trưa. Bà còn hay gọi ông Lâm bằng những cái tên lạ, đôi khi ngồi im lặng, không nhớ ra mình phải làm gì tiếp theo.

Bà Hoa không hề biết rằng, chính những thay đổi nhỏ này đang khiến ông Lâm lo lắng. Dù không thể nói được, ánh mắt ông vẫn dõi theo bà, như muốn nói rằng ông cần bà, nhưng bà lại cần ông nhiều hơn lúc này. Những lúc đó, ông chỉ có thể nắm chặt tay bà, cảm nhận sự ấm áp còn lại trong cái nhìn trìu mến.

Bốn đứa con bận rộn và khoảng cách giữa hai thế hệ dường như vẫn là một bức tường vô hình. Những chuyến về thăm của các con trở nên hiếm hoi. Các con yêu thương ông bà, nhưng cuộc sống quá lo toan khiến họ không thể ở bên lâu dài. Ông bà hiểu điều đó, nhưng lòng vẫn không khỏi trống vắng.

Mỗi lần nhìn thấy bà Hoa cặm cụi làm việc, dù có lúc bà quên mất, ông Lâm lại cảm thấy một nỗi buồn không thể nói thành lời. Cuộc sống đơn giản mà ông bà từng cùng nhau xây dựng giờ đây đã có quá nhiều biến động. Họ không còn là những người trẻ khỏe mạnh với đầy đủ khả năng chăm sóc nhau, nhưng tình yêu và sự hy sinh của bà Hoa, của ông Lâm, thì vẫn như ngày nào, không hề thay đổi.

Căn nhà nhỏ vẫn ở đó, nơi chứa đựng bao kỷ niệm đẹp của một gia đình. Dù đã có lúc cảm thấy mệt mỏi và thiếu thốn, nhưng ông bà vẫn tự nhủ rằng, dù thế nào đi nữa, gia đình vẫn là nơi để trở về. Và dù có phải đối mặt với những khó khăn, bệnh tật, thì tình yêu ấy vẫn là sợi dây kết nối ông bà, là niềm hy vọng duy nhất còn lại trong những năm tháng cuối đời.

Một buổi tối, bà Hoa vô tình quên tắt bếp trong khi đang nấu cơm. Nồi cá kho cháy đen, khói bốc lên ngùn ngụt. Tiếng còi báo động của hệ thống báo cháy vang lên khắp ngôi nhà. May mắn thay, hàng xóm phát hiện kịp thời và gọi xe chữa cháy đến, giúp dập tắt ngọn lửa trước khi mọi thứ trở nên tồi tệ hơn.

Sau tai nạn này, các con của ông bà lập tức tổ chức cuộc họp gia đình. Họ nhận ra không thể để ông bà sống tiếp như thế, một ngày nào đó có thể gặp phải tai nạn đáng tiếc mà không kịp phản ứng.

Sau buổi họp gia đình, bốn đứa con ai cũng thoái thác, viện lý do bận rộn với công việc, tiệm tùng, con cái... Ba anh chị lớn đùn đẩy trách nhiệm cho cậu út Tâm. Tâm, dù muốn giúp nhưng cũng không thể làm gì, bèn nói: "Em ở một mình trong thành phố, nhà tận lầu 10, ba mẹ đi lên đi xuống không tiện. Vả lại, em đi làm cả ngày, cũng như để ba mẹ ở căn nhà này, em không thể đảm đương hết được."

Trong bốn đứa, không ai chịu nhận trọng trách chăm lo cho ba mẹ. Tuấn, người anh lớn, đề xuất một giải pháp đơn giản: "Hay là để ba mẹ vào viện dưỡng lão?" Tuy nhiên, hai chị lớn Trâm và Trúc đều phản đối kịch liệt, vì họ lo sợ tai tiếng trong cộng đồng. Họ làm chủ ba, bốn căn tiệm làm móng, nếu để ba mẹ sống ở viện dưỡng lão, mọi người sẽ nghĩ gì về họ? Sau một hồi suy nghĩ, Trâm quyết định gửi ba mẹ về Việt Nam để người em họ chăm sóc.

Quyết định này tuy không phải là lựa chọn lý tưởng nhưng trong hoàn cảnh đó, Trâm cảm thấy đây là giải pháp khả thi nhất.

Sau vài ngày suy nghĩ và cân nhắc, họ quyết định đưa ông bà về Việt Nam, nơi mà bà Hoa có đứa cháu gọi bà là dì, tên Linh. Quyết định đã được đưa ra, và vé máy bay một chiều được mua để gửi ông bà về như người ta gửi đi một món hàng. Dù ông Lâm không thể nói, nhưng khi nghe các con quyết định đưa ông bà về Việt Nam, đôi mắt ông lặng lẽ rơi những giọt lệ.

Bà Hoa, dù có những lúc đãng trí, nhưng vẫn cảm nhận được sự thay đổi trong cuộc sống của mình. Khi các con đưa bà lên máy bay, bà ngồi im lặng, ánh mắt đượm buồn. Dường như trong khoảnh khắc ấy, tất cả ký ức về gia đình, về ngôi nhà nhỏ đầy ắp tình yêu thương bỗng ùa về.

Khi máy bay hạ cánh xuống sân bay Tân Sơn Nhất, Linh đã có mặt để đón ông bà. Cô cháu gái ấy, tuy không có con cái, đã quyết định chăm sóc ông bà. Sau khi đưa ông bà về Việt Nam, các con của họ bán căn nhà ở Mỹ và dùng số tiền đó để gửi về quê nhà, lo cho cuộc sống của ông bà.

Linh tận tâm chăm sóc ông bà, nhưng mỗi ngày, bà Hoa vẫn ngồi bên cửa sổ, ánh mắt mơ màng nhìn về phía xa. Cô cháu gái thấu hiểu nỗi buồn sâu thẳm trong lòng bà, mỗi khi bà hỏi: "Con Trâm, con Trúc, thằng Tuấn, thằng Tâm, đâu rồi? Sao không đứa nào tới thăm?"

Ông Lâm chỉ có thể chớp mắt, nước mắt lặng lẽ rơi, nhưng không thể nói gì.

Dù Linh luôn ở bên, chăm sóc ông bà, nhưng trong những lúc tỉnh táo, bà Hoa vẫn nhớ về những ngày tháng ở Mỹ, về ngôi nhà cũ, về những người con, những đứa cháu vui vẻ trong sân. Những lúc ấy, bà Hoa thường nhờ Linh gọi điện thoại cho các con, những đứa cháu, nhưng vì chênh lệch múi giờ và công việc bận rộn, các con chẳng có thời gian để nghe những lời thổn thức của bà. Và dù cho Linh có tận tâm đến đâu, bà Hoa vẫn không thể quên được ngôi nhà nơi mà bà từng sống suốt ba mươi năm qua.

Linh biết rằng dù có cố gắng bao nhiêu, bà Hoa và ông Lâm vẫn không thể quên được cuộc sống ở Mỹ. Cô kiên nhẫn lắng nghe từng lời nói, từng yêu cầu của ông bà, và mỗi ngày, cô đưa ông bà ra vườn, nơi mà những khóm hoa hồng và hoa giấy đang nở. Linh hy vọng rằng qua thời gian, tình yêu thương gia đình sẽ giúp ông bà quên đi những nỗi nhớ nhà da diết.

Một buổi sáng, khi bà Hoa ngồi dưới bóng cây hoa giấy, ánh mắt của bà lại lạc lõng nhìn về phía xa xăm. "Hôm nay trời ấm, sao cây hoa Mộc Lan chưa ra bông?" – bà Hoa hỏi Linh với giọng khẽ ngân, đôi mắt đượm buồn.

Linh mỉm cười, ngồi xuống bên bà: "Cây hoa Mộc Lan đẹp lắm hả dì? Dì còn nhớ gì nữa không?"

Bà Hoa không đáp, chỉ lặng lẽ nắm chặt tay Linh, như muốn giữ lại chút gì đó quen thuộc, dù ký ức về ngôi nhà xưa, về những đứa con và cuộc sống bận rộn ở Mỹ, giờ đây mờ nhạt như những đám mây bay qua.

Thỉnh thoảng, bà lại giật mình, lẩm bẩm: "Con cái của mình đâu rồi? Sao không đứa nào về thăm?" Nhưng khi bà ngước lên, mọi thứ lại như tan biến, ký ức về gia đình, về những bữa cơm đoàn viên, lại dần trôi đi trong sự mơ màng. Bà thở dài, đôi tay nắm chặt một chiếc khăn cũ, như muốn giữ lại chút gì đó thật gần gũi.

Những ngày tháng trôi qua, khi bà Hoa tỉnh táo, những ký ức như sóng vỗ về tâm hồn bà. Bà nhớ những buổi sáng thức dậy, nghe tiếng trẻ con ríu rít, tiếng cười của các cháu chạy nhảy trong sân. Bà nhớ những bữa cơm gia đình ấm cúng, những câu chuyện vui vẻ giữa các con, là những niềm vui giản dị mà bà luôn trân trọng. Nhưng giờ đây, những hình ảnh đó như mờ nhạt, chỉ còn lại sự vắng lặng và nỗi nhớ không thể gọi tên.

Dù cho bà có cố gắng nhớ, ký ức như một bức tranh đã phai màu. Mỗi lần nghĩ đến những đứa con, bà lại cảm thấy một nỗi xót xa. "Chắc chúng bận lắm," bà tự nhủ. Nhưng vào những đêm cô đơn, bà lại ước ao được ôm các cháu, được nhìn thấy khuôn mặt sáng bừng của con cái, cảm nhận sự ấm áp của gia đình. Nhưng giờ đây, tất cả chỉ còn lại trong ký ức nhạt nhòa, không thể níu kéo.

Tình yêu gia đình, dù đã mờ phai theo thời gian, vẫn là điều quý giá nhất đối với ông bà. Cả hai đều biết rằng, dù thời gian có trôi đi, dù ký ức có mờ nhạt dần, ngôi nhà xưa, nơi chứa đựng bao kỷ niệm, vẫn sẽ mãi là tổ ấm, là nơi mà trái tim của họ luôn tìm về.

Võ Phú

NGUYÊN BÌNH

NHỮNG MÙA TRĂNG CŨ

Tôi đã lớn dần lên theo lối đi về của những mùa trăng cũ. Lối xưa nào vui đùa đuổi bắt dưới ánh trăng thanh. Trăng giữ lại trong tôi kỷ niệm của một thời đã trở thành quá vãng. Hồn trăng vời vợi trên cao, sao tôi nỡ đánh mất cho đành?

Trăng thuở ấy, trăng vàng mấy màu huyền thoại. Mẹ ầu ơ kẽo kẹt võng đêm hè. Trăng đã lên sau ngọn cau lúng liếng. Bởi mẹ đặt tôi nằm ngửa mặt đón trăng quê.

oOo

Nghe mẹ kể chuyện đời mà sao như cổ tích. Tôi sinh ra trong ngày giặc Pháp tràn về. Đôi quang gánh một đầu là chiếc nôi bé bỏng. Còn đầu kia là cơm áo mang đi. Cha, tay bế tay bồng, dắt díu bầy con thơ nhỏ dại. Pháo giặc đuổi theo rơi đâu đó ùng oàng. Chân thấp chân cao, lương dân như bầy chim mất tổ. Trốn vào núi thẳm rừng già, ẩn náu dưới hang sâu.

oOo

Hòa bình, duyên chị Cả vấn vương mùa ly biệt. Người ra đi kẻ ở lại mong chờ. Lòng thiếu phụ sắt son cùng năm tháng. Trăng mỏi mòn mong ngóng buổi đoàn viên. Chị héo hắt, ôm mấy mùa trăng cũ. Đêm nào đây ngồi dưới bóng trăng thề. Giọt trăng vàng cả hai cùng uống cạn. Chén ly bôi, lòng đau buốt tái tê.

Rồi người đi, phương trời xa biền biệt. Hồn vọng người ngoài núi thẳm sông sâu. Dòng Bến Hải mịt mùng đâu có biết. Một cuộc đời đang lặng lẽ qua mau.

oOo

Duyên chị Hai, ngày đi đùng pháo nổ. Áo cô dâu phấp phới rộn đường quê. Người xem mãi khen thầm duyên chị đẹp. Tôi ngẩn ngơ níu áo bảo quay về. Nước mắt buồn vui ngày sang bên nhà mới? Chị khóc cười thương cha mẹ chị em. Đã lớn lên suốt một thời cơ cực. Với dãi dầu bao mưa nắng công cha. Đã ấm êm bao mùa đông trong vòng tay tình mẹ. Chưa chút đáp đền cho tròn câu hiếu để. Ngày theo chồng giấu giọt nước mắt... sang ngang.

Duyên chưa thắm qua mấy mùa trăng cũ. Khăn tang vương trên mái tóc mây dài. Trăng hắt hiu treo lửng lơ đầu núi. Ánh thê lương trùm lấy bóng hoa rơi.

oOo

Mùa trăng cũ có con trâu đạp lúa. Mảnh sân xưa rộn rã tiếng reo cười. Hạt ngọc vàng, nâng nhẹ bước cha tôi. Hạt ngọc vàng, thơm lừng mùi hương sữa mẹ. Ấm no về chất kín cả sân quê. Trăng thanh bình treo sau hàng tre lay lắt. Bữa cơm chiều đông đủ cả nhà vui. Chén nước chè xanh cha thụp thì uống vội. Còn dắt trâu đạp lúa kẻo trăng chầy.

Hạt lúa mùa về, tôi đâu biết vơi đầy. Chỉ thấy mồ hôi cha thấm lưng vai áo. Chỉ thấy mẹ nhọc nhằn bữa cơm bữa cháo. Nhường con ăn mau khôn lớn thành người. Hạt mùa về tôi đâu biết mẹ tôi. Cắn răng đong trả ngày tháng giêng vay mượn.

oOo

Mùa trăng ấy, trăng ngậm làn gió rét. Chén cơm thơm ngày hai bữa vơi dần. Cha lặn lội nào ao sâu bàu cạn. Mong mang về con cá ngọt nồi canh. Ai đâu biết trời tháng giêng cóng lạnh. Cóng bàn chân, cóng cả ngón tay gầy. Mưa gió vô tình mang rét mướt về đây. Vẫn bấm ngón chân, đi về nuôi con dại... Bởi thiếu ăn da đàn con xanh tái. Bữa cá rèo rèo chắc hẳn lại sức nhanh. Nhưng đàn cá bé teo kia vừa mới nở. Nào dám nhẫn tâm hớt gọn cho đành?

Trời thương người vội ban cho nắng ấm. Cả làng thôn rực rỡ ánh dương hồng. Đã qua rồi tháng ngày dài đói rét. Mẹ tất tả lên non hái củi, cha vội vàng ra đánh cá ven sông... Tết về, đàn con thơ lại được may áo mới. Mẹ đi chợ về trong rổ có bánh ngon... Đàn cá ngày nào con mất con còn. Thơ thẩn rình mồi bên đám rong bèo lún phún. Cha thở hắt ra: nếu không nhờ ơn trời ban xuống. Có chắc gì khôn lớn đến ngày nay ???

oOo

Tháng ngày trôi, tiếp nối những mùa trăng khi khuyết khi đầy. Cuộc sống vẫn ấm êm trong tình yêu thương của mẹ. Con vẫn no lòng trong khó nhọc công cha. Mái tranh ngày xưa vẫn ươm dày bao hy vọng...

Để tháng giêng cha đi gánh phân trâu. Tháng hai cha về ươm bí, trồng bầu. Mồ hôi thấm vào sắc xanh của lá. Nước mắt rơi nồng ấm cả thân cành. Cho ngọn bầu đâm lông tơ mơn mởn. Trái bầu non phơi phới lớn rất nhanh.

Ngày trái chín nồi canh ngon mẹ nấu. Bỗng vương mùi cay đắng của oan khiên. Ông trời xui vị bầu non chẳng ngọt. Bóng chiều rơi lạnh lẽo ở ngoài hiên.

Cha ra đi trong mịt mù khói lửa. Hỡi cha ơi xin hãy cứ nhẹ lòng. Phận chúng con làm bầy con côi cút. Cha đi xa rồi, còn đâu nữa mà mong...

oOo

Những mùa trăng trong tôi đã trở thành huyền thoại. Chốn quê người day dứt mảnh trăng khuya. Ai có biết tiếng lòng tôi thổn thức. Trang viết này dồn máu thịt của ngày xưa.

Nguyên Bình

(*Bà Rịa*)

T

VĨNH NGUYÊN

THÁNG SÁU

Chào tháng Sáu
nắng nồng oi ả
Cơn mưa rào xối xả lối phượng xưa
Cây bằng lăng cũng ngả nghiêng theo gió
Giạt phương nào
cánh phượng buồn lưa thưa...

Tháng Sáu về,
cửa phòng học đã khép
Ghế đá buồn lặng lẽ gốc già nua
Màu áo trắng cũng đi về muôn hướng
Kỷ niệm mang theo,
rưng rức suốt chặng đường

Sao cứ đứng
giữa sân trường quạnh quẽ
Lớp học quen, đâu còn ấm hơi người
Bàn tay khẽ lần tìm trong ký ức
Bờ vai nào
làn tóc rối nhẹ phơi

Chiếc kẹp tóc
dắt hờ bên vầng trán
Màu mắt đen trong vắt nước hồ thu
Bờ môi nào ngại ngần làn son mỏng
Tiếng cười ai
xô nghiêng ngả tâm hồn

Trời tháng Sáu
cơn mưa về rất vội
Ướt vòng tay vụng dại tuổi học trò
Trang nhật ký nét chữ nhòe phai dấu
Cánh phượng buồn trên trang vở đã khô... ■

XUYÊN TRÀ

XIN LỖI

Gởi người tên Nhạn

Xin lỗi em
một tình yêu vụng dại
Xin lỗi nỗi buồn
buổi gặp gỡ đầu tiên
Xin lỗi thời gian
ngồi đợi ở công viên
Thơm thảo tiếng chim ngoan hiền gió thổi
Xin lỗi Thượng đế
đã một thời nông nổi
Mở cửa vào nguồn cội chốn đau thương
Xin lỗi bước chân
qua những dặm trường
Bờ nhân sinh rêu mờ hiu quạnh
Xin lỗi cố hương
sớm mưa chiều tạnh
Mới hiểu đời như một bóng trăng tan
Xin lỗi cuộc tình
đã đùm bọc cưu mang
Dẫu chẳng công bằng cho nhau trọn kiếp
Xin lỗi con tàu
ta đã không về kịp
Chuyến khởi hành-dù muộn-ở tương lai... ■

THANH TRẮC NGUYỄN VĂN

CHUYỆN TRẦU CAU

Về quê leo chiếc cầu dừa
Thấy chùm hoa khế tím mùa ước mơ
Nhớ em ngày ấy ngây thơ
Nghiêng nghiêng nón lá che hờ bờ vai
Để ta mê mẩn tóc dài
Chạy theo áo trắng tìm hoài nhớ nhung.

Chiền chiện mà đậu cành sung
Cảm thương con nhện giăng mùng bờ ao
Tìm trao trái mận hồng đào
Yêu em từ thuở trăng sao nằm kề
Vạch tay khắc gió câu thề:
Trầu xanh cau nõn đi về có nhau...

Lá trầu chẳng gói được cau
Cau lên phố chợ trước sau đổi đời
Lắm tiền bán đất mua trời
Miệng môi khinh khỉnh toàn lời dửng dưng
Bỏ trầu buôn thúng bán bưng
Miếng cơm manh áo oằn lưng vai còng.

Bây giờ khói trắng đồng không
Tháng năm lạnh cả bến sông con đò
Chân đê ai thả câu hò
Chiều hôm chấp chới cánh cò xa bay
Xa nhà xa tuổi thơ ngây
Tìm em
Tìm gió heo may
Ngậm ngùi... ■

DAN HOÀNG

Hiu Hắt Cuộc Tình Tôi

Mưa chiều hiu hắt rơi,
Gió cuốn lá tơi bời.
Âm thầm tôi lê bước,
Về đâu cuộc tình vơi?

Mưa lạnh buốt tâm hồn,
Nỗi lòng như nước tuôn.
Cỏ hoa buồn ủ rũ,
Chập chùng bóng tối buông.

Mưa rơi. Mưa rơi rơi.
Em về đâu hỡi người?
Một thời ta chung bước,
Giờ như sắp xa xôi.

Mưa rơi. Mưa tơi bời.
Lời tình còn trên môi,
Người còn mùi ân ái,
Mà mặn đắng môi cười.

Mưa lất phất tuôn rơi,
Muốn nói nhưng nghẹn lời.
Hỏi trời trời chớp đổ,
Gọi gió gió ngậm ngùi.

Mưa rơi mãi mưa rơi,
Vui chưa trọn nụ cười.
Buồn vô tình cứ đến,
Hiu hắt cuộc tình tôi. ■

Phố biển, 06/04/25

NGUYỄN VĂN ĐIỀU

Một Thời Áo Trắng

này em hè về rồi đó
có nghe lòng rộn tiếng ve
nhớ quá một thời thơ dại
quàng vai ấm giữa bạn bè
trao nhau những giòng lưu niệm
buồn vui em kể tôi nghe

nhưng thuở êm đềm qua vội
quê hương chinh chiến ngút trời
giã từ trường yêu bạn quý
tôi mang áo trận vào đời
bao nhiêu yêu thương bỏ lại
nhớ mùa phượng vĩ xa xôi

rồi năm bảy lăm chiến bại
đổi đời nên lắm oan khiên
một phen thân tù tàn tạ
nằm mơ một chút bình yên
còn ai giữa ngày bĩ cực
xin lòng một chút an nhiên

bây giờ mùa hè viễn xứ
sao nghe lòng rộn tiếng ve
thương quá một thời áo trắng
bên nhau lối nhỏ đi về
bao năm quê người phiêu bạc
vẫn thèm tắm lại sông quê. ■

TRỊNH CHU

Trăng Khỏa Thân

tuổi mười lăm em chợt ấm mùa mê dại
sơ nhiên nụ cười con gái trinh nguyên
ta rùng mình nghe huyền thoại thuở hồng hoang đá thở
tiếng ái ân râm ran trời đất
vành môi ngon - khơi vơi - cội nguồn
trăng lai sinh vừa chào tiếng lạ
vũ trụ tinh khôi ra đời ■

HỒ CHÍ BỬU

Trường Cũ

Thầy trở lại tưởng vô cùng xa lạ
Thăm bầy chim tóc sẻ búi chưa đầy
Trên bước nhớ nghe lòng lâng lâng quá
Này hàng xoan lả ngọn vẫn còn đây

Thầy đứng đó tưởng chừng như mới đó
Của mười năm đếm lá rụng sân trường
Trên bảng gỗ hồn rơi rơi phấn trắng
Một chút gì... và một chút thương thương

Thầy bé nhỏ và các em rất nhỏ
Xa thật nhiều những bài học công dân
Thầy đã thế và các em sẽ thế
Cũng một lần nghe lòng thoáng bâng khuâng

Thầy trở lại nhìn các em cút bắt
Giống như thầy rượt đuổi đã mòn hơi
Thầy trở lại nhìn các em áo rách
Giống như thầy với cuộc sống tả tơi...

Thầy trở lại nhưng buồn hơn lúc trước
Thương thật đầy những viên đá hoa xanh
Thầy trở lại không còn khua nhịp thước
Không còn cười xoa nhẹ mái đầu xanh

Thầy trở lại, để thấy mình vẫn thế!
Tuổi thời gian phấn bạc chớm trên đầu
Với những đường gân kéo dài sinh kế
Bài giảng đầu đời thầy đã quên đâu...? ■

T

NGUYỄN MINH NỮU

YÊU DẤU

Chỉ là một chút bâng quơ
Thuyền đi bỏ lại đôi bờ, như không.
Trăng non in dấu ngựa hồng
Tóc con gái mượt mà lòng con trai
Mơ hồ vào với cơn say
Dường như có chút liêu trai giữa đời.

Đoán chừng ước hẹn với người
Chiêm bao áo lụa về phơi sương mù.
Nói lời tình động thiên thu
Rất hào phóng, rất ngây thơ, rất tình.
Ta tìm em bóng tìm hình
Phiêu du lỡ cuộc, sầu mênh mông sầu.

Đắm say cho đến bạc đầu
Cuối vườn lan nhuốm một màu tịch liêu
Nâng niu vệt khói lam chiều
Chao ơi yêu dấu dấu yêu ngàn trùng
Bâng khuâng lòng cứ hỏi lòng
Vòng tay ai, ngỡ... ngỡ vòng tay ai. ■

LÂM BĂNG PHƯƠNG

NGƯỜI ĐÀN BÀ LÀM THƠ

Đàn bà từ tốn làm thơ
Viết gì... Thực ảo ngây ngô chân tình?
Viết từ ánh nắng lung linh
Từ ngọn lúa trĩu mái đình lũy tre.

Viết từ cánh võng trưa hè
Giọt mồ hôi đổ bộn bề mẹ cha
Từ cơn mưa dột mái nhà
Từ vệt sáng lóa ngân hà xuyên đêm.

Viết màu sương trắng thả êm
Vào nụ hoa ấp êm đềm ngủ yên
Từ ngọn gió thổi ngoài hiên
Từ làn khói mỏng thả miên man hiền.

Viết ngày chỉ thắm se duyên
Đôi tim hòa nhịp an nhiên giữa đời
Viết về một mối tình thôi
Mà trăm năm vẫn bồi hồi xuyến xao.

Viết về hạnh phúc ngọt ngào
Lời thơ chan chứa nông sâu vô vàn
Người đàn bà viết nghìn trang
Gởi vào một cõi ngổn ngang đời thường. ■

VƯƠNG HOÀI UYÊN

GIÓ ĐÃ SANG MÙA

Đã qua rồi hò hẹn tuổi thanh xuân. Ta trở lại với những chiều bóng xế.
Hồn trăn trở với trăm điều dâu bể. Nghiêng xuống đời quay quắt nỗi niềm riêng.

Năm cũ hết rồi hối hả tháng giêng. Tờ lịch cuối chùng chình không muốn lột.
Không thấy thời gian trôi nhưng thấy mình tóc bạc. Chưa thấy đông về đã hối hả sang xuân.

Có khi muốn quay về nhưng rồi lại băn khoăn. Sợ tiếng sóng làm nhói lòng ký ức. Sợ bóng tối những đêm dài thao thức. Trùng dương ơi, sóng nhớ đã bạc đầu!

Người có về khi gió chớm mùa ngâu? Để thấy mưa ngỡ ngàng qua phố cũ. Cây phượng già nua trước cổng trường ủ rũ. Bao năm rồi đứng đợi học trò xưa.

Ta vẫn chờ ai khi gió chuyển sang mùa. Bao nhiêu áo cũng thấy lòng rét buốt.
Que diêm nhỏ làm sao thành ngọn đuốc? Trong những đêm dài nghe gió gọi miên man. ■

(Denver – Miền gió gọi)

ĐÌNH QUÂN

TRÔI, CHẢY VÀ ĐI

Nguồn vời xa, trôi và trôi trôi mãi
Chẳng mong gì trở lại thuở tao nôi
Gió thầm thĩ giục mùa đi rất vội
Bờ lao xao hiu hắt lẫn trong hồn

Nguồn vời xa, chảy và chảy chảy suốt
Nghĩ đường dài khách trọ thoáng chùn chân
Vạt cỏ êm có vơi niềm sầu hận?
Tàn cây dày có che nổi mưa tuôn?

Nguồn vời xa, đi và đi đi biệt
Nước rập rình vỗ mãi cả ngày đêm
Chân lê bước trên lối về im vắng
Có hay đâu tóc bạc ánh lưng thềm

Nguồn vời xa, cuộc đi nào cũng hết
Những gì còn rồi sẽ xóa dấu thôi! ■

LÊ THỊ HẠNH

CHIA NỬA VẦN THƯƠNG

Chia nửa vầng trăng
Em về bên xóm nhỏ
Nửa câu thơ chưa tỏ bày
Em ơi mây trời nhung nhớ

Nửa vầng trăng nghiêng bên nớ
Nửa câu thơ một niềm riêng
Trông xa bao mùa nhớ quên
Trăng nghiêm nửa vầng trăng mạ

Nửa câu thơ chút hững hờ
Trong đêm phím nào rơi vỡ
Ta về một mùa thương nhớ
Nửa câu thơ muộn màng thêm

Chia em bao mùa nhớ quên
Tóc sương bây giờ cũ muộn
Em ơi ta giờ vay mượn
Bâng khuâng một mối tơ lòng

Nửa vầng trăng em xa trông
Nửa vần thơ ta mùa vọng
Thương em bài thơ chưa đặng
Thương thơ một kiếp con tằm

Một lần áo lụa sang sông
Một lần câu thơ lận đận
Nửa vầng trăng nào nghiêng sóng
Bẻ câu thơ ngược về tim... ■

26/4/2025

NGUYỄN VĂN GIA

CHẬM NHỊP MỘT TRÁI TIM THƠ

Chút rung động đầu đời -
một hôm chùng chình quay trở lại
Có đôi mắt hiền
làm chậm nhịp một trái tim thơ
Áo trắng một thời đã xa -
chừ đăm chiêu em - thiếu phụ
Làm sao biết được buồn vui
khi tình lỡ trái mùa
Chưa gì đã vội tan chút sương mai
trong nắng sớm
Lời từ giã - dẫu rất dịu dàng - bữa đó
chắc gì không làm bối rối tấm lòng ai
Bay thật xa - hạc vàng em xuôi nam
hay ngược về phương bắc
Có một người cứ mãi ngóng theo
từ phía quê nhà
Vô thường đâu chỉ đất trời
Vô thường đến cả mắt môi nụ cười
Khi lòng mỏi mới hay
mọi thứ trong đời này đều không thật
Kẻ gác đền cuối cùng
của mối tình-không-tên-gọi - là anh đó
Mây của trời
tưởng đã cầm trong tay đủ chặt
Đâu hay
thứ dễ tan nhanh là mây chiều trước gió. ■

DUNG THỊ VÂN

CÓ NHỮNG NGÀY NHƯ HÔM NAY

Có những ngày như hôm nay
Em chẳng cần son phấn
Em chẳng cần lược gương
Vì anh có gần em đâu mà ngắm

.

Đời vắng anh
Đời xa anh
Mọi thứ đều vô nghĩa
Mọi thứ đều vô tri

.

Bất giác em thở dài suy nghĩ
Nhớ lời anh dặn
Mình luôn vui khi nhớ về nhau
Và đó là hạnh phúc

.

Có những ngày như hôm nay
Em mới hiểu
Như thế nào là chờ đợi
Như thế nào là hơi ấm một vòng tay

.

Anh có về đêm nay
Như mỗi đêm em vẫn đợi
Anh có về đêm nay
Để ta cùng một giấc mơ say! ■

NGUYỄN HÀN CHUNG

GIẤY LY HÔN
CÓ TRONG TAY CHƯA NÀNG?

Bỏ chồng về với tôi là
dẫn ngay ra tòa làm giấy kết hôn
tui không cần của hồi môn
yêu nhau Bản Giốc, Côn Lôn cũng gần

Tui không hề dám lấn sân
việc chi tiêu có em, cần chi lo
tui chơi tennis, football
lâu lâu mình kéo ra đò ngủ khuya

Van em đừng nhắc chuyện xưa
với chồng, chiều tối xế trưa thế nào
tôi tuy thơ thẩn tầm phào
nhưng ghen tuông cũng thuộc vào hạng voi

Tới sau tôi chịu thiệt thòi
không có quyền đòi như thể trai tơ
vẽ bùa tui vẽ trong thơ
mà thôi, chẳng phải người mơ mộng nhiều

Bỏ chồng về với tình yêu
em chấp Thúy Kiều chấp cả Nguyệt Nga
bỏ chồng về với trai già
không tranh chấp nhà với má bầy con

Sum vầy thành vợ chồng son
việc chi phải sống héo hon bao ngày
tôi đang ngồi quán đợi đây
giấy ly hôn có trong tay chưa nàng?

Đợi từ đông chí hè sang
mấy thu tăm cá bẽ bàng mù sương! ■

NGÀN THƯƠNG

Riêng Mình Lãng Du

Cảm ơn Đà Lạt tôi về
Nặng mang tình nghĩa bạn bè trong tim
Khoắt khuya
thông vọng lời chim
Đồi thông mưa
lá cỏ chìm dấu chân
Dốc đồi
phố nối tình nhân
Đã quen em
từng bước gần bên nhau
Tưởng đời
lạc giữa chiêm bao
Điệu rung nhạc ngựa
mà sao yên bình
Thôi chào
Đà Lạt đa tình
Dã quỳ một đóa
riêng mình lãng du... ■

TRƯƠNG XUÂN MẪN

APSARA! APSARA*!

Ngọn lửa bập bùng – bài ca dân dã
Đôi tay em vũ hóa thành mưa
Vòng tay uốn, thân em hóa cành
Cánh hoa tươm lệ sầu trăm nhánh

Apsara! Vũ điệu Apsara!

Điệu vũ em vươn dài qua thế kỷ
Ngón tay em đan vòng quá khứ
Vun lên thành điệu múa thần kỳ
Ngôn ngữ em dễ gì ai hiểu được

Điệu vũ em có hình cong đất nước
Em rung người sao nhức nhối thân anh
Em bước đi sao chân anh run rẩy
Mắt em vời vợi, sâu thẳm trời xanh

Thân em đá vòng, ước mong chuyển động
Ngực em phập phồng, đánh nhịp tim anh
Hay ta hóa thân kẻ cùng chung phận
Hai trái tim cùng hóa nhịp, hòa tan

Anh muốn khóc như bao giờ được khóc
Như trẻ lên năm lang bạt không nhà
Mồ côi mẹ cha thêm mồ côi đất nước
Anh đánh đổi gì để lấy kiếp tha hương

Apsara! Rượu đây em cứ uống
Vai anh đây, em giả dại mà ôm

Rồi cho anh bù tạm những nụ hôn
Để vành thôi cay nồng uất hận

Em càng uống càng lăn vòng vũ điệu
Mồ hôi rơi hay nước mắt em rơi
Bóng quê nhạt nhòa, chân trời xa lắc
Vai diễn đau như sân khấu cuộc đời

Ngọn đèn trên em có tắt đêm thâu
Hay em muốn lửa chùng đi ánh sáng
Dẫu có giấu nỗi đau không sắc màu
Đâu buồn bằng đường tắt nắng anh đang...

Tới phiên, Apsara cho anh rượu
Anh uống vào mặc cả với thời gian
Cuộc đối thoại chưa phân hồi kết đoạn
Chẳng níu được em, anh thiệt trăm đàng

Môi em nở một mùa xuân buồn bã
Anh muốn hôn, ngại phạm vòng tử sinh
Bởi cha ông – xưa – quên lời tạ lỗi
Nên đất nước anh nghiệt ngã kiếp luân hồi

Anh đã thấy trong ngày tàn đêm tận
Có bóng em vươn thoát cõi trần gian
Ta chia tay, giã từ đêm thần thoại
Anh trở về lủi thủi lạnh trong mưa

Những hạt mưa bay hình cong điệu múa
Những hạt mưa mang hình bóng quê hương
Vỗ rát mặt anh như giòng triều dậy sóng
Apsara ơi! Anh uống hết vào lòng... ■

**Tên nữ thần của dân tộc Chàm*

BEN OH

CHA

Giọt lệ buồn rơi nhớ trong tôi
Cha ơi! Từ đây Cha đi rồi
Nhìn hình Cha chỉ thêm vọng nhớ
Nỗi lòng con một nẻo xa xôi
Vẫn đâu đây hình bóng ngày nào

Tình Cha con biết phải nói sao
Mồ hôi và bàn tay sạm nắng
Nuôi con lớn khôn biết là bao
Tay nắm tay ngày con dại khờ

Từ khi con còn tuổi ấu thơ
Cha là nụ cười trong ánh mắt
Cho con được tới bên bến bờ
Tình phụ tử cao quý tràn đầy

Con biết rằng Cha ở đâu đây
Thương nhớ Cha giờ đâu còn nữa
Giọt lệ nào ai biết nào hay
Con biết rằng đời là vô thường

Công ơn Cha mãi mãi yêu thương
Cha đã đi rồi Cha ơi Cha. ■

NP PHAN

Bất Chợt Mùa

gió đã mềm như lụa
nắng đã mỏng như tơ
bỗng nhiên ngày gửi lại
một chút hương đợi chờ

dang tay mùa bất chợt
lặng lẽ giọt sầu đông
hàng cây hong nỗi nhớ
khăn áo hề mênh mông

bất chợt mùa xanh thẫm
xao nhãng bước chân về
lắng nghe lời mời gọi
một điệu buồn sơn khê ■

LẠI VĂN PHONG

QUÊ XƯA

Muốn trở về nơi tôi đã sinh ra
Làng quê ấy có mái nhà yêu dấu
Nơi lưu giữ kỷ niệm thời thơ ấu
Có con đò neo đậu tuổi thơ tôi

Muốn tìm về thăm lại một góc trời
Con đường nhỏ có một thời đi bộ
Đất lầy lội những khi trời mưa đổ
Lấm lem bùn phải cố bấm chân đau

Muốn được về nơi cắt rốn chôn nhau
Thăm đám bạn thuở chăn trâu cắt cỏ
Bởi năm tháng đứa đã xa, đứa ở
Tháng năm về cháy đỏ một màu hoa

Bến Rừng* xưa ta đợi một chuyến phà
Nghe gió thổi từ khơi xa dào dạt
Nhớ đám trẻ giữa dòng trưa tắm mát
Sóng Bạch Đằng* ru khúc hát dịu êm

Muốn tìm về xóm Ngõ Cổng* thân quen
Xuống Gốc Thị* vui thắp đèn đom đóm
Vào mùa vụ tiếng cười vang khắp xóm
Khói lam chiều ôm trọn cả vùng quê

Muốn được về thả trâu dưới triền đê
Nghe tiếng sáo giữa trưa hè oi ả
Lòng háo hức đợi cơn mưa đầu hạ
Cánh đồng làng đi soi cá sau mưa

Muốn trở về nghe tiếng mẹ ru trưa
Mang câu hát ầu ơ vào nỗi nhớ
Để mai dẫu ngàn trùng xa cách trở
Tiếng quê hương vẫn mãi ở trong tim. ■

** Tên con sông và một số địa danh ở vùng đất Thủy Nguyên – Hải Phòng*

LÊ VĂN TRUNG

KÝ ỨC NGOẠN MỤC

Mưa gió âm u, đèo Ngoạn Mục
Ta giữa đèo, ngồi nhớ ai đây
Xác người nằm vắt ngang ghềnh đá
Tóc người cuộn tím bầm cỏ cây

Ta lăn theo dốc, sầu lăn xa
Trăng hờn còn treo đêm Sông Pha
Ta nhớ Tháp Chàm hay Ninh Chữ
Ta quên em rồi ta quên ta

Ta lăn theo sườn đèo cheo leo
Ta lăn theo chiều, mây lăn theo
Viên đạn ngọt mềm tươi máu đỏ
Ta thèm một bàn tay, em yêu!

Em về Phan Rí hay Phan Rang
Mẹ bồng xác con chạy lạc đường
Hun hút mây tang đèo Ngoạn Mục
Cầu gãy giữa dòng, không đò sang

Chiều nay ngồi giữa đèo ta khóc
Nỡ bỏ nơi đây một bóng chiều
Nỡ bỏ nơi đây hồn xiêu lạc
Ta lăn long lóc cuối chân đèo. ■

TRẦN ĐÌNH SƠN CƯỚC

HAI BÀI THƠ

TÂM

Ra vườn thấy hoa nở
Đi chợ gặp người đông
Nhìn trời mây gió lộng
Nhìn mình lòng rỗng không.

MỘT MÌNH

Một mình, giữa đại chúng
Một mình, hòa sắc chung
Giữa đời ai biết sống
Suối nguồn và biển sông... ■

LÊ HÂN

LỘC THỌ ĐỜI YÊU

nắng quanh tôi mỗi bữa
dịu dàng nồng nàn hơn
bắt đầu từ ngưỡng cửa
vàng rực cả bao lơn

nắng khe khẽ nói chuyện
cùng nhau cười thì thầm
từng giây dần sáng ửng
nằm dài kín mặt sân

tôi ngủ muộn dậy sớm
nhẹ mở cửa ra chào
vài động tác thể dục
thở hít hương nắng đào

từ ngày đời hưu trí
hết công thức vội vàng
thứ tự không xếp đặt
tùy nghi từng việc làm

xưa kết hợp công việc
đi du lịch khá nhiều
chừ chân tay vui với
chữ nghĩa người thương yêu

mỗi thời mỗi kiểu đẹp
nhờ lành đất ơn trời
nhờ người bạn đồng điệu
nhờ chăn gối dưỡng nuôi... ■

TN

VŨ KHẮC TẾ

TRÁI TIM BỊ CƯỠNG ĐOẠT

Năm 1975, khi những chiếc trực thăng cuối cùng của quân đội Mỹ rời khỏi Sài Gòn, thành phố ngập chìm trong hỗn loạn. Từng đợt người đổ xô về phía sân bay Tân Sơn Nhất, hy vọng vào một chỗ trên chiếc máy bay rời khỏi đất nước đang hấp hối. Nhưng đa số đều bị kẹt lại, bị cuốn trôi theo cơn lũ lịch sử.

Ông An, một Trung tá VNCH, khi ấy đang ẩn náu trong căn nhà ở một khu phố nghèo ngoại ô Sài Gòn. Bên cạnh anh là vợ - chị Hạnh, một giáo viên tiểu học giản dị và dịu dàng. Và trong vòng tay họ là đứa con trai đầu lòng, bé Thiện, mới tròn năm tuổi, cùng với Quyên, em gái vừa tròn 2 tuổi.

Không thể ra đi nên ông An đành phó thác cho số phận. Những con tàu đã đầy người. Những chiếc máy bay không còn chỗ. Và trên hết, ông An không nỡ rời xa vợ con.

Sau ngày 30 tháng 4 năm 1975, ông An ra trình diện với hy vọng mong manh, và ông nhanh chóng bị đưa vào trại cải tạo. Chỉ trong vòng một đêm, gia đình nhỏ bị chia cắt.

o0o

Những tháng ngày sau đó là chuỗi dài những cơn ác mộng.

Chị Hạnh dắt díu bé Thiện về sống tạm trong căn nhà cũ, cố bám víu vào việc buôn bán nhỏ. Mỗi ngày, chị gói ghém hết nỗi buồn vào những việc làm và chăm sóc các con.

Thiện lớn lên trong tình yêu của mẹ và trong nỗi thiếu vắng bàn tay cha. Cậu bé hay ngồi bên cửa sổ mỗi buổi chiều, lặng lẽ nhìn đám mây xám trôi lững lờ qua mái nhà. Trong lòng cậu, hình bóng cha là những câu chuyện rời rạc theo lời kể của mẹ.

Một buổi chiều oi ả, khi Thiện lên mười tuổi, người ta báo tin: Cha cậu đã chết trong trại cải tạo, sau một cơn sốt rét ác tính. Họ chỉ gửi về một chiếc túi nhỏ, bên trong có chiếc đồng hồ đeo tay cũ và bức thư nhàu nát ông viết cho vợ con, chưa kịp gửi đi.

Chị Hạnh ôm chiếc túi trong lòng, gào khóc như một người mất trí.

Cái chết của ông An như một nhát chém xé toạc cuộc đời người đàn bà vốn đã mong manh ấy.

Chưa kịp nguôi ngoai, chị lại nhận được lệnh di dời tới vùng kinh tế mới.

Chị Hạnh và hai đứa trẻ – Thiện cùng cô em gái bé nhỏ tên Quỳnh – bị đẩy về một vùng đất hoang vắng, cằn cỗi ở tận miền Đông Nam Bộ. Căn nhà nhỏ dựng tạm, không nước sạch, không lương thực đủ ăn.

Những ngày đó, bữa cơm chỉ là những nắm khoai cõng những hạt cơm, cá khô mặn chát và rau dại hái ven rừng, phải làm quen với những đọt lang, lá tàu bay và những củ mì nhổ vội... Chị Hạnh gầy rộc, ho sù sụ mỗi đêm, nhưng vẫn cố gắng bươn chải kiếm sống.

Chị nói với các con:

- Ráng lên, các con... rồi sẽ qua thôi.

Nhưng phép mầu không xảy ra.

Một đêm, trong căn lều chắp vá, chị Hạnh ôm chặt hai con, thì thào trong cơn mê sảng:

- Xin lỗi... mẹ không thể đi tiếp cùng các con...

Sáng hôm sau, chị vĩnh viễn rời xa cuộc đời.

Cái chết vì suy kiệt và nỗi buồn dai dẳng đã cướp mất người mẹ đơn độc.

Đám tang mẹ chỉ là một nắm đất lấp vội vàng, nhờ những người cùng cảnh ngộ, không kèn trống, không ai đưa tiễn ngoài hai đứa trẻ bơ vơ. Không nơi nương tựa, không còn một ai thân thích, Thiện quyết định dắt em gái quay về Sài Gòn, nơi mang nhiều ký ức và nuôi những ước mơ tươi đẹp giờ trở thành một nơi xa lạ.

Hành trình về lại thành phố là chuỗi ngày đói khát, ngủ bụi, nhặt nhạnh từng mẩu bánh mì thiu trong sọt rác. Đôi chân trần của hai anh em rướm máu. Những buổi tối, hai đứa co ro dưới mái hiên chợ Bến Thành, nghe gió hú thổi qua hiu quạnh.

Sài Gòn sau chiến tranh như một thành phố lạ. Người đông nghịt, ai cũng vội vã, khắc nghiệt. Không ai để ý tới hai đứa trẻ rách rưới, gầy guộc như những chiếc bóng.

Để sống, Thiện xin được một người đàn ông tật nguyền ngồi góc phố giúp đỡ một xấp vé số đi bán. Ngày nào cũng vậy, cậu bươn chải khắp các ngả đường, chào mời để sống.

Quỳnh thì lẽo đẽo đi theo anh, phụ giúp lặt vặt. Đôi khi, cô bé năn nỉ người qua đường mua giùm một tờ, đôi khi chỉ đứng lặng lẽ, ngước đôi mắt to tròn, buồn bã nhìn dòng người tấp nập.

Cuộc sống bấp bênh như ngọn đèn trước gió.

Một ngày nọ, khi trong bụng đã đói cồn cào suốt hai ngày liền, Thiện lảo đảo ngã gục trên vỉa hè vắng.

Trước khi lịm đi, cậu chỉ kịp nhìn thấy một chiếc xe hơi màu đen đỗ lại. Có ai đó bước xuống, nhanh chóng bế cậu lên, cho vào xe. Cửa xe đóng sập lại.

Quỳnh, lúc ấy đang chạy đi xin một chút nước, quay về chỉ thấy xấp vé số rơi vương vãi trên mặt đường.

Anh cô - người duy nhất trên đời cô còn - đã biến mất không dấu vết.

Chiếc xe đen lao đi như trốn chạy.

Bên trong, Thiện nằm bất tỉnh. Một người đàn ông khoác áo khoác dài màu nâu liên tục kiểm tra mạch đập của cậu, gật đầu ra hiệu cho người lái xe.

- Hàng tốt. Vận chuyển nhanh. Bên kia đã sẵn sàng.

Xe lao về hướng cửa khẩu Campuchia, đêm phủ dày như mực. Không ai biết Thiện, một thiếu niên mới mười lăm tuổi, đang bị đem bán như một món hàng.

Họ đưa Thiện qua biên giới bằng những giấy tờ giả mạo. Sau nhiều chặng đường, cậu bị nhốt trong một trại bí mật, nằm sâu trong một nơi hoang vắng bên Campuchia, nơi có các hoạt động phi pháp: buôn ma túy, giờ đây có cả buôn bán nội tạng.

Ở đây, Thiện không phải đứa trẻ duy nhất.

Hàng chục đứa trẻ từ khắp nơi bị lừa, bị bán, hoặc bị bắt cóc.

Chúng bị nhốt trong những căn phòng tối om, chỉ được ăn uống cầm chừng, mỗi ngày đều nghe loáng thoáng những tiếng khóc nghẹn, những tiếng gọi mẹ mơ hồ trong bóng tối.

Có lần tỉnh lại giữa đêm, Thiện nghe một cậu bé bên cạnh thì thào:

- Họ sẽ mổ lấy nội tạng của chúng ta mang đi bán...

Thiện không hiểu hết. Nhưng cậu cảm thấy trong lòng có một nỗi sợ hãi mơ hồ, lạnh buốt như nước đá tan thấm qua từng thớ thịt.

Ngày đó rồi cũng đến.

Một buổi sáng mù sương, bọn chúng đến lôi cậu ra khỏi phòng giam.

Thiện giãy giụa, gào thét, nhưng những đôi tay sắt lạnh lùng trói chặt lấy cậu.

Chúng tiêm một mũi thuốc vào người cậu.

Trước khi chìm vào bóng tối sâu thẳm, Thiện chỉ kịp nghĩ đến Quỳnh – cô em gái nhỏ đang lang thang giữa thành phố rộng lớn, đơn độc.

o0o

Cùng thời gian đó, ở một thế giới khác, Thành – con trai của đại gia Quý – đang giành giật sự sống trên giường bệnh trong một bệnh viện quốc tế sang trọng.

Bệnh tim bẩm sinh của Thành bộc phát dữ dội, khiến mọi bác sĩ nổi tiếng phải bó tay.

- Cần ghép tim ngay! Nhưng nhóm máu của cậu ấy rất hiếm, vị bác sĩ trưởng khoa tim mạch thốt lên.

Ông Quý, người cha, trong cơn cuống cuồng vì sợ mất đứa con trai độc nhất, đã quyết định làm một việc ghê rợn: ông liên hệ với những đường dây buôn nội tạng quốc tế. Tiền không thiếu. Chỉ cần có tim phù hợp, mọi giá đều trả.

Và rồi, từ phía bên kia biên giới, họ báo về:

- Đã có. Một trái tim khỏe mạnh, đúng nhóm máu, đúng tiêu chuẩn.

- Bao nhiêu?

- Hai trăm ngàn đô.

Không chần chừ, ông Quý gật đầu.

Thế là trái tim bé bỏng, yêu thương, và còn dang dở của Thiện bị cắt ra khỏi cơ thể. Để được đưa vào lồng ngực một cậu ấm ngông nghênh, sống cuộc đời vương giả từ khi lọt lòng.

Cuộc phẫu thuật thành công rực rỡ.

Thành thoát chết trong gang tấc.

Cả nhà ông Quý mở tiệc ăn mừng linh đình.

Không ai biết, hay đúng hơn, không ai muốn biết, trái tim kia từng thuộc về ai. Và nỗi oan khuất, đau đớn, đã bắt đầu len lỏi vào số phận của tất cả họ.

Sau ca phẫu thuật, Thành như được hồi sinh.

Cậu trở nên mạnh mẽ hơn, nhanh nhẹn hơn, sức sống trào dâng như suối nguồn.

Nhưng cùng với thể xác, tâm hồn cậu cũng có những đổi thay kỳ lạ.

Thành bắt đầu hay mơ những giấc mơ. Trong mơ, cậu thấy mình lang thang trên những con phố tối om, rét mướt, bàn chân rướm máu.

Cậu thấy hình ảnh một cậu bé bán vé số, ánh mắt buồn buồn ngước nhìn trời cao.

Cậu thấy một cô bé tóc bím, đôi mắt tròn xoe, đang ngồi khóc bên vỉa hè.

Ban đầu, Thành chỉ nghĩ đó là ảo giác do thuốc mê.

Nhưng dần dần, những giấc mơ trở nên quá thật, quá sắc nét. Cậu bắt đầu cảm thấy... đau đớn. Một nỗi đau không thuộc về thể xác, mà như xuất phát từ một linh hồn khác ẩn trong chính lồng ngực mình.

Ngày nọ, trong lúc tham dự một bữa tiệc xa hoa của giới nhà giàu, Thành được một người đàn ông, đối tác làm ăn của ba Thành, nhưng tính cách đối lập hẳn. Ông ta là người tích cực làm công tác từ thiện, hay động lòng trắc ẩn trước những hoàn cảnh của người khác, đã nói với Thành, "Cháu may mắn sống là nhờ trái tim của một thanh niên khỏe mạnh bị giết chết để lấy trái tim cho cháu, cháu phải biết nhớ ơn người đó."

Trái tim trong lồng ngực Thành như thắt lại.

Cậu đứng lặng như hóa đá.

Thành bỗng hiểu ra: để cậu có thể sống, đã có một người vô tội phải chết.

Một cậu bé. Một linh hồn thánh thiện, bị bán đứng, bị tước đoạt mọi thứ, chỉ vì lòng tham và sự tuyệt vọng của người lớn.

Sự thật ấy như nhát dao cứa vào từng thớ thịt Thành.

o0o

Thành không thể ngừng suy nghĩ về những gì mình đã nghe.

Cậu cảm thấy nỗi day dứt trong lòng dâng lên như một cơn sóng.

Lần đầu tiên trong cuộc đời, Thành nhận ra mình không chỉ sống để hưởng thụ, mà còn phải có trách nhiệm với những gì đã xảy ra xung quanh.

Trái tim trong lồng ngực cậu, một trái tim không phải của mình, không phải do cậu sinh ra, đã bắt đầu thức tỉnh.

Thành bắt đầu đặt câu hỏi về chính bản thân mình. Cậu không thể cứ sống tiếp cuộc đời của một người không có lương tri, không thể cứ tiếp tục hưởng thụ những gì mà người khác phải trả giá bằng mạng sống của họ.

Và rồi, một ngày, khi Thành tình cờ đến chùa, nơi Quỳnh đang sống, mọi chuyện bắt đầu thay đổi. Cậu không hề biết rằng cô gái ấy lại có một mối liên hệ đặc biệt với Thiện.

Sau khi Thiện mất tích Quỳnh được một người đàn ông tốt bụng đưa vào nhà "Mái ấm tình thương" của một ngôi chùa ở Vũng Tàu. Quỳnh, với ánh mắt hiền từ nhưng ẩn chứa nhiều tâm sự buồn. Cô là người duy nhất trong cuộc đời khiến Thành cảm thấy bình yên, và hình như có một sợi dây vô hình nào đó ràng buộc họ. Mỗi lần nhìn Quỳnh, Thành lại có cảm giác quen thuộc kỳ lạ, như thể đã gặp cô từ lâu lắm rồi.

Một lần, khi Thành tình cờ đi dạo trong khuôn viên chùa, cậu gặp Quỳnh đang quét lá. Quỳnh nhìn thấy cậu và mỉm cười, đôi mắt sáng lên như mặt trời mọc. Thành bước lại gần, cảm nhận được sự ấm áp từ cô gái ấy.

- Em có thể giúp anh một việc không? – Thành ngập ngừng hỏi, giọng cậu hơi lạc đi.

Có cái gì đó thôi thúc anh tìm hiểu về trái tim của người thanh niên đã cứu sống Thành và bắt đầu từ chính Quỳnh.

Quỳnh ngẩng lên, đôi mắt trong veo như hồ nước.

- Đương nhiên, anh cần gì? – Cô trả lời với sự chân thành.

Thành lặng người một chút, rồi chậm rãi nói:

- Anh... anh muốn tìm hiểu về một người. Một người có thể đã qua đời, nhưng anh cảm thấy anh có sự kết nối với họ. Em biết không, anh cảm thấy như thể anh đang mang trong mình một phần của người ấy.

Quỳnh không trả lời ngay mà nhìn vào mắt Thành một lúc lâu. Cô nhận ra sự đau khổ và lạ lẫm trong ánh mắt của cậu. Quỳnh nhẹ nhàng buông cây chổi, rồi dẫn Thành vào trong chùa.

o0o

Quỳnh ngồi đối diện Thành, ánh nến trong chùa lung linh như những vì sao sáng. Cô nhẹ nhàng kể về quá khứ của mình – một cô gái mồ côi, được đưa về sống tại chùa sau khi mất cả cha lẫn mẹ. Cuộc sống của cô từ khi còn nhỏ luôn gắn bó với những đứa trẻ lang thang và những cuộc đời đen tối.Về người anh trai của mình.

- Anh ấy là Thiện, anh trai của em. Anh ấy đã bán vé số để mưu sinh, để nuôi em. Anh ấy đã chịu bao nhiêu khổ cực... Nhưng cuối cùng anh ấy đã không còn nữa, anh ấy bị bắt cóc trước sự chứng kiến của vài người trên phố vắng.

Thành nghe mà lòng nhói lên. Mọi thứ bắt đầu chập chờn, như một ký ức mơ hồ mà cậu chưa bao giờ có, nhưng lại cảm thấy rất quen thuộc.

- Thiện... – Thành thì thầm, giọng nghẹn ngào. – Anh ấy đã chết sao?

Quỳnh gật đầu, đôi mắt cô đẫm lệ.

Thành không thể thốt lên lời. Cậu cảm thấy như cả thế giới sụp đổ xung quanh mình. Cậu không chỉ mang trong mình một trái tim của người khác mà còn mang theo cả nỗi đau, sự tiếc nuối, và sự day dứt không thể xóa nhòa.

oOo

Ngày hôm sau, Thành quyết định làm một việc mà cậu đã không dám nghĩ đến trước đây: Cậu sẽ vạch trần sự thật về cái chết của Thiện. Cậu sẽ đi tìm những người có liên quan đến việc buôn bán nội tạng và đưa mọi chuyện ra ánh sáng.

Cậu biết đây là một con đường nguy hiểm. Cậu biết với thân phận của mình không thể nào chống lại một thế lưc đen tối. Nhưng sự thức tỉnh trong cậu đã đủ mạnh mẽ để không thể chùn bước. bắt đầu từ chính cha mình và những đối tác làm ăn của ông ấy. Thành âm thầm điều tra các mối quan hệ của cha cậu. Trái tim trong ngực cậu, dù không phải của cậu, nhưng lại đang mách bảo cho cậu những điều cần làm.

Thành và Quỳnh cùng nhau lên kế hoạch. Quỳnh giúp Thành tìm những tài liệu cần thiết, những chứng cứ và thông tin về tổ chức buôn bán nội tạng mà, dù biết rằng rất khó khăn. Những cuộc gặp gỡ. Người đàn ông trước kia cho Thành biết nguồn gốc trái tim đã ghép cho Thành đã âm thầm giúp Thành, cung cấp những thông tin, hướng dẫn chi tiết mọi ngóc ngách có thể điều tra tránh nguy hiểm. Và Thành nắm bắt cơ hội đó, tất cả chỉ vì một mục tiêu duy nhất: đưa sự thật ra ánh sáng và trả lại công lý cho Thiện. Mặc dù có thể ảnh hưởng đến sự nghiệp của ba Thành.

Từng bước, từng bước, Thành càng ngày càng cảm nhận được sự thay đổi trong tâm hồn mình. Cậu không còn là một thiếu niên ngông cuồng, ích kỷ nữa. Cậu đã trở thành một con người biết đứng lên vì sự thật và lẽ phải.

oOo

Cuối cùng, sự thật cũng được phơi bày. Sau khi thu thập đủ chứng cứ, Thành bí mật gởi hồ sơ lên tổ chức chống buôn lậu nội tạng người, để họ can thiệp với bên cảnh sát. Những kẻ buôn bán nội tạng đã bị bắt giữ, tổ chức của chúng bị triệt phá.

Mọi người đều đến bên Thành, vỗ vai cậu, cảm ơn vì cậu đã làm những điều đúng đắn..

Quỳnh đứng nhìn Thành, nở nụ cười ấm áp, cảm thấy trái tim mình cũng dần lấp đầy những khoảng trống mà bao năm qua cô phải đối mặt một mình.

Trái tim của Thiện, dù không còn trên cơ thể cậu, nhưng đã sống lại trong trái tim của nhiều người. Thành không chỉ học được cách yêu thương, mà còn hiểu rằng có những món quà trong cuộc đời không thể nào đền đáp, mà chỉ có thể trả lại bằng lòng can đảm và sự chân thành.

Và trong hành trình tìm lại chính mình, Thành và Quỳnh đã tìm thấy không chỉ công lý, mà còn tình yêu và sự tha thứ.

Vũ Khắc Tế

tranh Khánh Trường

KIỀU GIANG

CỬA PHẬT

Ông Tư Bố năm nay đã ngoại thất tuần, thế mà trông ông còn rất vạm vỡ rắn chắc, dáng dấp của một nông dân đã nhuốm màu thế sự. Khi mới sinh ông, mẹ ông hỏi chồng nên đặt tên con là gì. Cha ông bảo "Tên là Bố". Bà giật nẩy mình: "Chẳng lẽ tôi và ông sau này cũng sẽ gọi nó bằng Bố, coi sao được". Ông giải thích: "Tôi với bà mà còn gọi nó bằng Bố, thì thiên hạ ai mà chẳng phải gọi nó bằng Bố chứ, ý tôi muốn sau này nó cưỡi lên đầu những tên dân đen như tôi và bà bây giờ bị người ta cưỡi vậy, chứ chẳng lẽ, bà nghĩ coi, cả cái dòng họ nhà tôi suốt đời này qua đời nọ cứ làm cố nông, để cho mấy thằng địa chủ nó cưỡi trên lưng mình mãi hay sao? Hơn nữa, bà không nhớ cái tên Lã Bố trong Tam quốc chí, thật oai hết chỗ nói. Biết đâu nhờ cái tên đó mà nó sẽ làm cho dòng tộc tôi được đổi đời". Bà ngẫm nghĩ, thấy cũng có lý, nên véo vào mông chồng: "Đúng là ông cao kiến, biết lo xa". Đâu có ai ngờ cái giấc mơ của đôi vợ chồng cố nông trong cái chòi tranh heo hút kia, sau này lại trở thành hiện thực!

Sau kỳ đại hội cấp tỉnh cuối năm ngoái, ông Tư Bố đã xin rút lui, và trong cái buổi đầy tai tiếng cho những công bộc hạ cánh an toàn, về vườn với một tài sản kếch sù từ trên trời rơi xuống, ông chỉ muốn thiên hạ gọi ông bằng hai tiếng thân mật: "Tư Bố".

Dù xuất thân từ một nông dân ít học, nhưng ông Tư cũng khá nhạy bén với thời thế, nên ông lên rất nhanh. Từ một anh du kích xã trong chiến tranh, chỉ trong vòng hơn hai mươi năm, ông nhảy lên cấp trung ương, được bổ về nắm quyền một tỉnh, dễ như trở bàn tay.

Có người phục tài, hỏi ông bí quyết thành đạt, ông chỉ xua tay, triết lý: "Có gì đâu... có gì đâu, không cần khôn, cũng đừng dại, chỉ cần 'biết' là được."

Bây giờ thì ông Tư Bố đã vui thú điền viên. Một tập đoàn tài chính khổng lồ được giao cho cậu con trai đầu tên Chiến, ba mươi lăm tuổi, điều hành, còn chức tổng giám đốc công ty sắt thép thì dành cho cô con gái rượu tên Thắng, vừa tròn ba mươi mơn mởn, du học nước ngoài về, đang cặp bồ với cậu con trai của một vị chủ hãng máy bay lớn nhất nước. Có lúc ông Tư cười một mình: "Bọn nhỏ bây giờ nó cũng chọn môn đăng hộ đối dữ đó nha, khác xa thời của mình, các cô con gái bần cố nông thô kệch lại chính là cái bệ phóng cho sự nghiệp của các đức ông, có lúc mình cũng thấy bà nhà mình khô như gạch, mà lúc nào cũng phải nói là rất tự hào về vợ, vì cái nét duyên dáng không chê vào đâu được! Thời ấy, sợ nhất là vướng phải các cô con gái địa chủ, phú nông thì coi như đời cắm xuống bùn đen". Ông Tư cười một mình và lẳng lặng giấu kín ý nghĩ đó vào trong đầu.

Ông Tư Bố ít con và có con muộn, ông nghĩ các con ông dù phải đứng tên các công ty cho hợp với thế cuộc, nhưng ông biết chúng còn rất non nớt trong thị trường và trên chính trường nên vẫn cần sự cố vấn của ông.

Căn biệt thự rộng cả ngàn mét vuông đất của ông Tư được nhà nước hóa giá, nằm gần trung tâm một thành phố lớn, bây giờ dù có rất nhiều tiền cũng chưa chắc đã sở hữu được. Ông vẫn thường nghe chúng truyền miệng rằng: "Những gì mà thời nay không mua được bằng tiền, thì có thể mua được bằng rất nhiều tiền". Ông cười nhạt : "Chúng nó bố láo, hãy thử đem tiền mà mua căn biệt thự của ông, xem có được không!". Ngồi bên chiếc cửa sổ, tường dày, hai lớp kính, xây theo kiểu Pháp, mùa đông thì ấm, mùa hè lại rất mát, với khí trời tự nhiên (là một công bộc gốc nông dân, ông không ưa dùng máy điều hòa), ông Tư Bố nhìn ra khoảng vườn dài mút mắt, với những hàng cây kiểng thẳng tắp, được cắt xén, uốn thành hình những con vật trong bộ tứ linh, mà trong cả nước ít người có. Một làn gió mát rượi đem ôxy từ những cành cây cao ngả bóng trên các con mương nhân tạo lượn quanh vườn, thổi vào người, làm cho ông có cái cảm giác khoan khoái thích thú lạ thường. Ông rất tự hào về căn biệt thự đó. Vì nó chính là xương máu kết hợp với tài xoay xở của ông. Không dễ gì, trong thời buổi kinh tế thị trường, tấc đất tấc vàng này mà chính phủ ưu tiên cho ông đến mức như vậy! Nằm đêm, nhiều lúc ông cao hứng thì thầm, "Xin cảm ơn ông Các Mác, Ông "Sáu" Lê Nin. Dù con không hiểu một tí gì về chủ nghĩa Duy vật hay chủ nghĩa vô sản của các người, danh từ "chủ nghĩa" mà con đã thuộc lòng, đối với con chỉ là sự phù phiếm, một thứ trưởng giả mới trong tư duy. Con hiểu rằng, duy chỉ nhờ cái tên "Bố" nằm mơ của cha con, một bần cố nông thứ thiệt, mà các người đã thương, cho con có được ngày hôm nay". Nhưng ông Tư, một người sống trong sang giàu tột đỉnh quá nhanh chóng, như chưa kịp chuẩn bị cho mình một tâm lý hưởng thụ những tiện nghi mà như trên trời rơi xuống, có khi đâm ra ngỡ ngàng, nghi hoặc rằng cái của đó không phải là của mình. Nên có khi, ông lại thì thầm như rên rỉ: "Cha mẹ ơi, giờ đây cha mẹ đang ngậm cười nơi chín suối, nhưng còn con, vẫn phải ở lại cái trần gian đầy gió bụi vô thường này, đã có gì là chắc! Nhớ cái ngày giai cấp vô sản của mình vùng lên, cải cách ruộng đất nổ ra, con là người lính xung trận đi đầu trong làng xã, chính tay con đã thi hành cái lệnh triệt bỏ bọn địa chủ bóc lột... Bao năm qua con đã tự hào về công lao mà mình đã đóng góp. Nhưng giờ đây, trong chính căn biệt thự nguy nga này và hàng trăm hecta rừng cao su mà con đang sở hữu kia, con lại trở thành một loại cố-nông-địa-chủ mới, giàu gấp trăm lần họ ngày xưa, nếu một ngày kia, lỡ có một cuộc cách mạng vô sản lần thứ hai nổ ra, thì máu trên sân đình bây giờ lại chính là máu của con! Sao có thể như vậy được. Cha mẹ ơi, có linh thiêng hãy phù hộ cho con, cho cháu sau này". Nhưng rồi, có lúc phấn khích ông lại tự an ủi: "Làm gì có cuộc cách mạng vô sản lần thứ hai, giai cấp tư sản ngày nay đều đã xuất thân từ vô sản, họ đang nắm trong tay quyền lực, và vẫn tự cho mình là vô sản, thì còn có giai cấp vô sản nào vào đây nữa chứ? Bố ơi, ngươi không thấy rằng giai cấp tư bản mới ở Nga đang chiến thắng giòn giã đó sao? Đầu óc ngươi bây giờ làm sao vậy, hãy an tâm đi, ngài Tư Bố ạ". Nghĩ thì vẫn nghĩ vậy, nhưng ông Tư vẫn hoang mang vì ông không sao cắt nghĩa được bao nhiêu rối rắm đang từng ngày diễn ra trước mắt ông. Xã hội biến chuyển nhanh quá, đầu óc già của ông làm sao theo kịp!

Ông Tư Bố càng ngày càng cảm thấy mỏi mệt vì sự lo sợ giày vò. Nỗi ám ảnh về những cuộc giết chóc ngày xưa, gần như lúc nào cũng hành hạ ông, rồi cái guồng máy quyền lực và sự giàu sang kéo đến, quay tít trong đời ông, chẳng khác gì những ngày ông cầm súng chiến đấu, cận kề giữa cái sống và cái chết. Sự giằng xé giữa cái tôi và cái thực trạng của xã hội không bao giờ ngưng nghỉ trong ông, ông hoang mang đến cực độ, ít đêm nào ông được ngon giấc. Đôi khi ông cũng muốn nâng cấp tri thức của mình bằng cách phân tích lịch sử. Ông tự tra hỏi, "Trong sách vở mà ta đã học thì lịch sử nhân loại tiến lên theo đường thẳng, từ chế độ cộng sản nguyên thủy, qua chế độ nô lệ, đến phong kiến, tư bản, rồi tiến lên chủ nghĩa xã hội và kết thúc ở chủ nghĩa cộng sản khoa học. Nhưng bây giờ, ta thấy, nó chẳng thẳng tí nào! Ngày xưa, địa chủ kết hợp với tư bản thì bây giờ vẫn chưa xóa được tư bản và địa chủ. Có thay đổi chăng chỉ là những con người khác, được tô vẽ bằng thứ màu sắc khác, tên gọi khác, được khoác lên một lớp áo khác... vì chẳng có ai sống mãi để giữ cái giai cấp của mình. Ngày ấy, bần cố nông phải bán con mình cho địa chủ, lý hào. Bọn họ sống trong một làng một xóm, có đi ra, đi vào, còn thấy mặt mũi của con, nhưng bây giờ văn minh hơn, dân nghèo lại bán con gái mình cho Đài Loan, Hàn Quốc, Trung Hoa, qua Miên làm gái điếm. Biền biệt không về, mà nếu có về, thì chỉ còn lại cái xác không hồn hoặc là những thây ma! Có lẽ cuộc mua bán nào cũng cháy gan cháy ruột! Và không có cuộc đấu tranh giai cấp nào mà con người không đưa vào đó sự hận thù, máu và nước mắt. Đấu tranh giai cấp, có khi là một thứ nhân danh nên nó lặng lẽ qua đi rất nhanh, và giai cấp thống trị không bao giờ chịu từ bỏ tham vọng, đem ban phát quyền lợi cho giai cấp bị trị. Ví như mình bây giờ, sau bao nhiêu năm cống hiến cả xương máu, chẳng lẽ bây giờ tự dưng đem cả quyền bính, nhà cửa, xe cộ, đất đai... trả lại cho đám dân đen nghèo khổ kia. Thật là vô lý, bất công! (?) Người ta đang hô hào cho một thế giới phi giai cấp nhưng ông thấy cái hố phân cách giàu nghèo hình như ngày một sâu rộng hơn và không biết bao giờ mới lấp được. Khi mà trên quê hương ông còn đầy rẫy bất công thù hận và hình như vẫn còn sinh sôi nảy nở mỗi ngày".

Đứng trước cái tuổi 75, không hiểu sao, càng ngày ông Tư càng cảm thấy thời gian cứ vùn vụt trôi qua mặt mình. Từng ngày từng giờ, từng phút từng giây, đều là nỗi ám ảnh của một thế giới bên kia, khi ông, một lần nữa sẽ phải bước qua cái ngưỡng cửa của tử sinh. Rồi ông sẽ về đâu! Bánh xe của thời gian sẽ nghiền nát ông thành tro bụi. Và những gì mà bao nhiêu năm nay ông tưởng là của riêng ông, bằng mọi giá và mọi cách, sở hữu cho được nó. Bao nhiêu của cải ông có được, như muốn ngược dòng thời gian trôi về với quá khứ, tuột khỏi tay ông, biến thành ảo mộng...

Cũng như ngày trước, ông phải chuẩn bị cho mấy mươi năm đời người nơi trần thế. Ông đã sang giàu tột đỉnh, hưởng thụ không thiếu một thứ gì, kể cả các "nàng tiên" cũng đã qua tay ông. Thì bây giờ đã đến lúc ông cần phải chuẩn bị một đời sống vĩnh cửu của kiếp sau. Mặc dù từ nhỏ, ông được dạy rằng làm gì có linh hồn, làm gì có kiếp sau. Chỉ có cái trần gian trơ trụi nhưng đầy cám dỗ này mà bao đời ông bà cha mẹ, cháu con ông thèm khát, đam mê... Là một nông dân có tính thực tế, ông vẫn luôn luôn chu đáo mà! "Những ngày còn lại trên thế gian này, nhất định ta phải tìm đến Cửa Phật, để từ đó ta leo lên Niết Bàn, như ta đã từng leo lên trên các bậc thang của quyền uy trong xã hội hiện tại. So găng với con người mà ta cũng đã chiến thắng kia mà! Đức Phật bao giờ cũng từ bi hỷ xả hơn con người phàm tục, chắc chắn Đấng Thế Tôn chẳng bao giờ hẹp hòi với ta". Ông lẩm bẩm.

Trong ngôi biệt thư sang trọng, lâu nay được ông và đứa con trai nhờ kiến trúc sư loại giỏi thiết kế và trang trí theo kiểu Tây, không gian sống thật thoáng đãng. Có thể xem đây là một thế giới thu nhỏ của sự giàu sang, phòng khách nhà ông cũng đồng thời là một thư viện, không thiếu bất kỳ loại sách gì, kể cả các loại sách quý hiếm mà người thư ký riêng của ông sưu tầm trước đây. Ông cẩn thận mời một cô quản lý thư viện tỉnh về sắp xếp thư mục giúp ông. Khách đến nhà, không ai là không trầm trồ, đánh giá mức độ thông thái của gia chủ và không tiếc lời bày tỏ sự ngưỡng mộ, cảm phục một nhà lãnh đạo tài năng, có tâm, có tầm hiểu biết sâu rộng qua cái thư viện mini này. Trên các bức tường xung quanh và trên các trụ cột hình trụ vuông, ốp đá hoa cương màu gụ bóng lộn, được trưng bày một cách điệu nghệ của một họa sĩ có tay nghề thiết kế tầm cỡ, những bức tranh đắt tiền của các họa sĩ nổi tiếng trong nước và trên thế giới. Mỗi lần có khách, ông Tư không ngại mất thì giờ, đưa khách đi tham quan thư viện của nhà ông, đôi khi mất cả tiếng đồng hồ. Mặc dù có cái thư viện đồ sộ như thế, nhưng những lúc nhàn rỗi, ít khi ông Tư sờ đến quyển sách, họa hoằn thì cũng chỉ với mấy đầu sách về chính trị, về tư tưởng Mác Lê, những nghị quyết của các kỳ đại hội... Ông cho rằng sách là nơi phù phiếm và lòe loẹt trí thức. Cái thư viện này chỉ là nơi để ông chứng tỏ với cấp trên rằng ông luôn tự nghiên cứu để xứng đáng với cái ghế của mình, còn với cấp dưới và quần chúng nhân dân không ai dám gọi ông là ông quan dốt vì chỉ mới qua lớp bốn trường làng rồi cứ thế mà học bổ túc cho có cái bằng đại học, chẳng ai biết là thật hay giả, thiên hạ vẫn phải gọi ông là cử Bố. Thế mà cũng có thằng xỏ lá ba que, bày người ta bỏ bớt hai cái râu của chữ "cử" đi. Ông tức phát điên, nhưng đành chịu, vì dù có quyền lực đến đâu cũng không ai bỏ tù được tin đồn. Đôi khi ông ra mặt coi thường cái hạng trí thức trói gà không chặt, mang danh ông tiến sĩ này, ông thạc sĩ nọ, nhưng gặp ông vẫn phải cúi đầu thật sâu mới dám bắt tay. "Chính trị là chủ soái của xã hội thời nay mà!". Ông đắc ý cười nhạt.

Đã bao nhiêu năm, ông Tư Bố rất tự hào về cái thư viện mini trong nhà mình, và cũng một phần nhờ nó như một biểu tượng của trí thức giúp ông đã êm ru leo lên từng nấc thang danh vọng. Nhưng giờ đây, cái thư viện chẳng còn đắc dụng cho ông nữa. Bước chân ông đã đi qua trần gian của những tháng năm biến động mãnh liệt của đất nước, dù muốn hay không, ông cũng đã phải đi tôn thờ vật chất, gươm giáo, súng đạn và cả sự gian dối xảo quyệt, thì giờ đây gối đã mỏi, chân đã chùn, những ngày còn lại trên cái cõi vô thường này, ông phải trở lại với con đường tâm linh, hướng về Phật pháp. Do đó, căn phòng ngay trên đầu cái thư viện đồ sộ, ông quyết định lập một Niệm Phật đường thật lớn, chẳng thua gì một ngôi chùa nho nhỏ trong thành phố, để ông bắt đầu cuộc hành trình về Niết Bàn. Nét mặt ông bỗng đăm chiêu và nghiêm trang mỗi khi nghĩ đến điều ấy.

Sau gần một năm thi công gấp rút, công trình mà ông Tư Bố gọi là Niệm Phật Đường đã hoàn thành, ngay trong ngôi biệt thự của ông. Niệm Phật Đường có kích thước 10 – 15 chưa kể hai dãy hành lang. Căn phòng dùng làm Niệm Phật Đường bây giờ, trước đây là nơi vui chơi giải trí của gia đình, bạn bè, khách khứa. Các trò tiêu khiển cực "hot" đã được tổ chức ở đây. Khi ấy, nói như các con ông, đó là thiên đường của trần gian, còn bây giờ theo ông, nó là thiên đường trên thiên đường và ông sẽ đi vào cái thiên đường vĩnh cửu ấy. Mắt ông trở nên rực rỡ, môi ông run run vì sung sướng mỗi khi nghĩ về điều mà ông không ngờ: tiền tài, vật chất đã biến thành thần thánh! Nơi mà ông Tư xây dựng để phục vụ nhu cầu tâm linh cuối đời, vừa đồ sộ lộng lẫy vừa trang nghiêm lại pha nét trầm mặc của màu thiền Trúc Lâm. Trước sân Niệm Phật Đường là hai cây bồ đề thuộc hàng cổ thụ, rễ cây si bám đầy mà ông đã mướn tìm từ hơn một năm nay, bứng về trồng ở hai bên góc vườn, phủ bóng rợp cả một khoảng sân rộng. Lùi vào bên trong là tượng của Đường Tam Tạng cao 5 mét, đứng trước là tượng Quán Thế Âm và Thích Ca Mâu Ni ngự trên đài sen, nét mặt đầy vẻ nhân từ, trông giống như đang mỉm cười với chúng sinh. Bên hông trái, lùi về phía sau một chút là hòn giả sơn thật lớn, cao khoảng 5 mét, trước cửa hang là tượng đức Quán Thế Âm đang truyền giáo pháp của Đức Như Lai, biến thành nước Cam lồ vĩnh viễn chảy xuống trần gian. Hông phải của chánh điện là tàng kinh các, chứa hầu hết các bộ kinh quý của Phật giáo. Trong chánh điện rộng gần một trăm rưỡi mét vuông, mái đúc trên 6 cây cột tròn, được điêu khắc rất tinh tế hình rồng vàng ánh, tượng Thích Ca Mâu Ni tọa trên đài sen cao 2 mét đúc bằng đồng, trước mặt tượng là chiếc lư lớn, khói hương nghi ngút, bên phải là chiếc chuông đồng treo trên chiếc giá gỗ mun được chạm trổ công phu, bên trái là chiếc mõ to bằng cái đầu người làm bằng gỗ hương bóng lộn... Ông Tư đã không tiếc, bỏ ra hàng chục tỉ đồng để hoàn thành một công trình phục vụ cho nhu cầu tâm linh, dù cũng đã có người khuyên ông không nên làm quá rình rang, e không hợp với cái địa vị lãnh đạo của ông đối với nhân dân địa phương, nhưng ông không nghe, vì dù sao, ông cũng đã về hưu, công khai như thế còn hơn có vị lãnh đạo cao cấp lén lút đi xem bói để đoán trước thời vận của mình. Nơi đây sẽ cứu rỗi linh hồn ông, phải xứng đáng với tâm nguyện của ông.

Ông Tư Bố chọn hôm nay ngày rằm tháng bảy, ngày mà Tôn giả Mục Kiền Liên, đệ tử của Đức Phật, đem lễ vật dâng cúng Tam bảo, xin giúp sức để cứu cha mẹ mình đang bị đảo huyền nơi âm cảnh, để gióng tiếng chuông mõ khánh thành Niệm Phật đường, cầu mong sao nơi suối vàng, cha mẹ ông sẽ mỉm cười mừng đứa con tên Bố, đã theo gót Mục Kiền Liên Tôn giả, một ngày kia sẽ đưa ông bà ra khỏi cõi âm, siêu thăng về nơi tiên cảnh. Trong lễ khánh thành hôm nay, ông Tư chỉ mời hai vị Thượng tọa có uy tín nhất của địa phương cùng một số trai tăng đến dâng lễ cung nghinh và an vị Phật. Ông không dám mời các quan chức địa phương, vì e rằng sẽ bị đả kích vì ông đã "tiến bộ" quá nhanh, bởi dù sao thì trong túi ông vẫn còn giữ chiếc thẻ đỏ, đó là chiếc bùa hộ mệnh, đã bao năm, nhờ nó mà ông mới có năng lực tài chính để rước "thuốc phiện của dân chúng" về nhà.

Người ta rất ngạc nhiên về sự thay đổi rất nhanh dáng vẻ bề ngoài của ông Tư Bố. Trừ những lúc đi ra ngoài, trên chiếc Roll Royce giá gần cả triệu đô-la, về đến nhà là ông thay ngay một bộ nâu sồng hoặc già lam, phong thái giống như một vị hòa thượng, có điều là mái tóc dày và cứng của ông vẫn còn được nhuộm đen một cách cẩn thận. Đã hơn một tháng nay, sau hôm quy y ở chùa Vĩnh Nghiêm về, mặc dù ông chỉ ăn chay có 4 ngày mỗi tháng, theo thói quen, bữa ăn nào, ít nhất cũng phải có mấy lon bia, nhưng hằng ngày ông Tư đọc kinh hai lần, buổi sáng và buổi tối. Phải gọi là đọc kinh vì ông Tư đã thuộc câu kinh nào đâu và khi đọc, ông Tư không hiểu và cũng không quan tâm là mình phải hiểu những câu kinh ấy có ý nghĩa gì. Trước mặt ông là 3 bộ kinh đang mở, sắp hàng ngang. Thường là ông ngồi theo kiểu nửa kiết già hoặc quỳ trên chiếc gối bông dày để đọc kinh. Khi ông lễ Phật, ông không muốn ai theo dõi nên đóng kín các cửa lại.

Hôm nay, đêm rằm tháng tám, bên ngoài trăng mùa thu vành vạnh, tỏa ánh vàng lung linh tinh khiết xuống niệm Phật đường nằm giữa ngôi biệt thự mênh mông sang trọng nhưng đầy vẻ huyền mặc, chỉ một mình ông Tư ở nhà cùng với bầy chó berger đang canh giữ ở phía dưới, sau gần 2 tiếng đồng hồ đọc kinh, ông quyết tâm "tham thiền nhập định", để cầu xin Đức Phật hiển linh cho ông thấy được hào quang của đấng Thế Tôn.

- Nam mô A Di Đà Phật... Nam mô A Di Đà Phật...

Cứ một câu ấy, mắt nhắm nghiền, ông Tư lâm râm trong miệng cả ngàn lần. Bỗng nhiên, đầu óc ông trống rỗng, rồi trời đất như quay cuồng, thân xác ông bồng bềnh giữa không trung, cảnh vật chung quanh biến mất. Ở phía đàng tây, một vầng hào quang sáng chói cả khoảng trời, Đức Phật xuất hiện trên đài sen lơ lửng ở lưng chừng trời, với muôn ngàn tia sáng lung linh tỏa ra từ Pháp Thân rọi chiếu xuống trần gian ngồn ngập. Tâm hồn ông Tư như bị thôi miên và mê hoặc bởi những luồng tia sáng đó, ngực ông nặng trĩu, máu nóng dồn lên thái dương, tim đập liên hồi. Cuối cùng ông Tư dồn hết can đảm, lắp bắp:

- Bạch đấng Thế Tôn, con tục danh là Lê Bố, pháp danh là Vạn Hảo, hôm nay được ơn trên cho con được diện kiến Như Lai, con xin cúi đầu nghe đức vô thượng quyền năng dạy bảo!

Một giọng nói ấm trầm vang xa trong không trung, không biết phát ra từ đâu mà vang vang trong tai ông, nghe như ở từ mọi phía:

- Thí chủ đáng thương kia, con cần gì ở ta mà đêm nay con gọi ta không ngớt. Chẳng phải con đã bỏ nhiều tiền của, xây cất công trình đồ sộ để tu niệm rồi đấy sao?

- Bạch Đấng cứu thế, con chỉ xây được cửa chùa nhưng con chưa bao giờ thấy được Cửa Phật. Cả năm nay, từ ngày nương vào cửa tôn nghiêm, con cứ ngỡ rằng con sẽ gặp được Như Lai mách bảo cho con đường dẫn vào cửa Phật, để cầu xin Đức Thế tôn toàn năng gọt bỏ những tội lỗi con đã gây ra trên trần gian điên dại và ô trọc này. Nhưng nào có được! Con thấy linh hồn con vẫn cứ trĩu nặng những trói buộc của trần gian...

- Hỡi thí chủ đáng thương kia, Cửa của ta có ở khắp mọi nơi, bao giờ cũng rộng mở, nhưng lại khó vào, khi tự thân con còn mang nặng nhiều nghiệp chướng. Linh hồn con bây giờ đang đeo nhiều chiếc bao nặng nề đó, giống như một người đang mang nhiều bao cát nơi giếng sâu, nếu không vứt bỏ được những bao cát ấy đi, thì làm sao nhảy nổi lên khỏi miệng giếng? Con hãy vứt bỏ những bao nghiệp chướng ấy đi thì con sẽ tìm ra Cửa của ta ở ngay trong lòng con.

- Bẩm Đức Thế Tôn, vì sao con lại tạo ra nghiệp chướng?

- Hành ác tất tạo nghiệp con ạ!

- Tội ác của con sao? Con đã gây ra nhiều tội ác?

- Tội ác con ạ! Nếu như khi con vào các cửa của các tổ chức nơi trần gian, con phải cung khai lý lịch, thì hôm nay nếu con chưa nhận ra tội lỗi của mình thì làm sao con có thể vào Cửa Phật?

Toàn thân ông Tư run lên bần bật như người lên cơn sốt rét, vì ông thường nghe người ta nói: "lưới trời lồng lộng, tuy thưa mà không lọt". Ông hoang mang: "Những gì mà lâu nay ta lừa dối nhân dân, lừa dối tổ chức, bây giờ đứng trước đấng toàn năng không biết ta còn có thể quanh co được nữa hay không!". Rồi giọng nói vừa từ bi vừa đanh thép kia lại vang lên trong tai ông:

- Làm sao ta có thể rửa sạch những tội lỗi cho con, chỉ có chính con mới làm được điều đó, nên con phải thấy được tội lỗi của mình. Con tự xưng mình là một công bộc của nhân dân và là đứa con của Phật, con đã biết ngũ giới là gì chứ?

Đến đây thì hồn phách của ông Tư suy sụp hoàn toàn, mồ hôi tháo ra ướt cả lưng áo lam già, một biểu tượng của từ bi, xuất thế. Ông nói trong bụng: "Trả lời về mấy chữ : Cần - kiệm - liêm - chính, chí công - vô tư, thì thật dễ ẹt trước những người cùng một ruột với ông, nhưng bây giờ trước mặt Như Lai, làm sao ta có thể xảo ngôn với Đấng toàn năng". Ông cố thu hết sức bình sinh để bộc bạch:

- Bẩm Đức Thế Tôn, con đã mon men hiểu được 5 điều răn của Bậc Đại Giác, trước hết là không sát sanh, nhất là không được giết người ...

- Đúng thế. Điều ấy con tự hiểu con hơn ta.

- Bạch Thế Tôn, con chỉ lỡ giết người trong khi con đang chiến đấu để tự bảo vệ mình!

- Chỉ có thế thôi sao? Con không giết ai trong tư thế quỳ gối van xin con chứ?

Môi ông Tư tự nhiên cứ rung lên, ánh sáng trước mắt nhòe nhoẹt, khi ông nghĩ đến sau cái ngày toàn thắng. Giữa lúc tranh sáng tranh tối, và lòng hận thù chất chứa trong hàng chục năm, ngùn ngụt bốc lên cùng với đôi tay quen chém giết, ông đã lỡ phạm sai lầm tày trời mà chính ông, ông cũng không thể nào dung tha cho mình được. Ông mở lòng sám hối:

- Bạch Như Lai, Quy luật của chiến tranh thật nghiệt ngã, hậu quả của chiến tranh thật khốc liệt, sự khốc liệt ngấm sâu vào tận đáy tim của những người chiến bại và cả những người chiến thắng. Đã mấy mươi năm rồi, chúng con cố quên đi, nhưng những vết sẹo hồng kia vẫn không bao giờ chịu liền thịt trên lưng của thời gian. Ôi, chủ nghĩa. Ôi, đấu tranh. Ôi, súng đạn. Ôi, hận thù! Ôi, lịch sử và nhân danh! Loài người không còn con đường nào khác hay sao? Chân lý và sai lầm chỉ cách nhau có một kẽ tóc!

- Con nói đúng. Vết thương trên thân xác con, trong tâm hồn con rồi sẽ lành, nhưng vết thương trên lưng thời gian thì vẫn còn đấy. Thiện và ác, chân lý và sai lầm, những vết thương kia sẽ là chứng nhân của lịch sử.

Đức Như Lai ngưng một chút rồi tiếp :

- Còn điều giới thứ hai, con còn nhớ không?

- Bạch Đức Như Lai, con nhớ rất rõ. Đó là không được ăn cắp! Và từ lúc ấu thơ, con chưa hề ăn cắp một xu, một hào của ai.

Trong ánh hào quang rực rỡ một góc trời, Đấng Thế Tôn vẫn dịu dàng, ôn tồn và nhân từ:

- Con nghĩ thế nào là ăn cắp, và làm gì thì mới gọi là ăn cắp? Chẳng lẽ chỉ có đi bẻ trộm một quả bắp mới gọi là ăn cắp hay sao? Ăn cắp là cố thủ đắc tất cả những gì mà không phải do mồ hôi, cơ bắp, trí tuệ của mình tạo ra cho xã hội và bản thân. Là trực tiếp hoặc gián tiếp, dùng mánh khóe và quyền lực lấy đi những thành quả lao động của người khác, lấy đi những tài nguyên của đất nước, đó là xương máu của cha ông đã bao đời để lại, là làm giàu trên mồ hôi nước mắt của đồng đội, đồng bào... Con không thấy đồng bào con còn biết bao người cùng khổ. Khẩu phần của họ không bằng của con chó nhà con. Giá một chai rượu ngoại con dùng có thể nuôi sống gia đình họ một năm. Con có biết của cải xã hội chảy về đâu không? Lương tri con người bây giờ quả đã không đuổi kịp dục vọng rồi!

Sự thực thì ông Tư chưa bao giờ nghĩ là mình đã ăn cắp của nhân dân. Có "cống hiến" thì phải có hưởng thụ chứ! Và ông luôn mạnh miệng phê phán những kẻ ăn cắp, vì ông thấy còn biết bao nhiêu quan chức còn giàu sang hơn mình. Thế rồi ai cũng có quyền chửi người khác, vì dù có ăn cắp, thì mình vẫn còn ăn cắp ít hơn, và bàn tay mình vẫn sạch hơn. Họ cứ nhìn cái túi của nhau, tự hào về cái túi trong sạch của mình mặc dù mỗi ngày cái túi ấy, trong vòng quay của lòng tham, sự non nớt của luật pháp và sự móc ngoặc, che chắn, nó cứ tự động đầy thêm lên. Đồng tiền, của cải cứ núp sau cái ghế của ông mà chảy vào nhà ông như nước lũ, không còn kiểm soát nổi nữa. Ông đã chẳng hiểu rằng đồng tiền cứ chảy theo quyền lực và quyền lực lại đẻ ra đồng tiền. Ông nhớ lại bao nhiêu cách đồng tiền cứ tìm những kẽ hở nhà ông mà chui vào. Như cái tên Hùng kia, bỗng nhiên đến trả giá gấp 10 lần giá thị trường để mua căn biệt thự cũ của ông, cứ tưởng rằng hắn hớ và dại, nhưng đâu có ngờ liền sau đó hắn xin được trúng thầu khai thác titan dọc theo các bãi cát ven biển miền Trung, ông đành phải chiều theo ý hắn, vì đã lỡ rồi. Đại loại là như thế... và như thế... Nhưng ông nào có bắt ép hắn, hắn tự nguyện đấy chứ? Đồng tiền cứ tự nguyện và những con người tự nguyện theo ông. Ông không hiểu hay không muốn hiểu, vì sao đồng tiền cứ chạy đến những nhà quyền thế mà chui vào và luật pháp nước ông thì không có điều nào cho rằng cả gia chủ và đồng tiền ấy có tội. Chưa có tội "hối mại quyền thế". Những ông quan quyền cao chức trọng thì tha hồ bán cái quyền thế mà làm giàu và bán mãi không bao giờ cạn. Quyền càng lớn thì bán càng nhiều tiền, càng dễ bán, nhiều người mua mà giá lại càng cao! Lạ thật! Lâu rồi thành thói quen, một ngày kia, không còn cách nào để giải thích, ông Tư coi cái tài sản kếch sù mà ông hiện có là do phúc đức của ông bà cha mẹ ông để lại, do ông ăn ở hiền lành nên Trời Phật cho ông! Bây giờ Đức Như Lai dạy như thế, chẳng lẽ, cái tài sản kia là của ăn cắp hay sao? Ông mơ hồ và bàng hoàng, ông không còn hiểu đâu là chân lý nữa!

Còn 3 điều giới còn lại! Ông Tư Bố đang đắm chìm trong hồi tưởng...

Từ ngày ông được cất nhắc lên những bậc thang của danh vọng, kinh qua nhiều chức vụ về chính trị và kinh tế, có quyền rồi có tiền, đã giàu thì phải sang, cái mùi bùn đất lam lũ hôi tanh, cái nếp sống quê mùa thô kệch đã bao đời nay, dần dần tách khỏi con người ông, lùi xa về dĩ vãng để nhường chỗ cho cuộc sống trưởng giả xa hoa. Cái bản năng hưởng thụ đã bị đè nén bao nhiêu năm nay bây giờ trỗi dậy. Người đàn bà bần cố nông nồng nặc mồ hôi lúa đất heo gà, chưa kịp chạy theo mùi nước hoa thứ xịn, đã một thời làm bệ phóng cho ông bay lên trên con đường danh lợi, giờ đây đã trở thành nỗi ám ảnh của ông trước và sau các cuộc truy hoan với các cô gái chân dài tha thướt. Ông nhớ lại mấy mươi cô gái tuổi đôi mươi mơn mởn, vì phải kiếm cho được việc làm nhàn hạ, đành phải ôm hận qua tay ông, khi ông làm giám đốc một khách sạn lớn. Gian dâm ư? Hồi ấy ông cố nguỵ tín rằng "hai bên cùng có lợi", ông có lấy không cái gì của ai đâu? Nhưng bây giờ đứng trước Đấng Toàn Giác, cái bao nghiệp chướng ngàn cân kia lại tròng lên cổ ông, có lẽ không bao giờ ông thoát ra được! Thân ông Tư Bố mềm nhũn ra như một đống thịt không xương. Khi mà hình ảnh của những ngày xa hoa sa đọa trở về bên ông thì cái Cửa Phật linh thiêng, nơi ông hằng mơ ước cho những ngày còn lại, chỉ còn là cái bóng xa xăm mờ nhạt. Ông Tư ngước nhìn lên bầu trời đầy trăng sao, ánh hào quang trước mắt ông khi mờ khi tỏ. Chắp hai tay lên ngực, ông khẩn khoản:

- Bạch Đức Thế Tôn, trong cả ngũ giới con đều mắc phải, tội lỗi của con chồng chất, nghiệp của con tạo ra có khi còn nặng hơn cả núi thái sơn, chẳng lẽ Cửa Phật đã đóng kín lại với con, con sẽ mãi mãi chịu bao nhiêu hình phạt tàn khốc nơi địa ngục, con đường đi đến Cửa Phật vĩnh viễn bị cắt đứt rồi hay sao!

- Thí chủ tội nghiệp kia, Cửa Phật ở khắp mọi nơi mọi lúc và không hề khép lại với bất cứ ai bao giờ. Cửa Phật là chốn thiêng liêng vi diệu, sắc sắc không không, ở giữa sâu thẳm của chính linh hồn con mà con chưa bao giờ thấy được. Bao nhiêu sinh linh trượt dài theo cái ác, tạo nghiệp từ kiếp này qua kiếp khác, ngụp lặn triền miên trong bể khổ luân hồi. Trong suốt cuộc đời, từ một anh nông dân hiền lành, con đã say men chiến thắng, dấn thân vào cuộc tranh giành quyền lực và của cải, lao vào cuộc sống xa hoa hưởng thụ, đã lấy đi biết bao nhiêu mồ hôi và nước mắt của người khác. Chính lòng dục đã che lấp tâm trí con, dẫn con vào cái đêm tối của tội ác, bây giờ muốn thoát ra, không phải nhất triêu nhất tịch, mà phải trải qua sự khổ hạnh lâu dài...

Ông Tư Bố chắp tay vái lia lịa:

- Bạch Như Lai, dù gian nan vất vả đến đâu con cũng nguyện đi theo Phật pháp, quyết rũ bỏ gánh nặng của trần gian!

- Con đường tìm về vô ngã không dễ dàng chút nào đâu con.

- Bạch Đấng Đại Giác, dù phải leo trên núi cao hay lặn xuống biển sâu, con cũng quyết làm cho được.

- Thế thì tốt lắm. Cửa Phật đâu cần con phải khổ nhọc như vậy. Điều con phải làm dễ hơn nhiều, đó là, trước hết, con hãy đem tất cả nhà cửa, ruộng vườn, đất đai, công ty, ngân hàng, đồn điền, nói chung là những gì không phải là của con, trả lại cho nhân dân, trả lại cho những đồng bào cùng khổ trên quê hương con, cắt bỏ đi những món nợ của trần gian mà con đang mang nặng bên người. Chính những thứ đó đã trói buộc con, không bao giờ buông tha cho con thanh thản ra khỏi cái trần gian nợ nần đó, con sẽ mãi lẩn quẩn trong bức màn vô minh, không thể ngộ được Chánh Pháp, thì làm sao con thấy được Cửa Phật mà vào. Hỡi thí chủ đáng thương của ta, hôm nay ta chỉ có mấy lời này cho con, mong con đừng quên.

Chợt vầng hào quang sáng rực cứ lùi xa mãi và mất hút về cuối chân trời. Ông Tư Bố như giật mình ra khỏi trạng thái nửa thực nửa mơ, đôi bàn tay còn chắp trên ngực trong thế ngồi nửa kiết già. Ông bàng hoàng rên rỉ:

- Đức Như Lai toàn năng ơi, sao Đấng Toàn Giác không bắt con bỏ ra hàng ngàn tỉ để xây hàng trăm ngôi chùa trên đất nước con, để những đứa con của Phật, từng đêm, từng đêm, tụng niệm, vinh danh Đức Thích Ca Mâu Ni, mà lại khuyên con phải từ bỏ tất cả của cải, dù là phù vân nơi trần gian mà con kiếm được. Làm sao con tự cắt bỏ đi một phần thân thể của con! Đức Thế Tôn ơi, biết đến bao giờ con mới tìm ra Cửa Phật!

Ông Tư Bố gục xuống trên cuốn kinh Pháp Hoa còn mở ở trước mặt, ruột gan rối bời, hồn như đang mang theo bao nhiêu tảng đá cõi trần. Còn ở ngoài kia mảnh trăng rằm đã chếch về phía tây, buông ánh vàng vằng vặc xuống sân Niệm Phật Đường tĩnh lặng. Hình như chỉ có chú sóc trên cành Bồ Đề đang nheo mắt cười với chị Hằng. Rất xa xôi...

Kiều Giang

TN

THÁI THỊ LÝ

CHUYỂN DẠ!

Tình cờ, tối hôm qua tôi đọc bài viết nói về "Nước Mía" với nhiều lợi ích... "Trí tuệ" giờ thành "trí tệ" mất rồi! Bài viết của ai? Trên trang nào... tối tới sáng quên tuốt luốt nhưng câu chuyện ngày xưa, những 44 năm lại hiện lên sống động. Vậy là... kể!

Năm 1981, tháng 3, tôi đang mang bầu đứa con đầu lòng. Con so mà, lo lắm!

Tiền bạc ngày ấy kể là "quý hiếm", điều kiện sinh nở khó khăn, mà tôi có bệnh tim, không phải hở van, không to, không nhỏ... nói chung đi khám, bác sĩ nói bình thường, nhưng cứ mệt ngang xương. Đi khám, đo Điện Tâm Đồ chỉ 50-55nhịp/..., bác sĩ nói thẳng: người bình thường, nhịp tim này phải lo cấp cứu nhưng cô thì đi phơi phới chắc không sao. Nhưng giờ, tôi sắp sinh biết "sao hay không sao?", nên phải tìm Cô Mụ giỏi để thăm khám trước, ý cũng để nhờ luôn "đỡ đẻ". Theo sự tính toán của chính mình, thì còn khoảng 10 ngày nữa sẽ sinh, tôi đã chuẩn bị xong mọi thứ, cái túi xách căng phồng kể cả chai thuốc Coramin phòng khi lên cơn mệt. Bác gái tôi từ Đà Lạt xuống chơi, ngắm nghía sao không biết, cứ ra vô than thở:

- Phải hôm nay con đẻ được có Bác lo cho, chớ má con không biết bệnh của con bằng Bác đâu! (Tôi đã ở nhà Bác suốt gần 3 năm theo học ở Đà Lạt).

Mới nghe thì thấy lạ, nhưng thật lòng mà nói Bác tuy chẳng bằng cấp gì nhưng giỏi lắm; Bác biết và xử lý mọi việc chính xác và thần tốc, tôi rất ngưỡng mộ Bác. Có điều: chuyện sinh đẻ sao muốn mà được chứ? Tôi cũng nói thiệt:

- Bác Ba à, con cũng muốn có Bác lắm nhưng phải một tuần hoặc mười ngày nữa con mới sinh được.

Bác buông thõng câu cuối cùng:

- Ừ, Bác nói vậy, muốn sướng thì lo đẻ đi!

Tôi mắc cười lắm nhưng không dám nói gì. Bác hờn dễ thương ghê.

Chiều hôm ấy, vợ chồng tôi chở nhau đến nhà "cô Mụ" ý là để khám và nhờ vả trước. Xui, cô không có nhà, người nhà hẹn: tối quay lại. Tôi biết sợ, nên canh tới 19g30ph hối "ông chủ cái bầu" chở đi! Nhưng... ổng hẹn:

- Để mai, chắc gì giờ này đã có?

Tự ái mà, mình biết sợ, chứ người ta có gì để sợ đâu? Ừ, thì mai, mai rồi mai nữa, có khi mai thành "cuốc". Ai biết đâu...

Mười giờ tối, tôi có dấu hiệu chuyển dạ, cứ lục đục mãi ở toilet, đau âm ỉ, cứ muốn tiểu tiện... Bác tôi thức dậy, vừa bước xuống đất đã đi luôn xuống nhà dưới gặp tôi hỏi, giọng Bác mới vui làm sao:

- Con sao vậy? Đau bụng rồi phải không? Được đó, có Bác lo cho...

Tôi lên tiếng xác nhận. Vậy là tất tả chuẩn bị, có gì đâu, chải đầu, bím tóc, rồi xách cái giỏ, gọn khô mà. Bác hối:

- Con kêu thằng Hai dậy (là ông chồng tôi) cho nó lo xe đạp chở đi, Bác theo sau!

Cái nư giận tôi còn đầy ứ. Mà cũng lạ, khi ấy hai bác cháu rộn ràng chuẩn bị, bà Nội tôi, cả má tôi cũng đã thức mà người sắp nhận chức Cha vẫn còn say giấc điệp! Tôi nói rõ và dứt khoát, nhà ai cũng hiểu nết của tôi "nói sao làm vậy", với lúc ấy, không ai chọc giận bà bầu. Tôi nói sao thì cứ vậy:

- Không, đừng kêu! Con đi bộ với Bác. Đi vậy dễ sinh hơn.

Vậy là, Bác và Má tôi cùng tôi bước đi trên đường khuya vắng vẻ, chắc cũng sắp 12g đêm. Tôi thấy mệt, khô cổ... thì cũng vừa đến Ngô Khắc Tĩnh, tôi chợt tỉnh và thèm lắm ly nước mía, khi nhìn thấy bên kia đường, ngay trên thềm nhà có xe nước mía. Như được kích thích, cơn khát tăng cao, cơn thèm còn phi mã hơn! Má tôi qua đường, nhưng... họ đã dọn hàng, nôn nả, tôi băng qua, cất tiếng năn nỉ:

- Ép cho một cây cũng được...

- Mía hết rồi...

- Trong thau còn nhiêu mua nhiêu...

- Không còn gì hết...

Tôi thất vọng, buồn tê tái. Mệt ít, thèm nhiều hay cái thèm làm tăng cái mệt mà tự nhiên đuối ghê! Đến bệnh viện, sau cái màn "giao tiếp" khá lạnh lùng, Bác tôi không yên tâm. Lên tiếng nói với người trực:

- Cô ơi, cô khám giùm cháu kỹ chút, cháu có bệnh...

Cô ấy quay qua, chiếu ánh nhìn không chút thiện cảm vào Bác tôi, cắt lời:

- Bà là gì của sản phụ?

- ... là bác dâu...

Lời Bác bị cắt ngang, cô ấy quay qua nhìn Má tôi:

- Bà này là gì?

Bác nhanh miệng đáp luôn:

- Là mẹ ruột...

Vô cùng "đanh đá, chua ngoa", cô ấy nói gọn:

- Mẹ ruột không nói tiếng nào, bà Bác dâu mà biết hết. Bệnh là bệnh gì, bà có là bác sĩ không?

Ôi trời ơi, tôi điên lắm rồi. Thương Bác quá! Tự nhiên mà bị một đứa con nít hàng con cháu "xài xể", Bác cũng đâu phải "dạng vừa" nhưng nói như thế gian vẫn nói, nhiều câu lắm, nhưng thôi mình chọn câu này dễ nghe hơn:

"Qua sông tất phải luỵ đò!"

Có điều, Bác chọn đò để luỵ! Sau khi dặn Má tôi:

- Thím cho con cháu uống 20 giọt thuốc trợ tim. Tui ra đây chút!

Vừa nói, Bác vừa bước đi, rất nhanh. Không biết Bác đi đâu? Biết chắc Bác không bỏ mình nhưng tôi thắc mắc lắm... Cũng khá nhanh, Bác đã xuất hiện trước cửa phòng chờ sinh, theo sau Bác là chú bảo vệ của BV. Chú này, tôi nhớ vì cũng đã gặp: chú chỉ còn một tay! Bác gái nói nhỏ với chú ấy, vừa nói vừa chỉ vào tôi. Chú gật đầu, đi thẳng vô phòng, trực diện với người trực:

- Con cháu này là người nhà của chú; nhờ con quan tâm chút. Cháu yếu lắm!

Nói xong, bác chào tất cả rồi quay ra... Ôi, như trời vừa xuống "cơn mưa mùa Hè mát rượi". Cô ấy thay đổi 180°. Đến bên tôi, ân cần thăm hỏi:

-Người nhà của chú ấy mà sao không nói từ đầu? Em có bệnh gì, nói xem...

Nói gì mà nói? Đúng lúc ấy, cơn đau kéo tới! Đau tối tăm mày mặt, hình như tôi muốn xỉu... trong đầu tôi chỉ một thiết tha: giá gì uống được một hớp nước mía thì... sẽ qua được cơn đau, không chừng còn sinh ngay luôn! Nhân viên trực cũng khá nhạy, chắc có nhiều kinh nghiệm, chỉ nhìn sự biến đổi trên nét mặt tôi, cô đã dặn:

- Em nằm xuống đi, đau thêm chặng nữa thì báo nghe, nhất là "vừa đau vừa muốn rặn"...

Tôi nằm luôn xuống ghế dài. Hít thở... và cố nhịn đau. Nhưng... qua khung cửa nhỏ, tôi nhìn vào phòng sinh mà... kinh hoàng. Một sản phụ đã lên bàn, sex 50%, nhưng cô ấy ngồi, dạng chân mà toàn thân lắc lư như đang chèo thuyền: nghiêng phải, nghiêng trái, miệng gào la inh ỏi... Nghe mà tôi muốn kiệt sức đứt hơi... Tôi thấy xấu hổ và cả sợ hãi, lẽ nào đau đến vậy? Trời ơi, mắc cỡ chết người; không biết rồi đến lúc ấy, tôi có "như vậy không"? Sợ lắm luôn, tôi nén đau, thở muốn hụt hơi, cứ mệt là tôi lại nhớ "ly nước mía", giá gì... thì sẽ khỏe ngay. Qua đợt này, chưa kịp thở, cơn đau khác tiếp theo sau, cô hối người nhà đỡ tôi ngồi lên, nhưng không thể, vừa nhấc cái đầu lên tôi đã tối sầm mắt muốn xỉu... Tôi vội nói:

- Đừng! Không được, con muốn xỉu rồi...

Vậy là cho tôi nằm xuống! Cô Mụ đến, chắc thấy thần sắc tôi tệ quá, cô ấy gợi ý:

- Khi nào khỏe, cho cô ấy lên bàn sinh nằm đợi luôn đi. Không thì tới cơn đau, mệt không lên được...

Trời ơi, tôi ngàn lần không muốn. Cứ hình dung: lên bàn, chắc chắn tôi sẽ phải sex 50% như sản phụ kia, lên cơn đau, liệu tôi kềm chế được không, hay lại như bà ấy? Tận nãy giờ, bà vẫn gào la, quần quại, giờ thì chuyển qua "chửi chồng" rồi... Nhưng ở đây, đâu do mình quyết định! Vậy là, vừa qua cơn đau, tôi được dìu lên bàn... Ôi, lạnh quá, mặt bàn lạnh quá! Vừa nằm xuống, tôi lại mệt, cổ họng khô khốc, cũng phải thôi, hình như nãy giờ tôi thở bằng miệng, cứ há miệng mà thở... giá gì... giá gì tôi được uống một ly hay chỉ một hớp nước mía thì tốt biết bao, tôi tin rằng mình sẽ khoẻ, không chừng sinh bé ngay tắp lự! Nhưng... không gì cả, chỉ là những cơn đau, co thắt liên tục hơn và tôi phải cố làm theo những yêu cầu của cô Mụ là:

- Lấy hơi thật sâu, rồi... cố lên, rặn... rặn... hít sâu... rặn... tiếp tục...

Được nghỉ chút để "lấy hơi", chờ vào hiệp ba. Tôi tự biết sức mình, nói thiệt mà cũng như "bắt đền, ăn vạ" cô Mụ:

- Em không rặn nổi nữa đâu cô à... Cô làm sao cũng được miễn cháu ra được thì ra, chớ em hết sức rồi! (Không lẽ tôi yêu cầu: cho tui ly nước mía may ra ráng được...).

Nhớ tôi còn nghe cô Mụ nhắc:

- Em phải cố, nín rặn lâu quá em bé sẽ ngộp, sẽ nguy hiểm cho bé đó...

Nhưng hình như tôi đã đuối lắm rồi! Nhớ loáng thoáng Bác tôi có yêu cầu mời BS, vì từ đầu đến giờ Bác vẫn ở bên tôi. Cô Mụ đáp ngay:

- Bà yên tâm, có Bác Sĩ đây rồi!

Tôi nhớ tôi được chích thuốc, hai cái đùi đau nhói, ê ẩm... hình như họ có dùng cả dao, kéo... gì gì nữa... Tiếp theo, cái bụng nhẹ tênh. Rồi tiếng cô Mụ nói to:

- Con gái, 2,7kg... 1g18ph sáng.

Vài giây sau, mới nghe tiếng khóc thét của em bé! Tiếng cô Mụ lại vang lên:

- Con gái mà lì ghê! Đợi cắt dây rún mới chịu khóc...

Nghe được tiếng khóc của con trong tình trạng chưa biết mẹ ra sao?! Tôi đau tê tái với những thủ thuật tiếp theo, đã đụng tới dao kéo tất phải có kim chỉ, nhưng chưa ớn bằng trước khi may, còn công đoạn rà soát nhau thai. Bác tôi khẩn khoản:

- Cô rà kỹ giùm cháu nhen cô, lỡ còn thì tội lắm! Các cô thấy rồi đó. Cháu yếu lắm!

Chưa biết đã xong chưa, chỉ thấy toàn đau là đau, cổ tôi khô khốc... hình ảnh ly nước mía chợt hiện về... ôi, ước gì... Và rồi, khỏi ước khỏi ao gì nữa, lạnh quá, từng cơn lạnh buốt, tôi run, run bổng mặt bàn... lạnh ơi là lạnh! Bác tôi la hoảng, tôi chẳng biết tại sao, giờ chỉ cố sức ghìm lại cơn run. Biết mình run dữ lắm, có lẽ như "thằn lằn đứt đuôi" cũng nên, nhưng không cách chi kìm lại được! Bác nói bên tai, giọng lạc hẳn:

- Con ráng giữ đừng run con ơi! Cô cho cháu nằm thêm trên bàn, khoan chuyển cháu xuống phòng nghe cô! Bác tiếp tục nài nỉ.

Tôi cố nói, giọng như từ đâu vọng về:

- Con ráng mà không được...

Chỉ xong câu đó, tôi hết biết.

Gần sáng, tôi bắt đầu tỉnh. Điều đầu tiên tôi nghĩ đến vẫn là "nước mía" vì rất mệt, cổ khô ran, tay chân bải hoải, toàn thân đau đớn như vừa té xuống từ bảy tầng lầu. Rồi mọi thứ dần hiện lên. Nhớ rồi! Dưới ánh đèn phòng mờ mờ, khi ấy không phải đèn neon mà là bóng tròn, tôi nhớ lại cái tuồng diễn đêm qua... Tôi nhớ có nghe tiếng khóc của em bé... Vậy là tôi đã có bé rồi. Hơi cựa mình thì lại đau ê toàn thân, tự nhiên tôi nổi giận, giận ai, giận gì... không biết! Chỉ là muốn khóc, có khi là đã và đang khóc, khóc từ trong bụng khóc ra, lòng tràn cảm xúc, tôi cố nhổm đầu lên, nghiêng nhìn cái cuộn khăn bên cạnh... Thấy gì đâu, nổi bật là đôi mắt đen như hột dầu, đang mở và nhìn thẳng bóng đèn trên vách... Đây là con gái tôi sao? Con gái mà sao nhìn mày "lì dữ vậy con"? Thật sự tôi chỉ nhìn và nghĩ chứ chẳng động nổi tay chân...

Xem như tôi vượt cạn thành công! Người đưa tôi vượt cạn đã về Đà Lạt sau khi đã lo cho tôi được "mẹ tròn còn vuông". Hơn tháng sau, Bác tôi mới xuống. Câu chuyện sinh nở từ sau khi tôi hôn mê được Bác kể:

"Con biết không, con còn cái mạng để nuôi con là do Quan Thế Âm Bồ Tát cứu đó! Đem cháu ra cô Mụ phải bấm 3 phân, soát lại nhau cho con xong, vội vàng may gấp vì con tiếp tục làm băng... Tưởng khó lòng! May, đêm đó không ai vô sanh, nên Bác xin cô Mụ cho con nằm yên trên bàn, được hơn 2 tiếng đồng hồ. Máu ngừng ra... rồi mới đưa xuống phòng! Cô Mụ khen Bác: cũng nhờ bà sáng trí chớ không cũng khó lắm! Chuyện làm băng khi sinh nở không phải là không nguy hiểm!" Vậy là tôi hiểu: tôi nợ Bác một mạng rồi! Trong lòng luôn trăn trở, nhất là khi hình dung lại cái cách Bác lo cho mình, thật là Ơn Sâu Nghĩa Nặng, không hiểu sau này tôi sẽ đền đáp sao đây? Liệu cơ hội có đến?

Kể lại câu chuyện để thấy mọi việc trên đời đều có căn duyên. Bác và tôi chắc cũng có chút Nghiệp Duyên cùng nhau! Nay, Bác đã về Cõi Phật, một cách ngẫu nhiên tôi lại nhớ câu chuyện này. Xin được nói lời tri ân cùng Bác dẫu Bác đã Vân Du Miền Lạc Cảnh!

Thái Thị Lý

*Xin nói thêm cho trọn vẹn chuyện "ly nước mía"! Ngày đầy tháng tôi mới được uống, nhưng chỉ là "nước mía nguyên chất"- không có đá! Bốn tháng sau, tôi mới được toại nguyện.

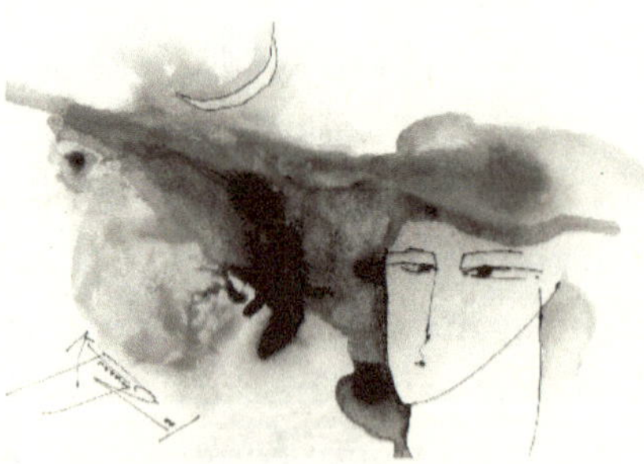

tranh Khánh Trường

LETAMANH

Voi Hoạt Bát!

Ở hải ngoại lâu nay nghe tin Cha Tiến Lộc, Voi Hoạt Bát sức khỏe không được tốt; Sóc tôi nhớ đến Trưởng và thường cầu nguyện mọi sự an bình để có dịp gặp lại Voi Hoạt Bát trong các trại Bách Hợp nơi hải ngoại này!

Thế nhưng mong ước trở thành nỗi buồn khi nghe tin ông Voi đã từ giã rừng về với Chúa! Sóc tôi ngồi suy nghiệm hàng giờ, để nhớ lại những năm tháng có dịp gặp và sinh hoạt cùng Voi Hoạt Bát từ khi còn là một Tráng Sinh Đạo Khánh Hòa, và là một Kha Phó Kha Đoàn Xuyên Sơn Pleiku. Ở hải ngoại lại có dịp sinh hoạt với Voi Già trong các lần gặp với Gia Đình Bách Hợp Nam Cali và trại Bách Hợp 1, 2015 tại Oregon.

Voi Hoạt Bát trong trại Bách Hợp 1 - 2015 Oregon

Sóc tôi nhớ dịp tham dự Trại Huấn Luyện Dự Bị Ngành Kha năm 1973 tại Trường Dòng Don Bosco ở Thủ Đức! Dịp này Sóc tôi khi đó đang phục vụ Quân Đội tại Pleiku và là Kha Phó Kha Đoàn Xuyên

Sơn; được Trưởng Tôn Thất Hàn cử đi trại Dự Bị Ngành Kha. Những ngày tham dự Trại, Trưởng Voi Hoạt Bát là một trong những Trưởng Huấn Luyện. Tôi có dịp học bài hát "Con Kiến Đen" do Trưởng Voi sáng tác. Nội dung có những câu: "*Con kiến đen, nằm trên hòn đá đen, mà trời tối đen, Đức Chúa Trời cũng thấy... Vì Người biết rõ mọi sự, vì Người biết rõ mọi điều!...*"!

Buổi trưa, trong lúc giờ nghỉ, Sóc tôi ngồi ăn trưa, thì Ông Voi tươi cười đi qua trước mặt. Sóc tôi bèn chào Voi và thưa: "Thưa Trưởng, Bài hát con kiến đen của Trưởng vui quá, nhưng con xin hỏi là, Đức Chúa Trời tạo ra mọi loài mọi thứ, kể cả con kiến đen. Thế sao nó ở trên hòn đá mà Chúa "củng" thấy là ý thế nào? Voi bèn ngồi xuống bên Sóc từ tốn: "Chúa tạo ra mọi sự, mọi màu sắc, mọi loài... Nhưng con kiến đen này lợi dụng màu đen và hòn đá đen, kể cả bóng tối để trốn Chúa. Cũng giống như loài người từng có khi chối Chúa làm điều xằng bậy để phải phạm lỗi tổ tông..."

Ở hải ngoại, Sóc tôi sinh hoạt với Gia Đình Bách Hợp từ năm 1993, nên có nhiều dịp gặp được Trưởng Tiến Lộc, mỗi khi đến Hoa Kỳ đều ghé Cali và Gia Đình Bách Hợp! Tôi không phải là Con chiên Chúa, nhưng rất ngưỡng mộ và thích sinh hoạt với. Ngay cả gia đình từ ông Nội tôi đến Ba tôi cũng đều chơi thân với những gia đình theo Chúa trong vùng. Tôi sinh hoạt Hướng Đạo từ lúc 14 tuổi (1956) và thường xuyên học hỏi các Trưởng Công Giáo, nên đối với Cha Nguyễn Tiến Lộc, tôi tôn sùng như thần tượng vì tài năng và tư cách của Ngài!

Voi Hoạt Bát tại nhà Gia Trưởng Đinh Xuân Phức - GĐBH Nam Cali

Những lần Ngài đến nhà Trưởng Đinh Xuân Phức, hay với Gia Đình Bách Hợp, Sóc tôi đều có mặt tham dự và hân hoan nhắc lại với Ngài những ý nghĩ đã được học ở Ngài từ trong nước về Ngành Tráng, Ngành Kha. Sóc rất tâm đắc những bài hát do Ngài sáng tác cũng như học được từ Ngài những trò chơi rất vui nhộn và hấp dẫn!

Trại Bách Hợp Oregon 2015

Năm 1973, Hiệp Định Paris ký kết với dạng "Đình Chiến Da Beo", Sóc tôi cùng 20 Sinh Viên Sĩ Quan từ Quân Trường Đồng Đế, công tác "Giành Dân Lấn Đất" tại Quận Thanh An, Đức Cơ Pleiku ba tháng trời...! Sóc tôi đã biến hai chục SVSQ đó thành một Toán Tráng, sinh hoạt giống như HĐ. Những bài hát của Voi Hoạt Bát và Nguyễn Đức Quang, được cả 20 lính tò te này hân hoan nhảy lửa và sinh hoạt, vì thế không có ai trong 20 SVSQ này buồn chán với khung cảnh đầy gian khổ và nguy hiểm chốn biên cương! Đến bây giờ Sóc tôi vẫn bùi ngùi nhớ đến kỷ niệm không quên đó...
Có thể nói, Voi Hoạt Bát, Cha Tiến Lộc nằm xuống, là một mất mát rất lớn đối với Phong Trào Hướng Đạo Việt Nam. Gia tài của Voi: "Trò chơi, bài hát" của Ngài để lại, có thể nói là rất đồ sộ và là quý báu!
Xin giã từ Ngài, Nguyện cầu Ngài yên nghỉ trong Chúa, xin Chúa trả công bội hậu cho Ngài!

Letamanh
(Sóc Lanh Lợi)

TN

PHẠM NGA

ÔNG NAM HẢI HIỂN LINH

1.

Như ý ông Bảy lâu nay, bữa cơm chiều dọn ra cho ông thật đơn giản với toàn món cá, chỉ một món mặn là cá hồng muối *sương sương* đem chiên cùng một món canh là cá nâu nấu *ngót*. Cũng như lệ thường, ông chủ sở lưới đăng hòn Bích Điệp dùng bữa một mình, cũng nhứt định chỉ một chén cơm, nhưng bữa nay lại ăn nhiều cái món nhắm rượu là cá nhám hấp cuốn bánh tráng.

Dân đi biển tin rằng cá nhám là anh em nhà cá mập, cá xà, nhưng nhỏ con hơn. Họ cũng tin là thịt cá nhám ngon và đặc biệt rất lành sạch bởi nó không hề ăn người hoặc ăn xác người chết ở biển.

Riêng dân nhậu thì nhiều *bợm* cho rằng gặp khi có cá nhám thật tươi đem hấp chín rồi trét mỡ hành, nhất định ngon hơn hẳn cái món cá lóc hấp ở chốn ruộng đồng hay trong thành phố, do thịt cá nhám ngọt hơn và béo hơn. Đặc biệt là lá gan của cá nhám, màu nâu nhạt giống như món pa-tê gan đóng hộp, rất ngon cái mùi thơm đặc trưng của biển cả nhưng không hề thoang thoảng mùi tanh của rong rác ở đáy ao rạch, sông hồ như bộ lòng cá lóc.

Mấy chung rượu đế chính hiệu Bàu Đá do một gã bạn kéo lưới gốc dân Bình Định dâng tặng càng làm cho ông chủ Bảy thơ thới hơn. Khác những ngày ở đất liền, bao giờ ông cũng cảm thấy toàn thể hồn xác mình thoải mái hơn, mạnh mẽ hơn khi trở về biển, sống trên hòn đảo thân thuộc của mình.

Ông chủ Bảy lại vừa cho kẻ thân tín đi vời một người đàn bà góa còn mượt mà hương sắc, để sau món chuối ngự tráng miệng, kết thúc bữa cơm, ông tiếp tục đáp ứng cho một nhu cầu khác nữa của mình.

Ân ái thỏa thuê, ông Bảy cho chị đàn bà một ít tiền để y thị lặng lẽ ra về sau khi cúi đầu chào 'bạn tình' thật đàng hoàng. Khi ra tắm ở cái giếng ngoài sân, ông Bảy giội lên mình gàu nước sau cùng rồi tuột luôn cái quần đùi ướt sũng. Trong mấy phút đứng trần truồng trong bóng tối, ông khoan khoái nghe gió đêm thổi qua háng, mơn trớn bộ phận đàn ông của mình.

Được gió biển mát rượi ve vuốt, cái bộ phận quý giá của ông đã vừa được đàn bà chiều chuộng nồng nhiệt nên nó càng no nê cảm giác thỏa mãn, y như cái bao tử của ông cũng đang hả hê sau món cá nhám hấp mỡ hành và mấy chung rượu khoái khẩu.

Người đàn ông này vừa mới sống hết mình về phần bản năng thân xác – cụ thể là vừa rồi, hai thứ bản năng gốc là ăn uống và dục tình của ông ta sinh hoạt rất bình thường, trơn tru.

Còn về phần tinh thần, hiện ông Bảy đang không có gì phải bận tâm, nghĩa là tạm thời không có vấn đề hay công việc gì buộc ông phải động não suy nghĩ, tính toán. Có thể nói toàn bộ tâm linh của ông đang im ắng, vì cả ở phần tình cảm, cảm xúc trong con người ông cũng đang im lìm bất động, vì ông đang không mắc vào thứ tình cảm quá yêu thương ai hay ngược lại – thù hận ai, đến nỗi phải bỏ công nhớ tưởng, nghĩ suy đến đối tượng, dù yêu hay hận cũng vậy. Trạng thái tĩnh lặng tuyệt vời – gần như hư vô, trống không – này thong thả đưa hồn xác ông Bảy chìm vào giấc ngủ…

2.

"Lý Ân, dậy đi! Bây thức dậy đi!"

Tuy đang chìm đắm trong giấc ngủ sâu nhưng ông Bảy tỉnh giấc ngay bởi có ai đó vừa dám lay ông dậy, còn cả gan lớn tiếng gọi tên tộc của ông.

Đứng trong bóng tối là một ông lão râu tóc bạc phơ, tuy chỉ mặc bộ đồ bà ba đen như bất kỳ một lão ngư nào đó nhưng tướng tá lão rất kỳ vĩ. Da mặt lão đen nhẻm, càng làm nổi bật đôi mắt xếch, sáng quắc như đổ hào quang.

"Lão là ai?", ông chủ Bảy bàng hoàng hỏi lại.

"Ta là thần Nam Hải đây, bọn bây gọi ta là Ông Nam Hải đó!"

"Lão là thần Biển, là Ông!?", vừa hỏi lại nhưng ông Bảy vừa liên tưởng ngay đến một vài cái xác cá voi chết ngoài biển, lâu nay đã tấp vào bãi cát nào đó mà lần nào dân vạn chài cũng mời ông ra xem và cho ý kiến xử lý. Ông Bảy không lạ lẫm gì về loài thủy tộc lớn nhất biển cả, đồng thời lớn nhất hành tinh này.

Bao đời nay, ngư dân đều luôn luôn kính cẩn gọi tất cả các giống cá voi trắng, cá voi xanh, cá nhà táng... là Ông, Ông Nam Hải, hay Nam Hải tướng quân. Còn cá voi chết, dạt vào bờ thì họ gọi là Ông *lụy* – hay Ông *lị*, do ngư dân thường phát âm dễ dãi, khỏi mất công uốn lưỡi.

Giờ này, đã qua cơn bàng hoàng, ông Bảy thấy thấp thoáng sau lưng ông lão còn có nhiều bóng người khác, thật mờ ảo, lung linh. Không thể nào thấy rõ được mặt mũi, giới tính, y phục của những con người này. Họ cứ câm lặng, lãng đãng trong sương đêm, dật dờ như những mảnh quần áo rách rưới, tả tơi sau cơn mưa bão, bị ai đó vô tâm bỏ quên trên rào giậu. Rất thắc mắc trước hình bóng của những con người hình như không-phải-người này, nhưng ông Bảy chỉ còn biết quay lại nhìn cho thật kỹ ông lão.

Giờ khắc này, theo lời tự xưng thì thần Biển, thần cai quản biển Nam Hải lại xuất hiện với hình hài một ông lão, nửa tiên phong đạo cốt nửa dân dã phàm phu, chứ không phải với hình dáng một con cá voi còn sống. Ngay khi tâm trạng bán tín bán nghi của ông Bảy vừa nhen nhóm, thì giữa trời quang mây tạnh bỗng nổi lên một trận cuồng phong, muốn cuốn xô cả con người lẫn mọi vật xung quanh ông.

"Bây nghi ngờ, không tin ta đây là thần Nam Hải, tức Cá Voi hiển thánh hử? Hừ, đã là thần linh thì ta muốn mang hình dáng nào chẳng được?"

"Dạ, xưa nay đúng là chúng con vẫn thờ Ông là một con cá, xin lỗi – một ông cá – chớ không phải ông lão...?"

"Ừ thì...."

Chợt ông lão ngừng nói, quay đầu lại phía những bóng người sau lưng ông.

"Bây hóng chuyện gì? Đi chỗ khác cho ta nói chuyện. Đi chỗ khác liền tức thì! Bây nghe chưa hử?"

Lập tức những cái bóng hư ảo ấy lờn vờn thêm vài giây rồi tan biến đâu mất.

"Nói cho đúng thì... ta không có quyền chọn lựa trước ý chỉ của Ngọc Đế. Ngài đã chọn cho ta hình hài con cá voi từ thuở nào không biết, nhưng thú thật, ta không ưng ý lắm. Dù là loài thủy tộc to lớn nhất biển cả, xứng đáng thể hiện quyền năng to tát của thần Biển là ta, nhưng bộ mặt cá voi trông buồn quá. Thiệt tình ta thích là cá heo hơn. Loài mà người trần bây cũng coi là sinh vật thượng đẳng trên trái đất, trí thông minh chỉ đứng sau con người. Cá heo có bộ mặt vui vẻ, hóm hỉnh và thân hình thuôn dài, đẹp dáng hơn cá voi nhiều. Bây nghĩ sao chớ ta thấy tiếng kêu líu ríu của cá heo nghe cũng hay hơn giọng ồ ề của cá voi... Mà thôi, bữa nay ta đến không phải nói chuyện sở thích của ta, mà là công bố quyết định của ta dành cho bây đây."

3.

Trong lúc thần Biển say sưa nói về cá heo, như một nỗi tiếc nuối dai dẳng muốn-mà-không-đươc, cũng là một điều khiếm khuyết rất khó chịu mà vị thần này phải tự thừa nhận trong trong toàn bộ quyền năng làm thần của mình, thì đối với ông Bảy, ông cảm thấy trước mặt mình chỉ là một ông lão có vẻ vui tính, thích chuyện vãn cà kê hơn là một vị thần nghiêm nghị, kiệm lời.

"Kính lạy Ông, là ngư dân thì lâu nay con vẫn cầu Ông *độ* cho được nhiều cá và tai qua nạn khỏi trên biển. Vậy Ông quyết định sẽ cho con điều gì?"

"Ta chọn bây để thể hiện quyền năng của ta. Trong cõi thần, ta đã không có đủ tự do để chọn cho mình hình hài cá heo, nhưng để gỡ lại, đối với cõi người thì ta có dư tự do để chọn bây. Bây khoan ngạo mạn cho giá trị của mình cái đã, vì đây chỉ là ta muốn... chơi ngông, tự ý chọn bây, chớ không phải do bây là đứa người có đầy đủ phẩm hạnh hay có phúc đức do tổ tiên bây để lại."

Dù sao, có vừa bị đánh giá thấp cũng đành thôi, con người ở đây là ông Bảy đang chỉ muốn nghe tiếp, để biết điều hệ trọng hơn hết lúc này là mình sẽ được gì trong trò chơi mà thần Biển sắp ban bố, bày vẽ.

"Kính Ông, con được Ông độ như thế nào?"

'À bây sẽ được giàu sang và luôn may mắn khi ra khơi, cá tôm luôn đầy lưới cũng như sẽ an lành khi biển nổi bão giông."

Quá mừng rỡ nhưng ông Bảy vẫn khôn khéo nói ngay:

"Dạ kính Ông, nhưng con phải làm gì để được Ông độ như vậy?"

Ông lão cười nhẹ, hóm hỉnh nhìn thẳng vào mắt ông Bảy.

"Cũng không khó lắm. Đầu tiên bây phải thế chấp cái hồn của bây cho ta. Sau đó bây phải bắt đầu nghiêm túc tuân giữ và thực hiện ba điều. Một là cố công làm việc nhân đức, không được hại người mà thủ lợi. Hai là không dâm dục quá độ nữa, một khi bây đã có ba con vợ cho bây thỏa mãn, thì nhứt-quá-tam, không được lấy thêm vợ nữa. Và ba là phải công minh, thương yêu công bằng, đồng đều đối với con cái".

"Xin Ông dạy rõ hơn."

"Cả ba điều ta yêu cầu đều là vì lợi cho bây và cho cõi người, chớ không lợi gì cho ta và cho cõi thần. Về điều thứ nhất, một cách tích cực là bây phải siêng làm việc thiện, giúp đỡ người nghèo. Đó cũng là cách chống đỡ sự ganh tị của thiên hạ đối với sự giàu có của bây. Và một cách tiêu cực là trong mọi hoàn cảnh, không được vì kiếm lợi lộc cho mình mà ra tay làm việc hại người, gây đau khổ cho người khác - ngược lại, bây phải luôn chú ý làm chuyện phúc đức cho người khác, mà dễ hơn hết, bây phải siêng làm công quả trên chùa nhiều hơn nữa.

Ta dư biết nhiều đứa trong đám nhà giàu bọn bây, một cách rất biển lận, vẫn nghĩ là việc làm phúc, tích lũy công quả, vốn là một kiểu đầu tư dài hạn, trước sau gì cũng thâu lợi, dù nhiều dù ít. Ít ra đó cũng là cái vé thơm tho, mua trước cho chuyến đi cuối cùng – lên cõi Niết Bàn. Đúng chưa nào? Từ nay, khi làm việc thiện, bây không được suy tính kiểu con buôn như vậy mà phải thành tâm hành thiện, càng nhiều càng tốt.

Về điều thứ hai thì trước cái tánh háo sắc, háo dục của bây, đúng ra, không phải riêng ta, bất cứ thần linh nào cũng không nên có ý can thiệp vào, vì khi muốn tiết chế tật dâm dục của bây, kỳ cùng bọn ta rất dễ thất vọng ê chề thôi. Nhưng, dù đây là một chuyện chẳng có ý nghĩa gì lớn lao nhưng ta nói ra để bây có thể noi theo, rằng giống cá voi ở biển mà ta đang hiển hiện bằng hình hài của chúng đây, vốn là giống sinh vật sống chung thủy, một vợ một chồng, không háo dục vô độ, dơ dáy như loài dê ở đất liền mà đàn ông bây luôn ca ngợi sức 'nhảy cái' lu bù của con dê đực…

Và ta còn buộc bây không được tà dâm nữa là muốn bây rảnh cái đầu hơn để lo thực hiện cho đúng điều thứ nhất đã nói cùng điều thứ ba - điều cuối cùng này là bây phải thương yêu công bằng, đồng đều đám con của bây."

Ông Bảy hơi ngầm phật ý, bèn phân bua:

"Con đội ơn Ông nhưng xin Ông dạy thêm về điều thứ ba, vì con tự xét mình cũng đã nuôi dạy con cái đàng hoàng…."

"Còn nói! Chính cái cách bây tạo nên đến mấy dòng con cái đã là không đàng hoàng rồi! Phải công minh đối với vợ con có nghĩa là bây phải theo lẽ công bằng mà thương yêu, lo lắng một cách đồng đều cho tất cả ba người vợ cùng ba dòng con của bây. Ai cũng thấy hiện nay bây làm cha mà có tật 'bên thương bên ghét' đối với chúng nó, cụ thể đang bỏ bê, ngưng chu cấp cho ba mẹ con bà *vợ hai* vì bây nghi ngờ chuyện đứa trai sanh sau nước da quá đen đúa và khuôn mặt buồn thiu, tối tăm là hai điều không giống bây… Bây rõ chưa?"

4.

Trong bóng tối, ông lão đã ngừng nói và chăm chú nhìn ông Bảy. Không phải đây là lúc thần Biển chờ đợi cho ông Bảy suy nghĩ, cân nhắc rồi mới có quyết định tán thành hay không tán thành giao ước giữa đôi bên. Không cần phải là thần linh mới có thể đoán trước, đoán đúng được quyết định của một con người có tính lý tài, ham lợi như ông chủ Bảy sẽ mau mắn đưa ra, như sau:

"Kính Ông, con xin đồng ý hoàn toàn về bản giao ước thiêng liêng này, tuy là chưa được nghe Ông nói đến những hình phạt, chế tài trong trường hợp một bên, hay – xin lỗi Ông – cả hai bên đã ký kết lại vi phạm giao ước."

Thần Biển gật gù:

"Nói khôn lắm. Đúng là ta không chọn lầm đối tác. Phải, Lý Ân hỡi, từ nay bây là đối tác đã ký một giao ước vô hình nhưng hết sức thiêng liêng với thần linh là ta. Đã là thần linh, tức bề trên của loài người, danh giá ta rất lớn thì tất nhiên ta phải giữ đúng giao kết, không để loài người bây có cơ hội khinh chê ta. Với lại ta cũng chỉ có một cuộc chơi này và giao ước cũng chỉ với một mình bây chứ không hề có ký kết thêm với đứa phàm nhân nào khác. Cho nên ta sẽ làm tốt hết mình, hết đời làm thần của ta cho bản giao ước này. Bây đã yên tâm chưa? Còn những trừng phạt ta sẽ ban ra khi bây bội tín, làm sai các điều giao ước thì ta cứ để cho bây tự hình dung ra. Cái hồn bây đã thế chấp cho ta, còn cái mạng của bây thì giống như mọi ngư dân khác, đã giao phó hết cho biển cả mà!"

"Con đội ơn Ông, nhưng từ nay, khi cần thì đối tác gặp đối tác ở đâu?"

"À suýt nữa ta quên. Về lo sửa sang, nâng cấp cái miếu thờ con cá voi mà bây đã gian trá mới được tôn làm con trưởng nam đi. Tội nghiệp, trong hệ tuổi cá voi thì đấy chỉ là một chú thiếu niên. Và cũng không có gì ghê gớm vì chú nhỏ này chỉ là hình hài thể hiện một đồng sự của ta, thần cai quản vùng biển đảo Hải Nàm thuộc Trung Quốc xa xôi kia. Tay này kém thâm niên tu luyện hơn ta nhiều, lại mắc sai lầm ngớ ngẩn nên bị lịnh Ngọc Đế triệu hồi năm ngoái... Thôi ta đi đây."

Một trận cuồng phong nhỏ lại nổi lên, cát bụi bay mù mịt. Hình ảnh ông lão, tức thần Nam Hải lung linh mờ dần rồi biến mất như tan loãng trong bóng đêm...

Phạm Nga

(trích truyện kỳ ảo HỒN MA BIỂN @PhamNga2025, sắp hoàn thành)

TN

VŨ THẤT

TRÌNH DIỆN MẶT TRỜI

Đúng 8 giờ sáng như mọi ngày, phòng thuyết trình của Trung Tâm Hành Quân Bộ Tư Lệnh Hải Quân tiếp nhận đầy đủ các quan cao cấp. Đề đốc Tư Lệnh Hải Quân đảo mắt nhìn khắp các khuôn mặt tham dự: Phó Đề đốc Tư lệnh phó; hai Phó Đề đốc phụ tá hành quân sông và biển; các Đại tá Tham Mưu Trưởng, Trưởng Khối; các Trung tá, Thiếu tá Trưởng phòng.

Như thường lệ, Trưởng Phòng Tình Báo trình bày tình hình địch. Trưởng Phòng Hành Quân điểm lại hoạt động các đơn vị bạn. Đại úy Võ Bằng thuộc Trung Tâm Hành Quân, tường trình về hoạt động các đơn vị Hải Quân 24 giờ qua. Nhiều câu hỏi được đặt ra đều được giải đáp thỏa đáng. Tiếp đó, các phòng sở báo cáo trở ngại trong điều hành. Buổi họp kéo dài một giờ kết thúc bằng câu quen thuộc của Tư Lệnh: “Cám ơn tất cả.”

Khi tất cả đã rời khỏi, Võ Bằng đến bàn giải khát, rót đầy ly cà phê rồi mang về bàn riêng trong phòng kế hoạch bên cạnh. Giai đoạn căng thẳng nhất trong ngày đã trôi tốt đẹp. Thời gian còn lại là tà tà đọc công điện từ các đơn vị khắp năm vùng Duyên Hải và hai vùng Sông Ngòi; phân tích, tổng hợp, chuẩn bị cho buổi thuyết trình sáng hôm sau.

Võ Bằng hớp vài ngụm cà phê, châm mẩu thuốc lá, uể oải thả khói. Khay công văn đến hãy còn trống. Có lẽ xếp đang đọc và ghi chú “Đại úy Bằng thi hành.” Xếp ngồi trong phòng dành riêng, cách ba bàn viết của các sĩ quan trực hành quân và một bí thư.

Võ Bằng hít một hơi thật sâu, ngửa mặt thả khói. Các vòng tròn nho nhỏ uốn lượn nối tiếp tuôn ra, rồi tan biến. Từ phòng riêng, xếp từng nhìn thấy qua bức vách bằng kính trong suốt, từng khen ngợi và xin... chỉ dẫn. Thỉnh thoảng Võ Bằng thấy xếp cũng sảng khoái... nhả vòng tròn!

Tiếng chuông điện thoại reo vang. Võ Bằng bốc máy:

- Đại úy Bằng tôi nghe.

- Trung tá Chánh văn phòng Tư Lệnh đây. Đại úy lên gặp Tư Lệnh ngay. Quân phục làm việc.

Anh nghe lạnh sống lưng:

- Nhận rõ, thưa Trung tá.

Tư Lệnh đòi gặp ắt là việc lớn. Sáu tháng đổi về Trung Tâm Hành Quân, cách văn phòng Tư Lệnh chừng vài chục thước, nhưng anh chưa bao giờ bước chân tới. Đến đó, hoặc được tưởng thưởng hoặc bị trách phạt. Mà xem ra trách phạt có phần lấn lướt. Anh từng bị phạt kỷ luật ba năm, đã thi hành hai năm, trong đó bị đì chín tháng ở Năm Căn trước khi được đổi về đây. Bây giờ chẳng lẽ lại bị đẩy sang vùng khỉ ho cò gáy nào đó?

Võ Bằng ngẫm nghĩ xem bài thuyết trình vừa rồi có gì sai phạm quan trọng, rồi duyệt qua sáu tháng "gần Mặt Trời" xem anh đã phạm lỗi lầm gì. Mọi sự từ bình thường đến tốt đẹp. Tuy nhiên bụng dạ vẫn không yên.

Sau khi chỉnh sửa quần áo, cạo sạch râu ria, chải lại mái tóc, anh vào báo với xếp về lệnh triệu hồi của Mặt Trời. Xếp cười: "Good luck!"

Trung tá Chánh văn phòng ngồi sau chiếc bàn bề bộn giấy tờ. Võ Bằng nghiêm chào. Trung tá gật đầu, ra hiệu trung úy tùy viên. Vị này bước tới gõ cửa rồi mở rộng. Võ Bằng bước vào.

Một căn phòng sang trọng, rộng rãi, tràn ngập ánh sáng. Trên vách treo ảnh Chủ tịch Ủy Ban Lãnh Đạo Quốc Gia, bên mặt là vị Tổng Tư Lệnh Quân Lực, bên trái là chính chân dung của người đang ngồi sau chiếc bàn rộng và đẹp với bản gỗ xanh dương khắc hàng chữ vàng: "Trần Văn Cung". Mái tóc trong ảnh còn đen mướt so với mái tóc thực tế đã bạc trắng. Bộ quân phục xanh không làm giảm vẻ uy nghi. Võ Bằng giơ tay nghiêm chỉnh chào:

- Hải quân Đại úy Võ Bằng, trình diện Đô đốc."

Đề đốc Cung mang hai sao nhưng đối mặt phải gọi Đô đốc bốn sao, cất giọng reo vui:

- A, người ba năm không được giữ chức vụ chỉ huy, ba năm không được thăng cấp đây rồi! Ngồi xuống đi!

Võ Bằng ngồi lên chiếc ghế tựa êm ái, nón đặt trên đùi, lòng thêm bất an trước lời đùa cợt có phần mai mỉa. Đề đốc thản nhiên nhồi thuốc Half and Half vào ống vố, hít vài hơi trông rất sảng khoái rồi cười nói:

- Sáu tháng nay, ngày nào cũng gặp, mãi hôm nay mới có dịp gặp riêng. Mọi người trong gia đình bình yên cả chứ?

- Thưa, đều bình yên. Cám ơn Đô đốc.

Ông nhìn hàng huy chương trên nắp túi áo trái của Võ Bằng, gật gù:

- Có được Anh Dũng Bội Tinh Ngôi sao bạc là khá lắm. Trận nào?

- Thưa, Vũng Rô.

- Một kinh nghiệm rất cần cho nhiệm vụ sắp tới của anh.

Võ Bằng nóng lòng chờ ông tiết lộ rõ hơn nhưng ông vẫn tiếp ý cũ:

- Hai huy chương kia, Hải Vụ Bội Tinh thì tôi biết, còn lại là huy chương gì?

- Thưa, Dân Vụ Bội Tinh.

- Thành tích?

- Thưa về công tác chiêu hồi dân chúng về quận Năm Căn tân lập.

Ông cúi đọc quân bạ:

- Trong hai năm thi hành lệnh phạt quân kỷ anh còn được Giấy khen của Quận trưởng Quận Tám, Chợ Lớn; của Quận trưởng Quận Nhì, thị xã Huế về việc tận tâm cứu trợ và bảo vệ an ninh trật tự các trại tiếp cư đồng bào nạn nhân Cộng Sản Tết Mậu Thân. Được lắm!

Ông hài lòng với nhiệt tình trong công vụ của Võ Bằng, nhưng còn "tư vụ" thì sao đây. Ông lại nhìn vào quân bạ:

- Quân bạ cho thấy anh còn độc thân. Vậy, bồ bịch thế nào?

Dáng vẻ vui tươi và bình dị trong ngôn từ khiến Võ Bằng vọt miệng tự nhiên:

- Không bồ cũng chẳng bịch, thưa Đô đốc!

Ông bập bập vài hơi thuốc, phà khói, mỉm cười

- Khó tin quá! Ở tuổi của anh, dễ làm chuyện động trời! Tuần rồi có một cô còn rất trẻ đến đây nhờ tôi can thiệp việc một sĩ quan ăn ở với cô rồi... lặn mất! Chuyện đó không xảy ra với anh chứ?

Giọng cợt đùa khiến Võ Bằng bớt căng thẳng. Anh mỉm cười chua xót:

- Đô đốc hỏi, tôi xin thú thật. Trước đây tôi có nặng tình với ba cô thì cả ba đều bỏ đi lấy chồng! Từ đó tôi ... tránh xa các cô! Hơn nữa, hai năm qua tôi toàn được biệt phái đến các địa điểm sôi động, thậm chí cả nơi chỉ có.... khỉ ho cò gáy!

Tư lệnh không kềm được tiếng cười, thân mật hỏi tiếp:

- Suốt sáu tháng vưa qua ở Sài Gòn, anh cũng... hiền khô sao?

- Thưa, cấm trại triền miên, Hải Quân đụng trận dài dài, công điện về dồn dập, thì giờ đâu mà... lang thang!

- Tôi tin anh. Bây giờ ta vào mục đích hôm nay.

Ông tựa ống vố vào khay, sửa lại thế ngồi, khuỷu tay chống lên bàn, hai bàn tay đan nhau:

- Anh có biết vì sao đang chịu kỷ luật mà lại được đổi về Bộ Tư Lệnh Hải Quân?

Võ Bằng khẽ lắc đầu:

- Thưa không!

- Hẳn anh còn nhớ lần tôi xuống thăm viếng Năm Căn cách nay hơn nửa năm? Hôm đó nghe anh thuyết trình hành quân tôi thấy ngay Bộ Tư Lệnh cần người như anh. Sáu tháng qua anh không làm tôi thất vọng. Nhưng rất tiếc... từ hôm nay tôi phải để anh ra đi...

Võ Bằng nín thở. Chẳng lẽ anh bị đưa trở lại Năm Căn? Hay một nơi khỉ ho cò gáy nào khác? Có thể nào bị đổi lên Pleiku làm đại diện Hải Quân cạnh Quân Đoàn thay thằng bạn cùng khóa thỉnh thoảng về Sài Gòn khoe đang giữ chức Tư Lệnh Hải Quân Hành quân Suối! Đành rằng quân nhân chỉ đâu đánh đó nhưng đâu phải cứ bị kỷ luật là cho lưu đày!

Đề đốc Cung cảm thông với nét mặt ưu tư của anh chàng sĩ quan trẻ tuổi ông dành nhiều cảm tình, cất giọng nghiêm trang:

- Mỗi ngày thuyết trình hành quân, hẳn anh để ý địch tăng cường xâm nhập bằng đường biển? Ta đã đánh chìm bốn chiếc chở vũ khí đạn dược và bắt sống hai nhưng chúng vẫn không chùn bước. Nhiệm vụ mới của anh liên quan trực tiếp đến việc này.

Võ Bằng mừng thầm. Như vậy là anh được trở về với môi trường ưa thích của anh. Nhưng... Nhưng sẽ xuống tàu nào đây? Có được trả lại chức Hạm Phó, hay phải hạ tầng làm sĩ quan đệ tam, đệ tứ? Mà thôi, dù sao cũng được về với biển, miễn cho qua đại nạn! Anh hít một hơi thật sâu, nghe nhẹ người.

Đề đốc trìu mến nhìn bộ mặt khá tươi tỉnh của Võ Bằng, trầm giọng:

- Nói rõ hơn, từ sau ngày hàng rào điện tử McNamara ngăn chặn dọc vĩ tuyến 17, đường biển trở thành trục huyết mạch cho việc tiếp tế người, vũ khí, đạn dược của Cộng Sản Bắc Việt cho bọn giải phóng Miền Nam. Anh phải tích cực góp phần bẻ gãy trục này. Anh có hứa?

Võ Bằng mạnh dạn gật đầu:

- Tôi xin dốc lòng, thưa Đô đốc.

Ông chiếu tia nhìn hóm hỉnh vào đôi mắt Võ Bằng:

- Vậy thì tôi không ngại ngần tuyên bố: Kể từ hôm nay, hình phạt năm chót của anh được hủy bỏ.

Võ Bằng mở to mắt, xúc động, lắp bắp:

- Xin... xin cảm ơn Đô đốc.

- Anh đã học khóa Tham Mưu Trung Cấp?

- Dạ rồi.

- Tốt!

Vẫn giữ nụ cười, ông tiếp:

- Theo tờ trình của Phòng Tổng Quản Trị, một tháng nữa, vị đương kim Hạm trưởng chiếc Trợ Chiến Hạm HQ 266 sẽ sang Guam lãnh tàu mới. Do hình phạt của anh đã bãi bỏ, tôi chấp thuận cho anh làm Hạm trưởng thay thế.

Võ Bằng bàng hoàng, run giọng:

- Thưa... xin cám ơn Đô đốc.

- Tôi từng làm Hạm Trưởng chiếc Trợ Chiến Hạm HQ 260 cách nay mười hai năm. Biết đâu mười hai năm nữa anh chẳng ... ngồi đây!

Ông cười to rồi đổi nét mặt nghiêm trang:

- Như anh biết, lẽ ra anh phải làm quen chức vụ Hạm trưởng từ loại tàu nhỏ, nhưng xét thành tích và năng lực, tôi tin anh đủ khả năng chỉ huy chiếc Trợ chiến hạm. Dĩ nhiên quyền từ chối là của anh. Võ Bằng hớn hở:

- Thưa Đô đốc, được làm Hạm trưởng là mơ ước của tôi. Tôi xin nhận.

- Vậy thì việc ưu tiên anh phải làm là tìm hiểu thấu đáo về tính năng và quán tính của loại Trợ Chiến Hạm. Tài liệu có sẵn ở Ban Tu Thư Khối Quân Huấn.

Sau vài hơi thuốc, ông tiếp:

- Anh sẽ ôn lại hai tuần về Hải Quy, Tổ Chức Chiến Hạm, nghệ thuật chỉ huy. Hai tuần kế tiếp học về chiến lược, chiến thuật Hải Quân và Quyền Lực Trên Biển. Đó là những kiến thức căn bản để chu toàn nhiệm vụ Hạm trưởng. Mong rằng anh dốc tâm học hỏi, dốc lòng đem khả năng chuyên nghiệp của mình bảo vệ hữu hiệu lãnh hải Miền Nam tự do.

Đề đốc Cung dừng lại, nghĩ xem còn gì cần nhắn nhủ thêm. Ông trầm giọng tiếp:

- Còn điều này anh cũng rất cần ghi nhớ. Chỉ huy chiến hạm là một nhiệm vụ vô cùng tế nhị, khó khăn. Chiến hạm là thế giới cô lập giữa đại dương mênh mông. Hạm trưởng là người duy nhất chịu trách nhiệm sinh mạng toàn bộ thủy thủ đoàn và tài sản quốc gia. Mệnh lệnh nhận được thì rõ ràng, nhưng cách thi hành thì không ai hướng dẫn. Hạm trưởng phải tự dùng hiểu biết, kinh nghiệm, sáng kiến của mình. Thành công thì thăng tiến, thất bại thì có khi đại dương là mồ chôn tất cả. Anh hiểu ý tôi chứ?

- Tôi hiểu, thưa Đô đốc.

Ông gật đầu hài lòng:

- Ngay hôm nay anh bàn giao công việc cho Trung Tâm Trưởng. Sáng mai trình diện Trường Chỉ Huy Tham Mưu Hải Quân. Cám ơn anh.

Võ Bằng đứng lên, đội nón, nghiêm chỉnh chào. Tư lệnh chìa tay:

- Chúc mừng tân Hạm trưởng.

Võ Bằng nắm chặt tay ông, cảm động:

- Cám ơn Tư Lệnh. Cám ơn rất nhiều...

Vũ Thất

(Trích Đời Thủy Thủ 3 – Đời Hạm Trưởng – Sẽ xuất bản)

TN

ĐẶNG KIM CÔN

VÀNG THAU

Đã đến ngày thứ tư, vẫn chưa thấy học gì hết. Lời thông báo học tập năm ngày về làm ăn, đã bắt đầu tiêu tan hy vọng theo số gạo chuẩn bị năm ngày. Họ tập trung chúng tôi ở một trường tiểu học cách thành phố năm cây số. Trường có hàng rào xây bằng xi-măng, cổng trước, cổng sau có người gác, ngoài ra bên trong mọi người hoàn toàn thoải mái, nấu ăn, nói chuyện tự nhiên. Ai có người nhà đến thăm thì có loa gọi ra ngoài cổng gặp.

Mới sáng sớm, tất cả chúng tôi khoảng trên dưới trăm người, phải tập họp đông đủ trước sân trường với chiếc ba-lô thân thiết, trong đó có vài bộ đồ, vài ký gạo (đã nấu hết 2 ngày trong 5 ngày gạo được lệnh chuẩn bị), một cái bi-đông đựng nước. Mọi người ngơ ngác nhìn mặt nhau. Chuyện gì đây? Chuẩn bị học tập? Đã đủ năm ngày sắp được cho về? Không ai có một câu trả lời thỏa đáng nào. Không ai được quyền biết, chúng tôi giống như những người lính trước đây, chỉ biết có thi hành. Người lính tới phút lên xe, lên trực thăng vẫn chưa được cho biết là sẽ đi đâu. Những người lính đáng thương đó còn phải thưa, dạ, o bế, nịnh bợ cấp trên, phải chào kính hết những thượng cấp... mà cũng là những người nếu phải chết là chết trước nhất. Đang miên man suy nghĩ thì chừng mười mấy bộ đội, chỉ có một cái chung là đôi dép râu, còn thì quần áo, mũ nón lôi thôi, quân phục xanh kiểu chính quy Bắc Việt có, bà ba đen có, đồ tây ống thấp ống cao có, mang súng ra đứng quanh chúng tôi. Một nỗi hoang mang tháo mồ hôi hột, làm hâm hấp nóng cả bầu trời xuân đang chực thay mùa sớm. Một người mặc quân phục bộ đội, đứng trước chúng tôi hô to "nghiêm", rồi cũng hàng dọc hàng ngang, đếm quân số, rồi một người khác, mang "xắc cốt" có lẽ là cấp chỉ huy của đám này tuyên bố:

-Hôm nay các anh được lệnh hành quân...

Mọi người cùng lúc khẽ liếc nhìn mặt nhau, chắc ai cũng cùng giựt mình nghĩ nhanh "chết mẹ, không lẽ chúng bắt mình chiến đấu? Hay là đi tải bom tải đạn, gì đây? Nghe nói bọn chúng đang bị chống trả quyết liệt ở Phan Rang mà", hắn tiếp:

- Mỗi người sẽ nhận được hai vắt cơm, dùng ăn cho bữa trưa và bữa chiều. Trên đường hành quân các anh phải khẩn trương đi theo hàng một, đảm bảo cự ly không được quá xa, không ai được tự ý cách ly hàng ngũ, cần gì phải báo cáo lớn với các đồng chí vệ binh của chúng tôi.

Y như lớp lang của một vở tuồng tập trước, hắn vừa dứt lời, từ cửa sau, mấy chục người - thường dân hay hậu cần của chúng không biết - lập tức bê những thúng cơm vắt đến đặt trước mặt đoàn tù, sau đó chúng phân phát cho chúng tôi người hai vắt còn nong nóng, gói trong lá chuối, và... lên đường.

Mặt trời đã nhổm lên khỏi mấy rặng tre phía Đông. Vừa ra khỏi cổng trường, chúng tôi thấy hai bên đường cả trăm người đang mếu máo tiễn đưa. Hầu hết là đàn bà, không vợ tù thì cũng mẹ tù, không biết thông tin ở đâu mà họ biết sớm vậy. Ai cũng mang theo thức ăn, hay thêm quần áo gì đó nhưng không ai được đến gần. Vợ tôi cũng xách một túi nylon, tôi biết trong đó lại là một lon guigoz thịt chà bông và một lon thịt bò làm muối sả, mà hôm qua đã đem đến, bị tôi la "ở tù em làm như đi picnic. Để dành cho con ăn đi kẻo không, nó hổng tịch thu thì cũng kết tội mình bơ sữa". Những họng súng lăm lăm vẹt người nhà chúng tôi ra xa, tuy vậy mấy bà cũng cứ lẽo đẽo hai bên lề bước theo, làm thành bức tranh ba hàng một. Nước mắt chảy dài hơn hai cây số trước khi chúng tôi bị lùa đến chân núi. Ai cũng khóc, tù khóc nhỏ, người nhà khóc lớn. Qua những đoạn dân cư, người dân cũng túa ra hàng rào, bên cạnh sự tò mò cũng có sự cảm động, nhiều khuôn mặt quay đi, lau vội những giọt nước mắt lấm le lấm lét. Âu cũng còn chút an ủi. Không hơn những người quen biết nhìn thấy, còn ngoảnh mặt không dám chào sao.

Chúng tôi bắt đầu nhập sơn. Những thân nhân đưa tiễn cũng đã gạt lệ quay gót. Con đường mòn lên núi, hai bên cây cối rậm rạp, nhiều đoạn cây hai bên ngả ra lối đi, đan thành một mái vòm. Chắc là sợ tù chạy, các vệ binh thoăn thoắt đi tới đi lui. Gớm, sao mà chúng đi giỏi thế, trong khi mình thì ngoài đôi chân sưng mỏi, cũng đã bắt đầu phồng rộp lên trong đôi dép cao su chật cứng chưa quen. Đoàn người đã chậm lại. Bấy giờ tôi mới để ý thấy trong số vệ binh có hai người mới tháng trước là nghĩa quân ở xóm nhà tôi, trông họ cũng có vẻ sợ sệt không dám nói chuyện mà cũng không lớn lối gì. Một người nữa, có vẻ vui vẻ, mặc quân phục bộ đội, nói năng lễ độ, kể chúng tôi biết anh ta là lính địa phương quân ở Hòn Kén, tên Tư, bị cách mạng bắt trong một lần về phép cách đây hai năm trên chuyến xe Lam khi mới ra khỏi cổng đơn vị hai mươi phút, nhờ lý lịch có cha tập kết ra Bắc năm 54, được cách mạng giáo dục để sai vặt. Thừa lúc anh đi gần tôi, tôi bắt quàng làm họ: "Trước tôi cũng có đóng ở bên cạnh Tiểu Đoàn 236, Hòn Kén", ánh mắt anh ta có vẻ sáng lên, nho nhỏ hỏi thăm một vài cấp chỉ huy cũ. Tôi hỏi nhỏ:

- Anh có biết chúng tôi đi đến đâu không?

Tư ngó nhanh qua một lượt, trả lời:

- Lên mật khu, học tập.

Mấy vệ binh khác ở phía trước thì quát tháo ỏm tỏi, dù vậy cũng không làm cho cuộc "hành quân" nhanh hơn, và cũng không làm cho đoàn tù quên đi những bước chân mỗi lúc một nặng nề.

oOo

Dốc Lỗ Chài mười hai cái quẹo lừng danh hiểm trở, tôi thấy phải nói cho đúng là Dốc Lỗ Chài mười hai cái dựng. Dựng lên, dựng đứng lên, với những đá chồng đá chất. Chúng tôi bò lên hết quẹo này đến quẹo khác. Mà mặt trời tai quái cứ trút nắng gay gắt lên đầu lên lưng nhễ nhại mồ hôi. Đoàn tù phải dừng lại ăn cơm vì nhiều người đi hết nổi, và cũng có mấy người ngất xỉu nữa. Vắt cơm ăn trưa đã đổ mồ hôi, bốc mùi thiu, nhưng không ăn thì đường không biết bao giờ đến. Nhiều người không ăn được thì lót dạ tạm mấy thực phẩm từ nhà mang theo.

Người vệ binh tên Tư kể chuyện, cách đây chừng mười ngày, anh ta có dẫn một đoàn tù lên núi thế này, có một Đại úy Biệt Động Quân, đã cố tình trêu ghẹo châm chọc một "chiến sĩ gái", đã bị ả xuyên táo cho hết gần chục mạng. Chúng tôi không hiểu ý anh ta kể để làm gì, và chuyện có thật không, trông anh có vẻ tự hào, khâm phục những sĩ quan, một thời đã là xếp của mình, đã tìm cho mình một con đường chết hào hùng. Tôi không tham gia gì câu chuyện của anh ta, cũng không nghi ngờ tính trung thực của câu chuyện, vì tôi hiểu, khi mà sức chịu đựng đã cạn, tôi cũng đã từng mong một cái chết nhanh gọn, có điều tôi chưa dám, bằng cách nào đó, tự tử.

Chợt có tiếng máy bay "re re" bay trên đầu chúng tôi, mọi người dễ dàng nhận ra tiếng động cơ của máy bay quan sát L.19, và giọng của phát thanh viên kêu gọi "anh em binh lính, hạ sĩ quan, sĩ quan, công chức và cảnh sát trong chế độ ngụy Sàigòn hãy buông súng quay về với Mặt trận Giải phóng Miền Nam, các bạn sẽ được hưởng sự khoan hồng của cách mạng... Nếu các bạn quay súng làm binh biến, đem đơn vị ra hàng, các bạn sẽ được giữ nguyên cấp bậc và chức vụ... Tiếp theo đây mời các bạn nghe lời kêu gọi của một đồng đội của các bạn...": "Thưa các anh em binh sĩ, hạ sĩ quan, sĩ quan đang chiến đấu, đang trốn tránh, đang thất lạc trong rừng, tôi là Thiếu Tá Ngô Văn Nguyện, trưởng phòng Truyền tin tiểu khu PY, tôi đã xin đầu hàng cách mạng và hiện được cách mạng cho giữ nguyên cấp bậc và chức vụ cũ. Anh em hãy nhanh chóng từ bỏ hàng ngũ để được hưởng chính sách khoan hồng..."

Chúng tôi ngơ ngác nhìn nhau, vệ binh Tư đứng phắt dậy, như là không muốn chúng tôi nghe, mặt thản nhiên không để lộ một phản ứng gì, nhưng giọng nói lớn không giấu được nỗi bất mãn:

- Chuẩn bị lên đường.

Tiếng phát thanh vẫn lặp đi lặp lại đuổi theo bên tai. Tiếng máy bay ấy cũng là nỗi ám ảnh không nguôi trong những phút cuối cùng của đơn vị tôi những chiếc trực thăng chỉ bay ngang đơn vị mà không biết chừng nào đáp và đáp ở đâu. Trong khi tất cả các lực lượng từ hành chánh đến quân sự đã lặng lẽ "di tản" thì trung đội tám con người ta - mười người, đi trước hết hai - của chúng tôi, bị sử dụng như vật hy sinh nằm lại bắn chặn đến gần hết đạn, cản bước truy kích của địch trên đường quan quân tháo chạy. Đến khi phát hiện chi khu bị phát hỏa, gọi "thằng bạn thân", đại đội trưởng đại đội bảo vệ bên cạnh, mới biết không còn một bóng người, mà tám thầy trò thì vẫn còng lưng hối hả tác xạ yểm trợ cho các quan quân của quận tháo chạy.

oOo

Thấp thoáng có nhiều người ôm súng đứng gác sát hai bên đường, mọi người nghĩ chắc sắp đến nơi rồi. Lầm lũi đi, nhưng tôi cũng kịp nhận ra trong đám bộ đội đứng gác kia có một người quen, đó là Chuẩn úy Qua, một trung đội trưởng Địa Phương Quân đồn trú gần đây. Vệ binh Tư cho biết chuẩn úy Qua trong những giờ phút nóng bỏng, đã sớm đáp ứng lời kêu gọi của cách mạng, làm "binh biến", đem cả trung đội ra hàng, nên hiện giờ đang được cách mạng cho tiếp tục giữ nhiệm vụ như cũ.

Trên dưới một trăm tù, lúc xuất phát có lẽ cái hàng một ấy không dài tới một trăm mét. Bây giờ thì chắc chắn là dài ngoẵng ra rồi. Tôi không biết dài bao nhiêu vì tôi ở trong số những người đi sau chót. Những người mà thường ngày chỉ nghêu ngao phố thị, bàn giấy, quán café, lên xe xuống cộ thì bây giờ bù lại bằng những đôi chân sưng phù, phồng rộp lên, đến nỗi lết cũng không nổi nữa. Tôi thì không nhấc chân lên được, chân nào chân nấy chỉ muốn ì một chỗ, cho nên suốt hơn nửa giờ, mặc cho những nòng súng lên đạn thôi thúc, tôi cũng chỉ có thể di chuyển được chừng mười lăm, hai mươi mét với chân trước cứ nhích nhích phía trước, chân sau cứ lếch thếch phía sau.

Cái ba-lô gọn gàng còn mấy ký gạo, một cái võng, một cái mùng, một cái pon-sô-lay, một bộ bà ba, ít muối mè, bàn chải, kem đánh răng, vài chục viên thuốc Tây và cái bi-đông hôm trước vợ tôi trang bị cho tôi phòng khi... học lâu hơn, cũng đủ ghì cái lưng tôi muốn bật ngửa. Nhưng mà, không có thứ nào có thể quẳng bớt được, nghĩa là khi nào còn sống thì ba-lô ơi, hãy cứ bám theo ta, hay đúng hơn ta quyết bám theo ngươi!

Trời đã sụp tối. Giờ thì không phải tôi ở trong số những người đi sau hết, mà tôi, mỗi mình tôi là người đi cuối cùng. Vệ binh Tư, không biết có phải được phân công "đoạn hậu" hay không mà mặc dù một vài vệ binh khác "bao sân" chạy tới chạy lui hối thúc, Tư vẫn kiên trì chờ đợi chúng tôi. Liếc chừng không ai, Tư năn nỉ tôi "ráng lên, sắp tới rồi, làm trở ngại người ta, nguy hiểm lắm"

Trước tôi chừng mươi bước là Tại và Hảo, hai người bạn trước kia chung đơn vị, bảo tôi "ráng lết tới đi với tụi tao", tôi buồn cười, họ cũng là một trong những người đi chậm nhất, làm như ngon lắm. Trước đó cũng nhiều tốp, chỗ 5, chỗ 7 cũng đang nằm ngồi la liệt. Nhưng tôi cũng cố đứng dậy tới chỗ Tại và Hảo. Ba chúng tôi đi một đoạn thì lại ngồi xuống. Thân thể không còn chút sức lực, đầu hoa lên, ước gì được nằm đây ngủ một giấc. Một vệ binh khác từ phía trước quay ngược lại:

- Các anh có biết Bác Hồ nói, "Mọi người vì mình, mình cũng vì mọi người" không? Tại sao các anh để cho người khác phải trở ngại vì các anh? Có đứng dậy đi không?

Tôi đã tới cái thứ ba của nhứt lý, nhì lì... rồi. Không dám hùng như anh Đại úy Biệt Động Quân nọ, nhưng thực tình lúc này nếu có chết thì cũng như cũng nhẹ nhàng như... ngủ một giấc quên dậy:

- Các ông làm ơn bắn giùm một phát đi. Tôi đi hết nổi rồi.

Một tên vệ binh quát lớn:

- Muốn chết thì cũng phải tới nơi, không chết ở đây được. Đi!

Một vệ binh, cựu nghĩa quân trong xóm lôi tay tôi đứng dậy, ông lại cũng bị nó "xì nẹt":

- Để nó đi. Thời kỳ cách mạng không ai nô lệ ai hết.

Tôi, Hảo và Tại đứng dậy. Sương xuống. Trời tối hẳn. Chân không còn phân biệt được đá sỏi, hầm hố. Mắt cũng không nhận ra màu sắc cây lá. Hơi sương không đủ làm lạnh nhưng đủ làm cho cơn khát càng trở nên dữ dội hơn.

Ba chúng tôi tấp vào lề đường, mò mẫm từng chiếc lá, hạnh phúc biết bao khi bứt được những chiếc lá ổi rừng lóng lánh mấy giọt sương đêm, dù là mấy trăm giọt sương của hàng trăm chiếc lá mới đủ làm ươn ướt đôi môi khô khốc. Vừa chậm chạp đi, vừa lia lịa "hái sương" đưa lên môi liếm. Coi bộ việc đi tìm nước đã thúc giục đôi chân chỉ biết đi ngang như cua lại có thể hào hứng lên hơn là đi học tập. Vệ binh Tư gom lấy ba cái bi-đông của chúng tôi xách đi tìm nước. Mấy vệ binh kia thấy chúng tôi không còn nằm ì ra, cũng bớt bực bội, nhưng cũng không bỏ lỡ cơ hội hằn học:

- Bơ sữa cho lắm vào. Lên xe thì cũng có lúc xuống chó với người ta cho biết.

Có thể cái giọng ganh tị của hắn đúng, quân đội chúng tôi không đói khát như bọn hắn, còn tôi không đi nổi chỉ vì tôi ở đơn vị yểm trợ không quen trèo đèo lội suối.

Chúng tôi mệt thật hay chỉ là do yếu tố tinh thần? Nếu đổi ngược lại chúng tôi là người dẫn chúng đi, chúng tôi có được phép mệt mỏi, la lết vậy không? Chưa kể vệ binh Tư và mấy vệ binh quen đồi quen núi, hai người cựu nghĩa quân kia cũng đâu từng trèo non lội suối gì. Họ cũng đi như chúng tôi, lương thực, nước uống của họ cũng như chúng tôi... Không được, phải đứng dậy đi!

Chặp sau, vệ binh Tư trở lại với ba cái bi-đông rỗng, nói không thể tìm ra suối ở quanh đó. Nghe mà choáng váng. Đột nhiên chúng tôi được lệnh, tất cả ngừng lại, ăn uống và nghỉ đêm tại đây. Vắt cơm chiều không ăn nổi, phần thì cơm vữa ra và mùi cơm thiu đã không còn dễ chịu, phần thì mệt rã rời, phần thì từ chiều tới giờ không gặp được con suối nào. Khát khô cả lồng ngực, khát đến không còn nổi một giọt nước bọt, khát đến cơ hồ không còn hơi để thở. Nhưng mà được nghỉ ở đây là tốt rồi. Tôi đoán có lẽ đoàn tù cũng không kéo dài lắm, vì nếu dài làm sao chúng kiểm soát hết được. Ăn xong, mọi người lăn ra ngủ say như chết, không cần biết đến những họng súng đi tới đi lui làm gì trong cái bóng đêm đầy bất trắc này.

Sáng sớm mọi người tiếp tục lên đường. Đi. Bớt khát hơn chút xíu. Chân sau vẫn không bước qua mặt chân trước được, nhưng những cái nhích nhích có tiến bộ hơn. Không nằm, không đứng thì phải tới. Nhưng chưa phải là tới nơi phải tới.

Trước mặt chúng tôi là một cán bộ, có lẽ, thấy hắn mang xắc-cốt và súng ngắn là biết, đứng im như tượng trong khi chờ các vệ binh kiểm điểm con số. Chúng tôi ngồi làm mười hàng, cũng đâu có gì khó đếm mà họ làm ra vẻ quan trọng, khó khăn lắm (hay là đếm số cũng không phải là chuyện đơn giản đối với họ?). Xong, người mang xắc-cốt lên tiếng, hắn cố gằn từng tiếng cho oai, nhưng có lẽ để đè sự kém cỏi đang làm hắn hồi hộp trước một đám đông mà hắn biết, ít nhất cũng tú tài:

- Lát nữa các anh nuôi sẽ phát cơm vắt cho các anh. Còn bây giờ mỗi hàng cử một người gom bình đong nước, vệ binh sẽ dẫn đi lấy nước.

Trong khi chờ cơm, một bài giảng tình hình của kẻ thắng làm vua "được ăn được nói" lắp bắp kéo dài, như đọc một bài viết chưa thuộc lắm:

- Đế quốc Mỹ đã thua, nhân dân Việt Nam đã thắng, các anh cũng nên tự hào mình là người Việt Nam... Cách mạng đang trên đà tiêu diệt những ổ kháng cự ngoan cố... Nay mai thôi, khi Sàigòn được giải phóng, các anh sẽ được vinh dự trở về góp những bàn tay xây dựng lại quê hương dưới ánh sáng chỉ đạo của Đảng quang vinh... Các anh đã lầm lỡ gây nên nhiều tội ác với nhân dân, nên cách mạng phải có biện pháp bảo vệ các anh trong khi lòng dân đang sôi sục căm thù... Các anh sẽ tiếp tục lên đường...

Vâng, chúng tôi tiếp tục lên đường...

oOo

Phần thưởng dành cho những sĩ quan "ngụy quân" có công, đã sớm làm binh biến đầu hàng cách mạng là khỏi phải nếm qua bốn tháng khủng khiếp đầu tiên của những trại Tổng Binh, Sơn Định. Hai nơi giam cầm khắc nghiệt đã lặng lẽ cây xanh cỏ dại phủ lấp gần tám mươi nấm mộ của những tù binh xấu số dưới chân đồi đá lãng quên. Họ không phải thoi thóp mỗi ngày chen chúc hơn ba nghìn người trong một hốc núi có đường kính chừng hơn cây số. Họ không phải chung nhau một con suối lờ đờ, cơ hồ không muốn chảy, để, không nỡ vội cuốn đi những chứng tích đau thương của một cuộc chiến kéo dài. Những vết thương không thuốc men vừa theo về từ mặt trận, phải rửa ráy mỗi ngày, những bông băng phải giặt đi giặt lại, những mảnh giẻ rách dính đầy máu mủ lềnh bềnh, làm con suối bốc mùi chua kia cứ như mỗi ngày lờ nhờ thêm một chút, có mệt mỏi mấy cũng không thể từ chối hàng ngàn những sinh hoạt chẳng đặng đừng của tù binh: tắm giặt, nấu ăn, uống. May ra, không còn có gì từ những bát đĩa, soong nồi, thúng rổ sau những bữa ăn để bắt suối phải nhận.

Họ cũng không phải biết tới những trận sốt rung núi rung rừng, những cái chết bất ngờ từ những cơn đau nhẹ. Lán một trăm người đã hết chín mươi người bệnh nặng liệt giường, mà mười người bệnh nhẹ cũng không biết ngã xuống lúc nào. Phương, bạn tôi, vừa mới nói chuyện với tôi đứng dậy, bước mấy bước, ngã quỵ xuống, giãy giãy mấy cái, không kịp một lời nhắn gửi vợ con. Gần tám chục lần, anh em đã chặt những đoạn cây rừng lớn cỡ ngón chân cái, dài hai mét, hai chục cây bện bằng dây mối lại với nhau, cuộn cái xác, cột lại. Bốn năm người tù sống vác xẻng cuốc, khiêng một người tù chết ngậm ngùi xuống chân đồi Tổng Binh và Sơn Định...

Và, nặng nề hơn là những cơn ác mộng dằng dặc, với những nửa khuya bất chợt bị dựng dậy, một ai đó sẽ bị gọi đi, không về, hoặc có về cũng bầm dập mềm èo như bún, nằm tê liệt cả tuần bởi những đòn thù không chỉ làm đau da thịt. Họ không thấy, những đồng đội xưa của họ tự tử chết, bị đánh chết, bị cùm kẹp chết ra sao. (Mà họ có cần phải biết không?)

Ngân Điền, trại thứ ba sau bốn tháng bị giấu kỹ trên núi cao, mặc muỗi mòng, sơn lam chướng khí tấn công từng giây từng phút, những con cá chờ lên thớt nếu cuộc Nam tiến của cách mạng có gì bất lợi. Nơi này có phần gần dân cư, rừng mênh mông đang cần bàn tay của những người tù. Và chuyện phải tới cũng tới, mấy chục sĩ quan "ngụy" có công "cách mạng" đã sớm làm binh biến, đầu hàng theo cách mạng, bị giải đến đây, vào những ngày cuối thu, trời bắt đầu trở lạnh. Họ có vẻ tin tưởng là chỉ lên đây để kịp theo lớp học sắp khai khóa, năm bảy ngày rồi về, tiếp tục công tác cho cách mạng hay không thì chưa biết. Trong khi chờ phân phối đi các đội, theo từng cấp bậc, họ được "biên chế" tạm vào K1 của tôi, vì là nhà đầu tiên từ cổng vào. Họ vô tư kể những "thành tích" của họ. Một Qua, sau khi làm binh biến, đem trung đội ra hàng đã dẫn cách mạng đi truy quét, thanh toán những kho vũ khí, lương thực, thuốc men, tài liệu trong quận. Một chim mồi Nguyện truyền tin, thâu xong đoạn băng chiêu dụ đồng đội đã được cách mạng cho làm công việc chỉ dẫn cho các bộ đội thông tin cách sử dụng các hệ thống máy móc của "Mỹ ngụy". Một Phượng, nguyên là một thiếu úy trung đội trưởng pháo binh, đã xung phong làm tài xế lái xe đưa lực lượng cách mạng tiến quân vào đến Phan Rang... Mỗi người đều rất ư là tự đắc với công trạng của mình. Có vẻ như họ muốn cho những anh em đã kinh qua bốn năm tháng tử sinh kia phải hối tiếc là đã không sớm khôn ngoan như họ. Để, đến đây họ thừa hưởng những cơ sở vật chất sẵn sàng mà họ không phải tốn một giọt mồ hôi (nước mắt và máu nữa) nào, chỉ để chỉ để chuẩn bị học chính sách ít ngày thôi rồi về.

Ngân Điền, nơi mà bốn trại quy mô 51, 52, 53, 54 của tổng trại 5 được lập ra và chuyển chúng tôi về đây hơn ba tháng nay, để "học" làm ra của cải vật chất, là vùng đất sát với đồng bằng và dân cư. Khác chút, là bớt sơn lam chướng khí, ít muỗi mòng hơn. Còn thì gì cũng chặt chẽ, tinh vi hơn. Những đòn thù cũng dày hơn, dễ dàng hơn, hầu như ngày nào, đội nào cũng có người bị đánh. Tại, bạn tôi cũng bị nằm trong số đó, đơn giản vì cái gánh tranh nó đang gánh bị gãy cái đòn gánh bất ngờ bị vệ binh giộng báng súng vào hông, vào ngực, ngất xỉu. Ái, trước là một chuẩn úy biệt phái về giáo chức, bị đánh đi hết nổi, anh em phải khiêng về, chỉ vì cặp kiếng cận sáu độ, "vào đây mà còn mang kính", cũng như vô số những anh em mà tôi không nhớ tên đã phải dở sống dở chết những lần đi công tác ngoài rừng xa doanh trại, để coi như là các cán bộ lớn không biết gì những chuyện thuộc cấp làm.

Những người có công cách mạng đó có thể không cần buồn, không cần lo âu cho số phận của sáu người mới bị bắt về lại sáng nay sau hơn một tuần lễ trốn trại, vừa đói khát vừa bầm dập nát tan như sáu cái bao cát chịu đòn bởi những tay đấm chuyên nghiệp, quyền cước tàn bạo theo suốt đường dẫn trở về trại, mà cả tuần lễ nay chúng tôi chỉ biết lầm thầm cầu nguyện chúc phúc cho người đi, để bây giờ cả trại nhốn nháo phập phồng, nín thở chờ một hậu quả khó đoán.

Trước mắt, chúng tôi biết cả thảy bảy người, trung tá Hà Thúc Ứng, trung tá Vũ Mạnh Cường, trung úy Quách Giang, thiếu tá

Long, thiếu Tá Đẩu, đã được vệ binh Tư và một thiếu úy người Thượng quê Dak Lak, lính cũ của Trung úy Giang, dẫn đường đi xuyên núi, đã lọt qua địa phận Đaklak. Khi bị bắt, Thiếu Úy người Thượng chạy sao đó bị bắn chết. Về đến trại, Thiếu Tá Đẩu bị dẫn đi lấy cung, năm người còn lại kể cả vệ binh Tư bị tống vào nhà kỷ luật, ở ngay trước cổng ban chỉ huy trại, bên ngoài hàng rào chúng tôi, với bốn bức tường và trần bằng hai lớp tre già, nén đất sét dày cả mét, mái lợp tranh, con ruồi cũng khó lọt (cần chi là hai vệ binh đứng trước cửa lúc nào cũng lăm lăm súng cầm tay).

Chạng vạng chiều hôm ấy cả trại 53 chúng tôi giật mình bật dậy bởi tiếng gào thét thê thảm vượt bốn bức tường dày, dội vào nỗi mê mệt của mọi người: Một góc trại sáng rực, nhà kỷ luật chìm trong biển lửa. Các cán bộ quản giáo cũng như vệ binh đứng canh từng K một, không trại viên nào được ló ra ngoài. Ngọn lửa vô tư phần phật reo cùng tiếng tre nổ lốp bốp vang xa, át dần tiếng kêu la thảm khốc, đến lịm dần, lịm dần rồi im hẳn.

Sáng hôm sau, các đội vẫn cứ theo lịch công tác hằng ngày, xẻng cuốc dao rựa ra rừng. Nhóm "có công" được vỡ lòng bài học đầu tiên: Dọn dẹp nhà kỷ luật, chôn cất bốn cái xác bị quay sống trong đó, dưới sự giám sát của một tổ trưởng: Thiên, K phó của K chúng tôi. Đặc biệt, như một phép lạ, Trung úy Giang không chết, hai chân bị cháy đen, được đưa xuống trạm xa tổng trại cưa một chân ngang đầu gối.

Chiều về, nghe Thiên, trong bữa cơm ăn chung với tổ tôi, lầm thầm kể lại, cứ hai người khiêng một cái xác cháy trên một cái cáng mà chúng tôi đan bằng phên tre dùng để khiêng đất trước đây, đắp sơ một tấm bao bố, xác thì nằm co quắp, xác thì vung chân sải tay, xác nào cũng nứt nẻ, há hốc, nhưng đặc biệt vẫn còn nhận ra được mỗi người. Thiên nhớ kỹ trong đầu vị trí từng nấm mộ là của ai, về lán Thiên ghi lại ký hiệu 1, 2, 3, 4, với 4 chữ viết tắt. Không biết có phải linh ứng hay không mà người có cấp bậc cao nhất, con chim mồi Ngô Văn Nguyện, cựu thiếu tá truyền tin, đã phải khiêng cái xác của anh cựu binh nhì Tư, người bị bắt buộc theo cách mạng từ hai năm trước, và có cha tập kết đang còn ở ngoài Bắc, để ngẫm nghĩ phải chăng trong ruột những thỏi thau kia lấp lánh những vàng, và làm sao để giấu mãi được cái cốt thau của những cục sáng loáng mà người ta cứ tưởng là vàng.

Mùa đông năm nay, không biết sao lại lạnh chưa từng thấy, có lẽ tại chúng tôi lần đầu sống chung với rừng núi, lạnh đến nỗi, đêm đêm, thay vì quấn mền dỗ giấc ngủ, chúng tôi đốt những đống lửa bên ngoài lán trùm mền ngồi co ro, đêm nào cũng quá nửa đêm, cho đến khi cơn buồn ngủ lôi chúng tôi vào giường quên trời quên đất. Ai cũng không khỏi giật mình nhớ lại, may, nếu như bây giờ còn ở trong núi Sơn Định, Tổng Binh không biết lạnh đến cỡ nào. Nhưng có lẽ cái lạnh của thất vọng, của hụt hẫng, của sụp đổ trong lòng những kẻ lập công, "cách mạng 30" dỏm kia mới thấm thía hơn, họ cũng đã lờ mờ hiểu rằng (một ngày kia họ sẽ gục mặt xuống cái sự thật bật ngửa) cái gọi là lớp học cải tạo sẽ không bao giờ mở. Họ càng cô đơn hơn khi mà cả nhóm lập công của họ đã phải xé lẻ ra, để mỗi người được "biên chế" về cái K của những người có cùng cấp bậc với họ. Không biết họ có còn tin là sẽ học mấy ngày về hay không, họ có còn hy vọng gì vào cái thiên đường xã hội chủ nghĩa nữa hay không, có điều, từ đây, mỗi ngày, và nhiều ngày, họ phải đối diện với những chiếc bóng đen đúa, nứt nẻ mở to đôi mắt đục ngầu, nhìn họ miệt thị. Có hay không những bàn tay phán xét vung lên từ địa ngục chập chờn trong mỗi giấc ngủ họ, thì họ cũng không thể nhìn được mặt ai, bởi vì chẳng ai muốn để họ trong mắt. Người ta có thể tin rằng, đó là những tên sẵn sàng tiếp tục đi bằng đầu gối, ton hót, báo cáo báo chồn, hãm hại anh em, và cũng không ngăn cản được những ánh mắt rẻ rúng, những tránh né cố tình, những lời mỉa mai dè bỉu, "Phải chi mấy ông lên sớm chút chắc giúp cho thằng Tư nó phản tỉnh, may ra đâu có ai bị chết."

Có một người không còn biết nóng lạnh: Thiếu tá Đẩu, may không trở thành một đống thịt quay đêm ấy, cũng đã mãi mãi bị ngớ ngẩn khi tỉnh khi điên khó hồi phục sau những ngày "làm việc" với cán bộ an ninh.

Nước rặt bày cồn. Không có nơi đâu dễ dàng nhận ra được tư cách con người hơn ở những trại tù binh.

Đặng Kim Côn

TN

VŨ KHẮC TĨNH

CHUYẾN TÀU CUỐI CÙNG

1.

Trong một đêm mưa tầm tã, Hạnh Nguyên vừa đi vừa chạy về phía trung tâm thành phố và vẫy chiếc taxi. Mưa mỗi lúc một nặng hạt. Hạnh Nguyên biết mưa như thế này thì không thể nào tạnh ngay được, nên Hạnh Nguyên không tấp vào mái hiên nào đó để trú chân, đợi tạnh cơn mưa rồi mới đi. Va ly nhỏ trên tay Hạnh Nguyên nhẹ tênh, chỉ có dăm ba bộ quần áo và một số đồ dùng lặt vặt cá nhân. Hành lý gọn nhẹ trên tay. Hạnh Nguyên chưa biết đi đâu và làm gì. Hạnh Nguyên chỉ biết mình cần phải đi khỏi nơi này và hoàn toàn sống trơ trụi một mình.

Hạnh Nguyên ngồi ở ghế nệm sau xe, đầu ngả lên thành nệm, mắt mơ màng. Bên ngoài trời vẫn đổ mưa, những hạt mưa đan chéo nhau tạo thành những mảng mưa lớn trắng xóa. Anh tài xế thỉnh thoảng liếc nhìn Hạnh Nguyên qua kính chiếu hậu, thấy ẩn hiện lên mặt nàng sự sợ hãi và nỗi ám ảnh lên đôi mắt, Hạnh Nguyên sợ gương mặt mình gây ra sự chú ý cho người khác, nên lục tìm trong va ly chiếc khăn tay chùi mặt và lấy phấn thoa đều lên má để lấy lại một chút tươi tắn trên gương mặt. Chắc thế nào anh ta cũng cảm nhận được, anh ta nhìn thẳng con đường đầy nước trước mặt, chân đạp ga phóng tới.

Trên xe lúc này phát ra một bản nhạc không lời nghe réo rắt. Một bản nhạc không lời ngoại quốc của những năm sáu mươi trở về trước, dòng nhạc cổ điển điệu valse hợp với những cơn mưa réo rắt như thế này, lúc to lúc nhỏ, lúc nhanh lúc chậm nghe êm tai.

Cần gạt nước mưa trên tấm kiếng gạt đi gạt lại mỗi lúc một nhanh hơn.

Giờ này có lẽ còn một chuyến tàu cuối cùng ở Hà Nội vào thì phải?

Anh tài xế liếc nhìn Hạnh Nguyên qua kiếng chiếu hậu, anh ta khẽ gật đầu:

Có lẽ là còn. Cô định đi đâu chuyến tàu cuối cùng này?

Tôi không biết.

Hạnh Nguyên giọng nói đứt quãng, một nỗi lo, một tâm trạng bị ám ảnh khẽ vỡ tan trong tiếng mưa rơi.

Đi đâu cũng được, miễn sao tôi rời khỏi nơi này càng sớm càng tốt.

Nhà ga nằm hút sâu phía sau lưng thành phố, chạy dọc theo những con đường ngoằn ngoèo quanh co, đường ray nằm sát bên bãi cát trắng mịn mọc đầy những bụi xương rồng có gai lởm chởm chìa ra, chiếc taxi trờ tới chạy vào một cái cổng lớn. Lúc này mưa tạnh hạt dần, Hạnh Nguyên nhìn thấy bóng người lố nhố trong sân đi dưới màn mưa bụi, ai cũng bị ống quần ướt một chút vì phải lội qua vũng nước trước sân ga, có người bận áo mưa, có người bận một chiếc áo khoác màu nâu sẫm trên tay xách một cái túi da, có người đi dạo lòng vòng tìm một chỗ ngồi nghỉ chân, có người đứng như chờ đợi một ai đó. Ánh sáng từ ngọn đèn đường hắt xuống thành một vệt dài loang lổ nước tròn méo không rõ ý nghĩa, giữa khung cảnh mang một màu huyền ảo buồn diệu vợi.

Sân ga vẫn còn vắng vẻ, chưa đông. Hạnh Nguyên liếc nhìn đồng hồ treo trên cổng soát vé ra vào, có lẽ còn quá sớm cho một chuyến đi. Tiếng loa phóng thanh rè roẹt trong tiếng mưa rơi lộp độp trên mái tôn bãi giữ xe. Tiếng người phát thanh, một cô gái giọng lè nhè phát ra từ chiếc loa cũ kỹ, nghe tiếng được tiếng mất. Hạnh Nguyên nhìn thấy một nhân viên nhà ga đang đứng loay hoay trên mé đường ray. Mắt ông ta nhìn đâu đó mông lung, tay phải cầm

một cây cờ màu đỏ đã được cuộn tròn. Một cây đèn bão ông ta cầm bên tay trái là một loại đèn để chống mưa gió. Ông ta đi qua đi lại một lúc, rồi đứng yên bên vệ đường đầy nước mưa ẩm ướt.
Nghe hú một hồi còi dài chắc tàu sắp đến, Hạnh Nguyên nói khẽ, sau khi mua tấm vé vào Nam đi theo chuyến tàu cuối cùng trong đêm.

Trên sân ga người đi qua đi lại liên tục. Nếu tàu sắp vào sân ga, người đàn ông kia sẽ phất cây cờ trong tay phải, và cây đèn bão cũng được thắp sáng lên, hàng rào bằng sắt ông ta sẽ kéo lại chắn ngang qua đường, xe và dòng người phải dừng bước chân nhường lại đường ray cho tàu chạy qua.

Hạnh Nguyên ngồi lặng yên trên chiếc ghế ở phòng đợi. Chuyến tàu chạy đường dài lâu nay cho thấy rất ít hành khách vì tâm lý của con người cũng lắm bất an khi ngồi cả ngày lẫn đêm trên tàu rất mệt mỏi. Nhưng dù sao cũng yên tâm hơn là đi xe đò, theo lời họ nói như vậy. Ngồi bên Hạnh Nguyên là một người đàn bà tuổi sồn sồn, mắt nhắm nghiền, lưng ngả vào thành nệm. Ngồi bên tay trái cách Hạnh Nguyên hai chiếc ghế là một người đàn ông đeo kính cận, ăn mặc lịch sự. Ông ta liếc nhìn Hạnh Nguyên, vô tình bắt gặp cái nhìn, Hạnh Nguyên hơi bối rối, nhưng nàng định thần lại, mọi chuyện xảy ra chóng vánh không làm cho Hạnh Nguyên bất ngờ.

Một người đàn ông liếc nhìn một thiếu nữ trẻ đẹp như Hạnh Nguyên là chuyện bình thường, chẳng có việc gì phải bận tâm cho mệt trí não. Ngoài trời mưa bay lất phất, một màn mưa bụi trên sân ga.

Chuyến tàu chạy chầm chậm trờ tới. Người đàn ông đứng gần mép đường ray lúc nãy tay phất nhẹ lá cờ. Tay phải ông ta nắm cán cờ đưa về phía trước, tay trái ông ta xách cái đèn bão đưa lên cao rồi hạ xuống ngang tầm phía trước ngực đủ để thấy mọi vật chung quanh.

Hạnh Nguyên nghĩ trong cuộc đời này, ai cũng có một nỗi bận tâm dù ít hay nhiều không đáng có. Người nhân viên sân ga vẫn sống và tồn tại trên sân ga, đã mấy mươi năm với mỗi một công việc đứng báo hiệu cho mọi người biết khi đoàn tàu dừng lại nghỉ ngơi trên sân ga để hành khách xuống tàu và lên tàu. Thế mà lắm lúc cũng bị giật mình khi tàu hú một hồi còi dài vang dội, tàu đi, tàu đến, có một cuộc chia ly được báo trước khiến trí não ông xuất hiện một lỗ hổng trong tích tắc, khiến ông cũng cảm động và lao xao trong lòng, huống chi là Hạnh Nguyên lần đầu đi tàu cũng cảm nhận được mọi tình huống trắc ẩn không kềm chế được. Tình cảm con người và nỗi bận tâm, tấm lòng luôn nghĩ đến người khác, là đề tài muôn thuở đáng được ghi nhận. Nhưng sao anh ta không được như thiên hạ.

Cuộc đời Hạnh Nguyên đáng lẽ ra nàng sống một cuộc sống bình yên ở một vùng quê với cha mẹ, với bạn bè, hàng ngày gánh gồng hàng hóa đến chợ buôn bán, rồi va chạm đến cơm áo, cũng có lúc trôi chảy không gặp những vấp váp nào, nhưng cũng có lúc chao đảo trước những khó khăn không lường hết được. Để tồn tại trong cuộc sống, thì phải tôn trọng công việc dù lớn hay nhỏ và phải chấp nhận mọi tình huống rủi ro. Hạnh Nguyên là con người sống sôi nổi lãng mạn, dù khi còn là một học sinh trung học, hay khi đã về quê bị dồn vào nơi hiu quạnh lạc lõng. Trước sau gì Hạnh Nguyên cũng như mây lang thang, "tính con nhỏ này lạ lắm không hiểu nó được" – bạn bè Hạnh Nguyên nói vậy.

Rồi cái ngày đó đã đến, không biết ai đã làm lung lạc cuộc đời bình lặng của Hạnh Nguyên, khi nàng quyết định tiếp tục đi học lại, dù việc học chữ của nàng có khó khăn vì nàng đã bỏ sách vở khá lâu. Cha mẹ Hạnh Nguyên tỏ ra quá bất ngờ, không giữ được bình tĩnh, nhưng ông bà chẳng có cách nào để giữ chân con gái lại vì mọi sự định đoạt về tương lai là do Hạnh Nguyên quyết định.

Hạnh Nguyên đành phải bỏ chợ búa đã trải qua bao năm gắn bó. Rốt cuộc chuyện học hành cũng không đạt được như mong muốn, Hạnh Nguyên đi học và bỏ học ngang xương để nắm bắt một mối tình không mấy trong sáng. Hạnh Nguyên bị một gã đàn ông sừng sỏ giăng bẫy dụ dỗ bằng những lời lẽ ngọn ngọt, hòng chiếm đoạt cho được trái tim khờ dại của nàng. Gã vẽ ra một tương lai rực rỡ, một cuộc sống sung túc, Hạnh Nguyền nghe lọt tai, thế thì cần chi phải đi học cho mệt trí. Hạnh Nguyên tin một trăm phần trăm, từ lòng tin dẫn đến xiêu lòng.

Gã thường đến nhà trọ nơi Hạnh Nguyên ở sau những ngày lang thang tá túc ở một nơi nào đó, nơi mà không một ai biết, gã đến mang theo sự bực tức ở đâu đó bên ngoài về làm tình làm tội Hạnh

Nguyên đủ điều. Sự giận dữ vũ phu của gã trở thành những vết thương trên da thịt của một thiếu nữ như Hạnh Nguyên, cứ thế, ngày đi qua tháng đến, riết rồi thời gian dồn nén chờ chực vỡ trên gương mặt.

Hạnh Nguyên đã ra đời, đã va chạm, đã bon chen trong làm ăn, thì sớm muộn gì cũng có ngày lầm lỡ duyên phận. Nên nàng tự nhủ với lòng mình phải đứng lên và tìm đường cho một hướng đi.

Giờ đây nàng chỉ thấy mình đứng giữa cơn mưa tầm tã, bên cạnh là chiếc va ly và dăm ba bộ quần áo nhẹ tênh như lòng.

2.

Hạnh Nguyên đã yên vị chỗ ngồi ở toa 2, người đàn ông ngồi gần Hạnh Nguyên ở phòng đợi lúc nãy đã giúp Hạnh Nguyên bước lên tàu và tìm giúp số ghế trên hàng ghế sao cho trùng khớp với số ghế ở vé. Giờ ông ta đang xếp lại hành lý ở hàng ghế bên cạnh. Hạnh Nguyên đưa mắt đảo quanh hành khách cùng ngồi trong toa, điểm mặt chẳng có một ai quen. Đó là lúc Hạnh Nguyên tin rằng sự ra đi lang bạt của nàng đến một nơi ở khác đã bắt đầu trong khi mọi vật chung quanh vẫn còn như cũ chưa hề bị xê dịch. Không một ai biết Hạnh Nguyên đã ra đi. Nhưng tại sao phải là Hạnh Nguyên? Nàng đang cố sức vượt qua trên con đường giải thoát.

Người đàn ông Hạnh Nguyên gặp ở phòng đợi, lúc này đang tựa lưng vào thành nệm, mắt nhắm nghiền trong lớp kính cận dày cộm. Ông ta đã ngủ say, miệng hắt ra hơi thở hổn hển, như báo hiệu chút lòng thành vô hiệu hóa về chuyện tình cảm nào đó chăng. Hạnh Nguyên phớt lờ, không thèm để ý đến, cô nghĩ bọn đàn ông con trai ai cũng giống nhau. Hạnh Nguyên nhìn ra lớp cửa kiếng lấm tấm vài vệt mưa chảy dài, từng vệt, từng vệt hắt chéo lên thành cửa mặt ngoài rồi cũng mau chóng bị gió thổi bay tung tóe.

Tàu đã chạy ra khỏi thành phố, tàu chạy qua những cánh đồng lúa mênh mông, chạy qua những ngọn đồi núi non và chuẩn bị đi sâu vào lòng đèo heo hút. Trên vách núi lưng chừng đèo là những tảng đá to nằm rải rác bên những tàn cây lao xao gió, đèo quanh co vắng vẻ, không có bóng người qua lại. Phía vực là biển xanh biếc phẳng lặng, chạy thẳng tắp cho đến tận chân trời. Một bức tranh thiên nhiên như vẽ, đẹp mê hồn. Tàu chạy lướt qua chậm chạp như thế mà cũng ra khỏi đèo, là sang một thành phố khác, một tỉnh thành khác. Nàng nhìn thấy ánh đèn điện sáng màu vàng rẹt hai bên con đường có đông dân cư ở.

Máy lạnh bên trong toa tàu tỏa nhiệt. Hạnh Nguyên nghe hơi lạnh chạy dọc theo sống lưng làm nàng không ngủ được. Hạnh Nguyên cũng không biết mình đã chợp mắt ngủ từ lúc nào và thức giấc từ lúc nào hoàn toàn không nhận thức được. Nàng vô thức, rất mông lung, rất mơ hồ. Nàng lắc lắc cái đầu cho tỉnh táo, rồi đi xuống cuối toa tàu rửa mặt nghe khỏe khoắn trong người, hai con mắt bỗng dưng ráo hoảnh, nàng nhìn ra ngoài qua tấm kiếng toa tàu. Trời bắt đầu sáng hừng lên, một bức tranh hoàn hảo của tạo hóa tạo ra giữa bóng tối và ánh sáng.

Hạnh Nguyên nghe thấy một thứ gì đó muốn tuôn ra khỏi lồng ngực. Ngay đến người đàn ông lúc nãy cũng không còn ở chỗ ngồi. Hạnh Nguyên nhận ra tiếng bánh sắt xe lửa kêu khùng khục từng hồi, từng hồi đay nghiến trên đường ray. Người ngồi trong toa tàu cười nói huyên thuyên đủ thứ chuyện. Ở góc toa tàu, anh chàng thanh niên dáng người to béo đứng thét to, khi chưa tìm ra hành lý của mình để trên kệ toa tàu. Người phụ nữ ngồi với vẻ mặt cáu gắt, chửi thề lung tung, tay ẵm dỗ đứa bé cho bớt khóc. Nàng nhận ra trong không gian toa tàu có quá nhiều người và quá nhiều tiếng la lối om sòm, chửi thề tục tĩu, không có một trật tự nào ở đây, như một cái chợ. Tiếng phanh rít qua một đoạn cua để tàu chạy về thành phố, tiếng còi tàu hú vang một góc núi.

Hạnh Nguyên đứng bật dậy, kéo cánh cửa và có ý định nhảy ra ngoài. Nàng nghĩ mình phải thấy một bên ngoài trống hoác, nhưng hóa ra người đàn ông vẫn còn ở đó. Ông ta đang hút dở một điếu thuốc, mắt lơ đễnh ngó về nơi xa lắm.

Cô có ý định làm gì?

Ông ta quay sang vì nghe tiếng động nơi cánh cửa ở sau lưng. Tay Hạnh Nguyên để lên ngực, trong tích tắc, Hạnh Nguyên không biết nên nói gì.

Cô lo lắng vì điều gì?

Hạnh Nguyên đứng tựa cửa. Cánh cửa giữa hai toa tàu thỉnh thoảng lắc lư lay động. Tiếng động toa tàu di chuyển trên đường ray lắc lư với tiếng gió tốc vào hai bên mang tai thành một khối âm thanh rì rào khó tả. Hạnh Nguyên không biết nói gì, không biết diễn đạt cảm xúc với người đàn ông mới gặp. Bởi vì Hạnh Nguyên không biết ông ta đứng ở vị trí nào trong câu chuyện của mình sắp nói ra. Cô có ý định nhảy xuống đây ư?

Ông ta chỉ tay ra khoảng không bao la ở trước mặt. Tàu đang lượn theo đường cong bờ biển. Từ nơi này có thể nhìn thấy những ngọn núi xa tít mù khơi, trên biển cuồn cuộn lớp sóng biển vỗ tung tóe trắng xóa, những con chim hải âu bay lượn trên mặt biển.

Ông là ai?

Tôi là ai? Tôi ở đâu đến đây, làm nghề gì? Tôi không thể cho cô biết về lý lịch trích ngang của tôi. Giờ tôi chỉ biết cô đi trên chuyến tàu với một tâm trạng không mấy bình thường, tôi cảm nhận được trong đôi mắt của cô. Trên thế gian này có hàng ngàn, hàng vạn cô gái như cô, có người ra đi làm đủ ngành nghề để kiếm sống, có người đi học để sau này làm bà nọ bà kia trong xã hội, có người ăn không ngồi rồi, có người lận đận, có người giàu, có người nghèo, không một ai giống ai. Nhưng tất cả họ đều lên đường trong nỗi bất an muôn thuở. Cô hiểu tôi nói chứ?

Ông ta dụi tàn thuốc vào cánh cửa, rồi vứt mẩu tàn thuốc xuống nền toa tàu, ông ta dụi mẩu tàn thuốc bằng chân thêm nhiều lần.

Tôi có liên quan gì đến ông? Ông nói những câu chữ dài dòng và mâu thuẫn làm cho tôi rối rắm nên không hiểu một chút nào hết, và tôi cũng không có ý định nhảy tàu ra khoảng không bao la đó.

Người đàn ông nhìn thẳng vào đôi mắt của Hạnh Nguyên. Trong trí nhớ của mình, ông ta chưa từng gặp đôi mắt nào như thế trong đời. Đôi mắt u uẩn nhưng nhìn kỹ thì long lanh như mặt nước hồ thu không một chút gợn sóng. Trong phút chốc, Hạnh Nguyên thấy mình ở đó trong mắt ông. Hạnh Nguyên đứng trên một ngọn đồi cao hướng mắt ra biển, nhìn thấy không gian quanh mình không một chút lay động, hai hàng cây ven đường tịch lặng không có một chiếc lá vàng nào rơi. Gió đã trốn ở một nơi nào đó xa xăm. Trong một không gian tĩnh mịch ấy, nàng cảm thấy đầu óc nặng trịch quay cuồng, thế mà nàng chợt nhận ra mình tỉnh táo hơn bao giờ hết. Nàng nhìn thấy trên mặt hồ gợn sóng lao xao, nhưng không bí ẩn và kỳ lạ như người đàn ông nàng gặp, ông chưa để lộ ra chân tướng, ông bình thản đến lạ lùng. Bỗng dưng như một chiếc lá trôi bềnh bồng trên mặt hồ, trong giây phút lao xao đã khẽ lay động.

Tôi đi tìm vợ, cô ấy đi sau lần cãi vã với tôi. Đang cơn nóng giận, tôi đánh cô ấy một bạt tai.

Đàn ông các ông đều như nhau cả.

Cô nói tôi?

Nói chung chung, ông nghĩ sao cũng được!

Người đàn ông nhặt lấy đầu lọc điếu thuốc bị dụi nát. Ông cầm nó và bỏ vào giỏ rác, một ít tàn thuốc rơi ra và vương ở tay áo. Người đàn ông khép cánh cửa rồi bỏ đi.

Vợ tôi có thể đi trên chuyến tàu này, hay một chuyến tàu nào khác, nhưng không bao giờ có ý định nhảy ra khỏi tàu, và tất cả phụ nữ trên các chuyến tàu đều không nên có hành động như vậy.

Tiếng trẻ nít khóc, tiếng nói cười của hành khách trên toa tàu, tiếng khùng khục đay nghiến của bánh sắt trên đường rạy, tiếng còi tàu hú vang dội mỗi khi tàu chạy qua khu dân cư. Hạnh Nguyên thấy mình hóa thành chiếc lá bay rũ rượi xuống mặt đường, mặt hồ lăn tăn gợn sóng.

3.

Tàu vẫn trượt dài trong không gian, mỗi lúc một gần, trong bóng tối từ từ tiến ra ánh sáng, Hạnh Nguyên thấy nơi đường chân trời le lói chút ánh sáng đầu ngày.

Tàu bắt đầu giảm dần tốc độ. Đâu đó những con người đứng ngồi bên ngoài cánh cửa nhà, họ ngóng cổ nhìn lên những ô cửa toa tàu, Hạnh Nguyên cũng không rõ họ nhìn gì, những con người đứng dọc ở ven đường lại ngóng những người đang di chuyển xẹt ngang qua đời họ. Có rất nhiều cuộc đời diễn ra ở đây. Nhiều người được sinh ra và lớn lên rồi cũng theo thời gian già đi, nhiều người đã khóc, đã cười bên những buổi chiều tối muộn ở nơi đoàn tàu chạy lướt qua.

Hạnh Nguyên tự hỏi liệu có ai đó đã bỏ nhà ra đi như mình hay không?

Đoàn tàu chạy giảm tốc độ dần và dừng hẳn ở một ga xép nhỏ. Nàng thấy dăm ba người đang loay hoay kéo hành lý lệt xệt trên sân ga. Thêm dăm ba người leo lên toa tàu, dấu bụi đường còn đọng trên áo những lữ khách xa lạ.

Trên sân ga vài chiếc đèn dầu nhỏ lắt lay trên những thúng quà, và trên tay của người bán hàng trên sân ga xép. Một vài hành khách đi dạo quanh những thúng quà, họ hỏi giá cả và mua một vài món đựng trong túi ny lông. Những người khác thì không ngó ngàng chi tới, họ chỉ tranh thủ lúc đoàn tàu dừng lại đi hút thuốc và tiểu tiện. Những đốm sáng ngọn đèn dầu lay động qua từng cơn gió đêm, đốm sáng điếu thuốc lá lập lòe trên môi mỗi người trên sân ga, tất cả đều mong manh dễ tan bên dưới trời sương gió nơi ngoại ô tỉnh lẻ.

Bây giờ Hạnh Nguyên đã đổi chỗ ngồi sang một hàng ghế khác, để dễ tựa đầu vào mặt kiếng cửa sổ. Hạnh Nguyên có thể nhìn thấy những gì đang diễn ra ở bên ngoài. Người đàn ông cũng rời chỗ ngồi với bao thuốc lá con mèo cầm trên tay. Lúc ông đi ngang qua chỗ Hạnh Nguyên ngồi, mùi thuốc lá hắt ra bay vào khứu giác nghe khét lẹt khó chịu. Chắc ông ấy hút rất nhiều thuốc lá trong tâm trạng nhiều phiền muộn trong lòng.

Nhân viên trực ga, họ cầm cái loa trên tay để ngang miệng:
Đã đến giờ tàu chạy, mời bà con lên tàu, nếu để chậm trễ không lên tàu, bà con phải ở lại, không còn một chuyến tàu nào nữa.

Tiếng khùng khục ở đầu tàu mỗi lúc một lớn, tàu chuyển động từ từ ra khỏi sân ga, đến khi mất hút sau dãy nhà cư dân. Mọi chuyện xảy ra trên toa tàu như một phần trên sân khấu đang diễn vở bi hài kịch không kém phần hấp dẫn. Hạnh Nguyên vừa là diễn viên vừa là khán giả, mang lòng trắc ẩn trong cuộc hành trình tiến về phương Nam.

Rốt cuộc mọi chuyện cũng đều trôi qua, chẳng có một ai mang theo trong lòng làm gì.

Trời sáng tỏ, nắng nóng, tàu đã dừng ở sân ga cuối cùng, những hành khách trên tàu lao xao kéo hành lý ra khỏi toa. Người nối người xếp một hàng dài, chèn ép lẫn nhau trong lối đi giữa hai hàng ghế. Nắng Sài Gòn chói lọi khung cửa kiếng, bầu trời một màu trong xanh, rất xanh. Hạnh Nguyên mệt nhoài người, đến mức như chỉ muốn vật mình nằm dài ra, bởi giấc ngủ chập chờn và những mẩu chuyện rời rạc không đầu không cuối trên toa tàu. Nhưng trong lúc này Hạnh Nguyên tin rằng nàng không phải là người bỏ quê quán ra đi, dù nàng chưa biết nàng nên đi đâu và làm gì, với một va ly dăm ba bộ quần áo và đồ dùng lặt vặt cá nhân.

Tôi đã cho anh ấy uống thuốc ngủ hòa tan trong nước, anh ấy hôn mê nằm gục trên bàn.

Hạnh Nguyên nói với ông công an trực trong trạm ga. Ông ta bấm điện thoại gọi cho một ai đó.

Cô nói gì?

Tôi đã cho anh ấy uống thuốc ngủ hòa tan trong cốc nước ngọt, không biết anh ta chết sống như thế nào. Sau đó tôi rời khỏi hiện trường, nơi nhà trọ tôi ở.

Ông ta lấy quyển sổ trực ghi số căn cước, địa chỉ quê quán và số điện thoại di động của Hạnh Nguyên.

Tôi sẽ liên lạc với cô.

Rồi ông ta cho Hạnh Nguyên ra về.

Vũ Khắc Tĩnh

tranh Khánh Trường

TRẦN HUIỀN ÂN

NAM TRUNG BỘ - HƯƠNG KHOA THỜI NHÀ NGUYỄN

VÙNG ĐẤT NAM TRUNG BỘ

Nam Trung Bộ là dải đất phần nam của MiềnTrung, chạy dài từ đèo Hải Vân đến bãi bồi Bình Châu. Địa danh lâu đời nhất là Quảng Nam. Có thể nói Nam Trung Bộ là *Quảng Nam thừa tuyên* "mở rộng".

Theo dòng lịch sử... Năm 1471 sau cuộc viễn chinh toàn thắng, vua Lê Thánh Tông chiếm đất Đồ Bàn (Bình Định), đặt cùng Đại Chiêm, Cổ Lũy làm đạo Quảng Nam.

Trước đó... Năm 1306 đời nhà Trần, vua Chế Mân đã dâng hai châu Ô - Lý để cưới công chúa Huyền Trân. Lãnh thổ Châu Ô từ sông Ô Lâu đến bờ bắc sông Thu Bồn. Năm 1402 Hồ Quý Ly bắt vua Chiêm dâng đất Chiêm Động (Quảng Nam), Cổ Lũy (Quảng Ngãi) rồi chia làm châu Thăng, châu Hoa, châu Tư, châu Nghĩa.

Và về sau... Năm 1578 chúa Nguyễn Hoàng cử Lương Văn Chánh đem quân bạt phá "Thành Hồ" thủ phủ vùng Aryaru (Phú Yên), năm 1597 đưa lưu dân vào định cư, năm 1611 chính thức lập phủ Phú Yên, lệ vào Quảng Nam thừa tuyên.

Vậy, Quảng Nam thừa tuyên là Nam Ngãi Bình Phú hiện nay, có diện tích hơn 28.000 km^2, chiếm phần rộng lớn trong hai trấn Thuận - Quảng dưới quyền cai trị của Nguyễn Hoàng từ sông Gianh đến núi Đá Bia, nơi chúa cho rằng địa thế sông núi hiểm trở vững bền: "*Núi sẵn vàng sắt, biển nhiều cá muối, thật là đất dụng võ của người anh hùng*". Giấc mộng mở mang cõi Nam Hà riêng núi riêng sông của chúa Tiên đã hoàn thành.

Tiếp theo... Năm 1653 chúa Nguyễn Phước Nguyên sai Cai cơ Hùng Lộc và Xá sai Minh Võ lập dinh Thái Khang (Khánh Hòa). Năm 1693 chúa Nguyễn Phước Chu sai Tổng binh Nguyễn Hữu Cảnh lập Thuận phủ, năm sau đổi là Thuận Thành (Ninh Thuận). Năm 1697 Quốc chúa đặt phủ Bình Thuận

Như thế, công cuộc mở cõi để có dải đất Nam Trung Bộ kéo dài gần 400 năm, từ 1306 đến 1697, sáp nhập vào nước Việt hơn 44.000 km^2.

Năm 1744 chúa Nguyễn Phước Khoát cho rằng lời sấm có nói "Tám đời trở lại trung đô" lên ngôi vương, châm chước chế độ các đời, đổi y phục, thay phong tục, định thứ bậc quan chức văn võ, chia đặt các đơn vị hành chánh toàn cõi làm 12 dinh và 1 trấn. Chính dinh Phú Xuân gọi là Đô thành. Phần đất Nam Trung Bộ có 4 dinh: dinh Quảng Nam (gồm cả hai phủ Quảng Ngãi và Quy Nhơn lệ vào), dinh Phú Yên, dinh Bình Khang, và dinh Bình Thuận.

Đến đời nhà Nguyễn đơn vị hành chánh có khi gọi là trấn, là dinh, là đạo, sau cùng thống nhất gọi là tỉnh. Nam Trung Bộ có 7 tỉnh: Quảng Nam, Quảng Ngãi, Bình Định, Phú Yên, Khánh Hòa, Ninh Thuận, Bình Thuận.

VIỆC HỌC VÀ THI

Thời chúa Nguyễn đã tổ chức việc học và thi tại lãnh thổ Nam Hà, nhưng đến đời nhà Nguyễn mới theo quy củ.

- Trường học:

Mỗi tỉnh đều có trường học cấp tỉnh. Và các trường cấp phủ, huyện.

- Tỉnh Quảng Nam: Trường phủ Điện Bàn, trường phủ Thăng Bình.
- Tỉnh Quảng Ngãi: Trường huyện Bình Sơn, trường huyện Mộ Đức.
- Tỉnh Bình Định: Trường phủ Hoài Nhơn, trường phủ An Nhơn, trường huyện Phù Mỹ, trường huyện Phù Cát, trường huyện Tuy Phước.
- Tỉnh Phú Yên: Trường phủ Tuy Hòa, trường huyện Đồng Xuân, trường huyện Sơn Hòa.
- Tỉnh Khánh Hòa: Trường phủ Diên Khánh, trường phủ Ninh Hòa, trường huyện Vĩnh Xương, trường huyện Tân Định.

- Tỉnh Bình Thuận: Trường phủ Hàm Thuận, trường huyện Hòa Đa.
- Tỉnh Ninh Thuận: Lúc đầu (khi chưa được thăng thành tỉnh) là trường phủ Ninh Thuận.

- Trường thi:

Các trường thi hương mở từ năm 1807 (Gia Long thứ 6) đến 1918 (Khải Định thứ 3).

Thí sinh các tỉnh Nam Trung Bộ thi tại các trường: Thừa Thiên (lúc đầu gọi là trường Quảng Đức, trường Trực Lệ), Gia Định, Bình Định (từ năm 1852), An Giang (1864).

Vua Gia Long có lệnh cho các tỉnh từ Phú Yên đến Bình Thuận sĩ tử đi thi hương được cấp lương theo hành trình.

- Thành phần thí sinh:

Đối chiếu với danh sách các vị đậu Cử nhân, thí sinh thuộc các thành phần: - Đã đậu Tú tài – Giám sinh - Ấm sinh – Học sinh - người Minh Hương - người gốc Chăm...

- Số vị đậu đạt qua các khoa thi:

Cả các tỉnh Nam Trung Bộ là 667 vị Cử nhân. Các tỉnh Quảng Nam, Quảng Ngãi, Bình Định chiếm số đông. Quảng Nam trên 35,6%, Quảng Ngãi trên 19,7%, Bình Định trên 35,9%.

Một số vị tiếp tục thi Hội. Có 39 vị đậu các thứ bậc Hoàng giáp, Tiến sĩ, Phó bảng. Thêm một trường hợp đặc biệt: ông Trần Quý Cáp, Tú tài được đặc cách cho thi Hội, đậu Tiến sĩ, cùng khoa với Huỳnh Thúc Kháng (1904). (Do vậy tên ông không có trong danh sách Hương khoa).

Khoa thi Hội năm 1898 tỉnh Quảng Nam có 5 vị đại khoa: 3 Tiến sĩ (Phạm Liệu, Phan Quang, Phạm Tuấn), 2 Phó bảng (Ngô Chuân, Dương Hiển Tiến) được vua Thành Thái ban tặng "*Ngũ phụng tề phi*".

Phần đông các vị đều làm quan. Từng trường hợp biết bao thăng trầm, như ghi trong *Quốc triều Hương khoa lục*.

Một số vị quyền cao chức trọng, lên đến Thượng thư, Tổng đốc...

Ông Trương Đăng Quế, người xã Mỹ Khê huyện Bình Sơn tỉnh Quảng Ngãi, Cử nhân năm 1819, lên đến Cần Chánh điện Đại học sĩ, là cố mệnh lương thần, chết được tùng tự ở Thế miếu.

Ông Võ Duy Ninh người xã Đại An huyện Chương Nghĩa tỉnh Quảng Ngãi đậu Cử nhân năm 1834, Hộ đốc Gia Định, *tuẫn tiết*. Ông Hoàng Diệu người xã Xuân Đài huyện Diên Phước tỉnh Quảng Nam, Cử nhân năm 1848, Phó bảng năm 1853, Tổng đốc Hà Ninh, *tử tiết*.

Có vị tại chức đến khi hưu trí. Ông Đoàn Khắc Nhượng người xã Nhơn Hòa huyện Bình Sơn tỉnh Quảng Ngãi, Cử nhân năm 1846, Tuần phủ Quảng Ngãi *làm quan có tiếng là liêm khiết*. Cũng có vị khi hoạn lộ đang thông suốt xin về vui thú điền viên.

Có vị đang làm quan xin nghỉ về nuôi cha mẹ: ông Lê Đĩnh người xã Đông Mỹ huyện Diên Phước tỉnh Quảng Nam, Cử nhân năm 1870, làm Tổng đốc Hà Nội - ông Dương Đình Thọ người xã Tuyết Diêm huyện Bình Sơn tỉnh Quảng Ngãi đang làm Tri phủ... và một số vị khác cũng xin nghỉ với lý do tương tự.

Có vị bị giáng. Có vị bị tội phải đi hiệu lực rồi được phục chức thấp hơn. Có vị sách ghi là "bị miễn", "bị cách", "bị tội", "can án". Một số vị sau buổi vinh quy chưa được bổ nhiệm làm quan đã qua đời: ông Đỗ Trứ người xã Vạn Thiện huyện Bình Sơn tỉnh Quảng Ngãi, Cử nhân năm 1855 – ông Dương Hiển Tiến người xã Cẩm Lâu huyện Diên Phước phủ Điện Bàn tỉnh Quảng Nam, Cử nhân năm 1891, Phó bảng năm 1898... và một số vị khác...

Nói về các vị bất đồng chính kiến với triều đình nhà Nguyễn, chống lại chế độ thực dân Pháp, quan điểm của soạn giả thể hiện trong đoạn ngắn ghi "tiểu sử". Ông Nguyễn Duy Hiệu người xã Thanh Hà huyện Diên Phước tỉnh Quảng Nam, Cử nhân năm 1876, Phó bảng năm 1879, Hồng lô tự khanh "*nhân có biến, tụ tập dân chúng, can trọng án*" – Ông Mai Xuân Thưởng người thôn Phú Lạc huyện Tuy Viễn tỉnh Bình Định, Cử nhân năm 1885, "*lúc tỉnh thành có biến, tập họp thân hào, can trọng án*" - Ông Huỳnh Thúc Kháng người xã Thạnh Bình huyện Hà Đông tỉnh Quảng Nam, Cử nhân năm 1900, Tiến sĩ năm 1904, "*can tội*" - Ông Phan Châu Trinh người xã Tây Lộc huyện Hà Đông tỉnh Quảng Nam, Cử nhân năm 1900, Phó bảng năm 1901 "*can tội, bị truy nã*".

Ngoài các phụ chú nêu trên, để khuyến khích việc học, nhiều trường hợp được biểu dương khi: ông cháu, cha con, anh em, bác cháu, chú cháu... lần lượt thi đậu và anh em ruột cùng đậu một khoa thi.

- Các vị khai khoa từng địa phương:

Do hoàn cảnh khác nhau, số người ứng thí tại mỗi tỉnh có khác nhau về thời gian và trường thi. Sau đây là các vị khai khoa:

-*Tỉnh Quảng Nam*: Ông Nguyễn Văn Thành, đậu Cử nhân năm 1819 (Gia Long thứ 18) tại trường thi Trực Lệ, vị thứ 3/17.

-*Tỉnh Quảng Ngãi*: Ông Trương Đăng Quế, cùng đậu năm 1819 tại trường Trực Lệ, vị thứ 9/17.

-*Tỉnh Bình Định*: ông Huỳnh Văn Minh, đậu năm 1821 (Minh Mạng thứ 2) tại trường thi Trực Lệ, vị thứ 18/25.

-*Tỉnh Phú Yên*: ông Lê Đức Ngạn, đậu năm 1821 tại trường thi Gia Định, vị thứ 16/16.

-*Tỉnh Khánh Hòa*: ông Trần Văn Tú, đậu năm 1813 (Gia Long thứ 12) tại trường thi Quảng Đức, vị thứ 9/9.

-*Tỉnh Ninh Thuận*: ông Phan Cư Chánh (Phan Trung) đậu năm 1841 (Thiệu Trị nguyên niên) tại trường thi Gia Định, vị thứ 8/15.

-*Tỉnh Bình Thuận*: ông Đinh Hưng Thiệu, đậu năm 1825 (Minh Mạng thứ 6) tại trường thi Gia Định, vị thứ 10/15.

- Các vị thủ khoa các kỳ thi:

Các vị người các tỉnh Nam Trung Bộ đậu thủ khoa từng khoa thi:

-*Tỉnh Quảng Nam:*

Ông Phạm Phú Thứ, thủ khoa trường thi Thừa Thiên năm 1842 (Thiệu Trị thứ 2), đến năm 1843 đậu Hội nguyên Tiến sĩ.

Ông Lê Vĩnh Khánh, thủ khoa trường thi Thừa Thiên năm 1843 (Thiệu Trị thứ 3), đến năm 1844 đậu Phó bảng.

Ông Nguyễn Hanh, thủ khoa trường thi Thừa Thiên năm 1852 (Tự Đức thứ 5).

Ông Phạm Liệu, thủ khoa trường thi Thừa Thiên năm 1894 (Thành Thái thứ 6), đến năm 1898 đậu Tiến sĩ.

Ông Huỳnh Thúc Kháng, thủ khoa trường thi Thừa Thiên năm 1900 (Thành Thái thứ 12), đến năm 1904 đậu Hội nguyên Tiến sĩ.

-Tỉnh Quảng Ngãi:

Ông Nguyễn Luật, thủ khoa trường thi Bình Định năm 1868 (Tự Đức thứ 21).

Ông Trương Đăng Tuyển, thủ khoa trường thi Bình Định năm 1870 (Tự Đức thứ 23).

Ông Phạm Văn Hành, thủ khoa trường thi Bình Định năm 1876 (Tự Đức thứ 29), đến năm 1877 đậu Phó bảng.

Ông Bùi Phụ Truyền, thủ khoa trường thi Bình Định năm 1879 (Tự Đức thứ 32).

Ông Trần Cư, thủ khoa trường thi Bình Định năm 1882 (Tự Đức thứ 35).

Ông Phạm Văn Chất, thủ khoa trường thi Bình Định năm 1884 (Kiến Phúc thứ 1).

Ông Dương Huy, thủ khoa trường thi Bình Định năm 1894 (Thành Thái thứ 6).

Ông Phạm Hào, thủ khoa trường thi Bình Định năm 1897 (Thành Thái thứ 9).

Ông Tạ Hàm, thủ khoa trường thi Bình Định năm 1900 (Thành Thái thứ 12).

Ông Trần Phan, thủ khoa trường thi Bình Định năm 1912 (Duy Tân thứ 6).

Ông Phạm Trinh, thủ khoa trường thi Bình Định năm 1918 (Khải Định thứ 3).

-Tỉnh Bình Định:

Ông Lê Doãn Xuân, thủ khoa trường Thừa Thiên năm 1837 (Minh Mạng thứ 18).

Ông Trần Văn Chánh, thủ khoa trường Thừa Thiên năm 1840 (Minh Mạng thứ 21), đến năm 1842 đậu Tiến sĩ.

Ông Cao Văn Tuấn, thủ khoa trường Bình Định năm 1852 (Tự Đức thứ 3).

Ông Nguyễn Đăng Tuyển, thủ khoa trường Bình Định năm 1855 (Tự Đức thứ 8).

Ông Nguyễn Duy Lộc, thủ khoa trường Bình Định năm 1858 (Tự Đức thứ 11).

Ông Lê Đăng Đệ, thủ khoa trường Bình Định năm 1867 (Tự Đức thứ 20).

Ông Lê Văn Phái, thủ khoa trường Bình Định năm 1873 (Tự Đức thứ 26).

Ông Nguyễn Khởi, thủ khoa trường Bình Định năm 1878 (Tự Đức thứ 31).

Ông Lê Thân, thủ khoa trường Bình Định năm 1885 (Hàm Nghi thứ 1).

Ông Lê Dương, thủ khoa trường Bình Định năm 1891 (Thành Thái thứ 3).

Ông Lê Đức Dĩnh, thủ khoa trường Bình Định năm 1903 (Thành Thái thứ 15).

Ông Lê Truân, thủ khoa trường Bình Định năm 1906 (Thành Thái thứ 18).

Ông Lê Trình Thoại, thủ khoa trường Bình Định năm 1909 (Duy Tân thứ 3).

Ông Đặng Thành Đôn, thủ khoa trường Bình Định năm 1915 (Duy Tân thứ 9).

Trường thi Bình Định lập năm 1852, dành cho các tỉnh từ Quảng Ngãi đến Bình Thuận.

Liên tiếp trong 3 kỳ thi đầu tiên vị thứ thủ khoa thuộc về thí sinh Bình Định (ông Cao Văn Tuấn khoa 1852, ông Nguyễn Đăng Tuyển khoa 1855, ông Nguyễn Duy Lộc khoa 1858). Có câu ca dao: "*Cảm thương Quảng Ngãi đường xa. Để cho Bình Định thủ khoa ba lần*". Khoa tiếp theo, 1867 Bình Định lại thủ khoa, lần thứ tư (ông Lê Đăng Đệ).

Hai khoa sau đó Quảng Ngãi giành vị thứ thủ khoa (ông Nguyễn Luật khoa 1868, ông Trương Đăng Tuyển khoa 1870). Bây giờ ca dao nói: "*Tiếc công Bình Định xây thành. Để cho Quảng Ngãi vô giành thủ khoa*".

***- Các vị Cử nhân trẻ tuổi:** (đậu lúc 18 đến 25 tuổi)

- *Tỉnh Quảng Nam:* 18 vị.

Đậu lúc 18 tuổi: 1) ông Cao Tường đậu năm 1906.

Đậu lúc 19 tuổi: 1) ông Võ Hy Lượng đậu năm 1894.

Đậu lúc 21 tuổi: 1) ông Hà Ngải đậu năm 1912 – 2) ông Trần Nhã Diệm đậu năm 1915.

Đậu lúc 22 tuổi: 1) ông Phạm Liệu, 2) ông Phan Quang, 3) ông Ngô Trân - cùng đậu năm 1894.

Đậu lúc 23 tuổi: 1) ông Đặng Lương đậu năm 1894 - 2) ông Mai Dị đậu năm 1906 – 3) ông Phan Đình Chi đậu năm 1915.

Đậu lúc 24 tuổi: 1) ông Lê Hoàn đậu năm 1894 - 2) ông Nguyễn Mậu Hoán đậu năm 1900 - 3) ông Lê Cảnh đậu năm 1903 – 4) ông Phan Vĩnh đậu năm 1906 – 5) ông Phạm Phú Tiết đậu năm 1918.

Đậu lúc 25 tuổi: 1) ông Huỳnh Thúc Kháng đậu năm 1900 – 2) ông Lê Trí Hiển đậu năm 1903 – 3) ông Nguyễn Phan đậu năm 1909.

- *Tỉnh Quảng Ngãi*: 7 vị

Đậu lúc 20 tuổi: 1) ông Nguyễn Thuyên đậu năm 1906.

Đậu lúc 21 tuổi: 1) ông Tạ Hàm đậu năm 1900 – 2) ông Phạm Trinh đậu năm 1918.

Đậu lúc 22 tuổi: 1) ông Lê Văn Duy đậu năm 1918.

Đậu lúc 23 tuổi: 1) ông Võ Thiếu Trinh đậu năm 1900.

Đậu lúc 24 tuổi: 1) ông Bùi Phụ Nghiệp đậu năm 1928.

Đậu lúc 25 tuổi: 1) ông Trần Nguyễn Thiệp đậu năm 1906.

- *Tỉnh Bình Định:* 11 vị

Đậu lúc 18 tuổi: 1) ông Trần Quý Hàm đậu năm 1906.

Đậu lúc 20 tuổi: 1) ông Tạ Chương Phùng đậu năm 1918.

Đậu lúc 21 tuổi: 1) ông Trần Đình Tân đậu năm 1915.

Đậu lúc 22 tuổi: 1) ông Đinh Trọng Cát đậu năm 1894 – 2) ông Trần Lê Hàm đậu năm 1900 – 3) ông Trần Văn Luân đậu năm 1906.

Đậu lúc 23 tuồi: 1) ông Hồ Sĩ Đạo đậu năm 1900 – 2) ông Lê Truân đậu năm 1906.

Đậu lúc 24 tuổi: 1) ông Võ Huyên đậu năm 1900.

Đậu lúc 25 tuổi: 1) ông Võ Đình Phương – 2) ông Đỗ Xuân Yêm - cùng đậu năm 1915.

- *Tỉnh Phú Yên*: 3 vị

Đậu lúc 19 tuổi: 1) ông Lê Hoàng Hà đậu năm 1918.

Đậu lúc 22 tuổi: 1) ông Nguyễn Bá Côn đậu năm 1894.

Đậu lúc 25 tuổi: 1) ông Trần Đình Hiến đậu năm 1918.

Cộng Nam Trung Bộ: 39 vị. (Không có số liệu các khoa thi trước hơn).

****- Cử nhân cao tuổi:***

Ngày xưa 50 tuổi đã... già! Ở Nam Trung Bộ các vị cao tuổi ít đi thi Hương.

Ông Tú tài Phan Ý người xã Hiếu Đức huyện Tuy Viễn tỉnh Bình Định đậu Cử nhân năm 1900 lúc 50 tuổi.

Trong khi Bắc Bộ và Bắc Trung Bộ không ít vị đậu Cử nhân lúc trên 50 tuổi. Ông Tú tài Nguyễn Sư Hoàng người xã Bình Vọng huyện Thượng Phú tỉnh Hà Đông đậu Cử nhân năm 1906 lúc 55 tuổi (...) Cao tuổi hơn là: Ông Nguyễn Duy Thanh người xã Vương Quang huyện Thụy Nguyên tỉnh Thanh Hóa đậu Tú tài năm khoa, đến năm 1900 đậu Cử nhân trường Thanh Hóa lúc 75 tuổi - Ông Vũ Đình Thự người xã Bình Cách huyện Đông Quan tỉnh Thái Bình đậu Cử nhân trường Hà Nội năm 1900 lúc 84 tuổi.

*

Nhìn lại một thời đã qua, cũng là "ôn cố tri tân" để liên hệ với hôm nay, đặt niềm hi vọng tương lai, mỗi ngày một vượt lên cao hơn, vươn tới xa hơn...

Trần Huiền Ân

TƯ LIỆU THAM KHẢO

- Cao Xuân Dục – Nguyễn Thúy Nga, Nguyễn Thị Lâm dịch (1993) – *Quốc triều hương khoa lục* – NXB TP.HCM

- Trần Trọng Kim (1971) – *Việt Nam sử lược* – NXB Trung tâm Học liệu Bộ Giáo Dục - SG

- Quốc sử quán triều Nguyễn – Bản dịch Viện Sử học (2004) – *Đại Nam thực lục tập một: tiền biên – chính biên đệ nhất kỷ* - NXB Giáo Dục – HN

- Quốc sử quán triều Nguyễn – Phạm Trọng Điềm dịch (2006) – *Đại Nam nhất thống chí tập 1, 2, 3, 4, 5* – NXB Thuận Hóa – Huế

LẠP CHÚC NGUYỄN HUY

TRIẾT LÝ GIÁO DỤC VUA NGUYỄN

Việc dạy học các hoàng tử, hoàng thân nhỏ tuổi được trao cho một ban giảng huấn gồm các quan giáo đạo. "*Phàm việc giáo dục các tôn thân, những hoàng tử, hoàng thân thì có nhà Tập Thiện, có đặt các chức Tán thiện, Ban độc, Giáng tập, Chính tự, mà lấy quan đại thần kiêm làm sư bảo, dạy bảo để trọng đạo thầy*" (Hội Điển 1)[1].

Đến khi Thái Tử lên ngôi vua thì trước ngai vàng, vua luôn luôn nhìn thấy trước mặt bài học đạo trị quốc và đạo quân vương được ghi trên hai nghi môn (phương môn[2]) trên cầu Trung Đạo dẫn đến điện Thái Hòa[3].

Vào thăm Hoàng Thành, đi qua cửa Ngọ Môn[4], các du khách thì đi vội đến điện Thái Hòa để chiêm ngưỡng cái nguy nga tráng lệ của

---

[1] Võ Hương An. Từ điển nhà Nguyễn, tập 1, Nam Việt XB, California, 2015, tr. 75.

[2] Phương 方 là vuông vắn, Môn 門 là cửa.

[3] Thái Hòa. 太 thái: cao, to, 和 Hoà: cùng ăn nhịp với nhau, vừa phải, không thái quá không bất cập (harmonie).Trong Kinh Dịch, Thái là tốt lành nên thường nói *Thái giả thông dã* (Thái là thông suốt). Vì vậy quẻ Thái là quẻ tốt lành nhất vì "*thiên địa giao Thái, hậu dĩ tài thành thiên địa chi đạo*…" có nghĩa là nhìn vào hình dáng của quẻ Thái, thấy ý nghĩa tốt lành của Thái là do 3 hào dương nội quái Càn (trời, tượng trưng bởi 3 vạch liền nằm bên dưới hợp với 3 hào âm ngoại quái Khôn (đất, tượng trưng bởi 3 vạch đứt) nằm bên trên. Hình dáng quẻ Thái diễn tả khí trời giáng xuống dưới (hướng âm), khí đất xông lên trên (hướng dương), khí âm dương trong vũ trụ được giao hòa khiến cho vạn vật thành tựu vuông tròn…

Địa Thiên Thái

[4] Ngọ Môn 午門 (cổng tý ngọ): Giải thích theo thời gian: Ngọ là lúc mặt trời lên cao nhất. Ngọ môn ý nói vua đứng ở thời điểm cao nhất. Giải thích theo không gian: Căn cứ trên la bàn, phía nam thuộc hướng "ngọ" trên trục "tý – ngọ" (bắc – nam), vì thế, cái tên Ngọ Môn tức cửa Nam mang ý nghĩa về không gian, phương hướng. Ngọ môn có 5 cửa: Cửa chính giữa gọi là Ngọ Môn dành cho vua; hai cửa

thời quân chủ; còn chúng ta, hỏi có mấy ai trong chúng ta qua cửa Ngọ Môn, bước tới cầu Trung Đạo ngó xuống hồ Thái Dịch rồi nhìn lên các Đại Tự trên các "*nghi môn*[5]" (Cửa sau của cổng chính Ngọ Môn) mà hình dung được hình ảnh sau?

- Vua đi trên Dũng Đạo **甬道**[6] là con đường lát đá ở giữa những biến dịch lớn lao (hồ Thái Dịch).
- Trên đầu vua là các đại tự khắc trên nghi môn hướng dẫn vua đi trên cầu bằng bài học trị quốc và tu dưỡng bản thân.

Nghi môn ➔Cầu Trung Đạo bắc trên hồ Thái Dịch ➔Điện Thái Hòa

Cầu Trung Đạo[7] bắc qua hồ Thái Dịch[8] trong Hoàng Thành, là đường dẫn từ cửa Ngọ Môn vào điện Thái Hòa (**太和殿**) và nằm trên trục Dũng Đạo [9] của hoàng thành.

---

kế liền gọi là Giáp Môn dành cho quan lại còn hai cửa quanh ngoài rìa gọi là Dịch Môn dành cho binh mã. Về phương vị, chính Nam (正南) thuộc Ngọ (午), nên cửa chính Hoàng thành phía Nam còn được gọi là Đoan Môn (端門), "Ngọ Môn" (午門), hoặc "Ngọ Triều Môn" (午朝門). Theo "*Tiên Thiên Bát Quái*" (先天 八卦), hướng Nam ứng với quẻ Càn (乾), tượng trưng cho Trời, nên Ngọ Môn chỉ dành riêng cho Đế vương, Thiên tử đi. Ngọ Môn có Lầu Ngũ Phụng mang ý nghĩa là nơi hội tụ hiền tài ví như chim phụng, bởi vậy, khoa thi năm Mậu Tuất 1898, đất Quảng Nam có đến 5 vị cùng thi đỗ đại khoa (2 Phó bảng, 3 Tiến sỹ) thì được vinh danh là xứ sở có "ngũ phụng tề phi" (5 chim phượng cùng bay lên).

[5] Nghi môn儀門 là cổng thứ nhì sau cổng ngoài. Nghi 儀 Phép tắc, khuôn mẫu để mọi người theo, nghi thức, lễ nghi, môn 門 là cửa. Nghi môn cũng hiện diện tại lăng Minh Mạng, Thiệu Trị.

[6] Dũng đạo: dũng 甬 ở giữa, đạo 道 đường. Dũng đạo chỉ đường đi ở giữa cung điện. Tại lăng vua thì gọi Thần Đạo, Còn đình, đền thờ thần thì gọi linh đạo.

[7] Trung 中: ở giữa. Đạo 道: Đường. Trung Đạo là con đường chính giữa ngụ ý trị quốc phải giữ đạo. "*trung dung*" không được đi sang cực đoan. Không thiên vị, không quá đi, cũng không thiếu đi, thể hiện sự trung dung hài hòa, không cực đoan.

[8] Thái dịch 大 易: Biến đổi lớn.

Ở hai đầu cầu Trung Đạo có hai Nghi môn bằng đồng. Mỗi nghi môn gồm 3 phần:

- Cột đồng. Mỗi nghi môn được đỡ bởi 4 cột bằng đồng, hai cột ngoài chạm mây. Phần thân hai trụ giữa được đúc nổi đề tài "*long vân thủy ba*" với cặp hình rồng 5 móng (dành riêng cho vua) tượng trưng cho âm dương hòa hợp: Tượng hình long thăng (bên trái từ điện Thái Hòa nhìn ra, tượng trưng cho khí Dương đi lên), tượng hình long giáng (bên phải biểu tượng khí âm đi xuống).

-

Trang trí cột đồng và ô hộc bằng pháp lam

Ngạch cửa. Chung quanh các đại tự, các ngạch cửa được chia thành các ô hộc trang trí các đồ án hoa lá và bát bửu, mặt trời, mặt trăng[10], đài mây, hoa sen... đều được thể hiện bằng pháp lam[11]. Ở cả

---

[9] Xuyên suốt cả ba tòa thành là trục Dũng đạo tức đường của khí mạch nhập vào đầu Rồng (Long nhập thủ). Con đường này chạy từ sông Hương, Nghinh Lương Đình, Phú Văn Lâu, Kỳ đài, Ngọ Môn, điện Thái Hòa, điện Cần Chánh, điện Càn Thành, cung Khôn Thái, lầu Kiến Trung… Hai bên đường Dũng đạo là hàng trăm công trình kiến trúc bố trí hòa hài trong bố cục.

[10] Trong một lần tu sửa vào khoảng trước năm 1900 dưới thời vua Thành Thái, hai hình tròn mặt trời và mặt trăng (tượng trưng cho âm dương) đặt trên hai đài mây gắn liền bên trên mỗi ngạch cửa nằm giữa hai trụ chính đã bị giảm thiểu, chỉ còn hình mặt trời nằm ở giữa tỏa các tia sáng ra chung quanh mà thôi.

[11] Pháp lam Huế trên nghi môn là đồ đồng được tráng men thời Nguyễn làm trang trí để tăng giá trị thẩm mỹ.

hai mặt của ô nằm giữa mỗi nghi môn, đều có đúc nổi 4 chữ Hán trên nền Pháp lam.

- Đại tự: mỗi mặt nghi môn có đúc nổi 4 đại tự. Nội dung bốn câu trên hai Nghi môn này tóm tắt:

1) **Đạo trị quốc**: Đường lối cai trị của triều đình nhà Nguyễn và con đường chính trị của triều đại. Hai mặt hướng nam (từ ngoài Ngọ Môn nhìn vào) là hai câu:

Chính trực đẳng bình **平等 直正**

Cao Minh Du Cửu 高明悠久

2) **Đạo quân vương**: Tư tưởng chỉ đạo, phương hướng tu dưỡng bản thân nhà vua và triều đình. Hai mặt hướng bắc (trong điện Thái Hòa nhìn ra) là hai câu:

Cư nhân do nghĩa 居仁由義

Trung hòa vị dục 中和位育.

Đạo trị quốc

Từ cửa Ngọ Môn đi vào điện Thái Hòa, tám đại tự trên hai nghi môn (quay về phía nam): **Chính Trực Đẳng Bình**, **Cao Minh Du Cửu** là tuyên ngôn về con đường chính trị của triều đại nhà Nguyễn nhằm nhắc nhở vua quan cần ngay thẳng rõ ràng, bậc quân vương tuân theo điều nghĩa, không thiên lệch[12].

Chính trực đẳng bình 正直等平

Chính正: Phải, Ngay thẳng, ở giữa, **Trực 直**: thẳng tới, **Đẳng等**: Bực, thí dụ thượng đẳng 上等, trung đẳng 中等, hạ đẳng 下等, **Bình 平**: Bằng phẳng, yên ổn, bình thường, thí dụ Bình địa, Bình tâm, Bình thân.

[12] Trong Kinh Thư đều có viết:" *Chính trực đẳng bình, tuân vương chi nghĩa, tuân vương chi đạo, vương đạo chính trực*". Đó là thực hành chính sự ngay thẳng, rõ ràng. Bậc quân vương tuân theo điều nghĩa, không thiên lệch.

Chính trực đẳng bình (phía nam)

Chính trực đẳng bình nghĩa là hành xử phải thẳng tới lẽ phải, ngay thẳng để đến bực bình thường, yên ổn. Có nghĩa đường lối chính trị của vua quan là thực hành chính sự ngay thẳng, rõ ràng.

Cao Minh Du Cửu [13]

高明悠久

Cao Minh Du Cửu

---

[13] Trong một lần trùng tu trước năm 1975, 4 đại tự "Cao Minh Du Cửu" đã được thay thế bằng 4 đại tự **正大光明**Chính Đại Quang Minh được đúc trên nghi môn tại lăng vua Minh Mạng. Điều này đã được sửa lại nhưng vẫn gây sai lầm nhất là trên internet khi dịch Cao Minh Du Cửu là Chính Đại Quang Minh vì không kiểm tra lại hoặc không hiểu chữ nho

Cao 高: Trái lại với thấp, như sơn cao thủy thâm 山高水深 núi cao sông sâu, **Minh**明: Sáng, **Du** 悠: Nước chảy, **Cửu** 久 : Lâu, lâu dài, thí dụ Trường cửu, Vĩnh cửu.

Cao Minh Du Cửu là tôn chỉ cho việc vận hành bộ máy nhà nước. Mọi việc đều rõ ràng như ánh sáng trên cao tỏa ra vĩnh cửu như nước chảy, không có gì ẩn giấu mờ ám hay khuất lấp, trái đạo lý[14].

Đạo quân vương

Khi vua từ ngai vàng đứng lên đi ra cửa Ngọ Môn thăm dân thì nhìn thấy các đại tự trên hai nghi môn tóm tắt đạo làm vua nhất là tình cảm của vua như sau:

Đạo làm vua phải biết tích trữ lòng thương yêu dân bằng cách làm việc nghĩa

Cư nhân do nghĩa

Muốn làm được việc yêu thương dân thì phải biết chế ngự thất tình

Trung hòa vị dục.

Cư nhân do nghĩa

居仁由義

Cư nhân do nghĩa

Cư 居: Tích chứa, **Nhơn** 仁: Lòng thương người mến vật; Nhân là tình thương yêu rộng lớn, **thiên về tình cảm, Do** 由: bởi (dùng như, bộ 田), Nghĩa義: việc làm chánh đáng theo lẽ phải, **thiên về lý trí**.

[14] Bốn chữ này trong sách "Lễ Ký 禮記" xưa, có nghĩa là *cao đại quang minh* so với trời và *du cửu trường viễn* như cảnh giới vô hạn.

Cư nhân do nghĩa: Bậc quân vương hành xử tuân theo điều nghĩa, không thiên lệch là để tích trữ lòng thương yêu dân (nhân).

Đây là bài học Nhơn Nghĩa nặng về tình cảm của vua quan đối với dân:

- Nhân là tình thương yêu rộng lớn, thiên về tình cảm.
- Nghĩa là việc làm chánh đáng theo lẽ phải, thiên về lý trí.

Bài học Nhơn Nghĩa đã được Nguyễn Trãi truyền lại trong bài Bình Ngô Đại Cáo[15]:

Thay trời hành hóa, hoàng thượng chiếu rằng,

Từng nghe:

*Việc **nhân nghĩa** cốt ở yên dân,*
Quân điếu phạt trước lo trừ bạo;
*Đem đại **nghĩa** để thắng hung tàn,*
*Lấy chí **nhân** để thay cường bạo*

Nhân nghĩa là con đường thực hành nhân tính của vua quan[16]. Nhưng giữa Nhân và Nghĩa, Nhân được coi là cơ bản, Nhân là gốc của Nghĩa. Nhân là tình thương yêu rộng lớn, thiên về tình cảm. Nhân là đem ơn huệ cho mọi vật. Nghĩa là xét đoán thích đáng. Hay nói cách khác: Ơn huệ là Nhân, lẽ phải là Nghĩa. Hai mặt Nhân và Nghĩa cần đi liền với nhau, bổ sung cho nhau. Nhân là nơi ở yên ổn của người, Nghĩa là con đường chánh của người: ở thì theo đạo Nhân, đi thì noi đường Nghĩa[17].

---

[15] **Bình Ngô đại cáo** 平吳大誥 là bài cáo của Nguyễn Trãi viết bằng chữ Hán vào mùa xuân năm 1428, thay lời Bình Định Vương Lê Lợi để tuyên cáo kết thúc cuộc kháng chiến chống Minh, giành lại độc lập cho Đại Việt.

[16] Mạnh Tử giảng "*Quân nhân, mạc bất nhân; Quân nghĩa, mạc bất nghĩa*" nghĩa là nếu vua có lòng nhân thì không ai không theo nhân; Nếu vua đi theo nghĩa thì không ai không đi theo nghĩa. "*Cư nhân do nghĩa*" được ghi trên nghi môn để vua quan khi đi qua đây đọc được thì luôn ghi nhớ trong lòng.

[17] Điều nhân nghĩa đức cũng thể hiện ở tên các cổng: hai cửa chính ra vào Kinh Thành được đặt tên là Thể Nhân Môn (thể hiện điều nhân nghĩa) và Quảng Đức Môn (mở rộng đức độ). Hai cửa hông ra vào Hoàng Thành được đặt tên là Hiển Nhân Môn (làm rõ điều nhân nghĩa) và Chương Đức Môn (làm rực rỡ đức độ). Trên cửa chính đi vào Tử Cấm Thành tức Đại Cung Môn, có khắc hai câu thơ về nhân nghĩa:
Nhất nhân thụ mệnh tri thiên hạ,
Thiên hạ nguyên phi phụng nhất nhân.
(Một người nhận mệnh trời để trị thiên hạ,
Thiên hạ vốn chẳng phải để đem ra cung phụng cho một người.)

Trung hòa vị dục

中和位育

Trung hòa vị dục

Trung: 中 ở giữa, **Hòa**: 和 Thuận thảo, điều hòa, **Vị**: 位 Ngôi vị, chỗ đứng, **Dục**: 育 Nuôi cho khôn lớn.

Từ ngôi vua nhìn ra Ngọ Môn, vua sẽ nhìn thấy trên nghi môn bốn đại tự 中和位育 Trung Hòa Vị Dục mà hiểu rằng ngồi ở ngôi vị Vua (Vị: 位) và muốn ngôi vị ngày một vững chắc thì phải biết nuôi dưỡng (Dục: 育). Muốn nuôi dưỡng ngôi vị thì phải biết kềm chế thất tình cho phát ra đúng tiết điệu hòa hài cảm ứng với nội tâm ngoại cảm, tình trạng đó gọi là Trung Hòa.

Muốn giữ được Trung Hòa thì phải kiểm soát được sự biểu lộ của thất tình: ái (yêu thương), ố (ghét), hỉ (mừng), nộ (giận), ai (buồn), lạc (vui sướng), cụ (sợ hãi). Khi thất tình chưa phát thì gọi là Trung, khi phát ra đúng tiết điệu hòa hài cảm ứng với nội tâm ngoại cảm gọi là Hòa. Trung Hòa là đạt đến yếu tố trong định ngoài an.

Nếu thất tình biểu lộ thái quá không kềm chế được thì sẽ biến tình cảm (sentiment) thành xúc cảm (émotion) làm cho tinh thần bất ổn, hành động ngang trái. Điều này ai trong chúng ta cũng có thể tự kiểm chứng được thất tình thái quá tác hại đến Tinh Thần như thế nào.

- Giận quá thì can khí bốc lên, mặt mày đỏ ké, chân tay run rẩy làm tinh thần mờ ám, ngu dại làm điều trái đạo; theo đạo Phật, nộ (giận) là một tội ác trong tam độc (tham, sân, si) và thập ác[18],

- Buồn thái quá khiến khó thở, tinh thần suy nhược, yếm thế vì phế khí co lại và giáng xuống;

- Vui thái quá muốn hóa điên cuồng, miệng nói tay múa vì khí của tim bị tán;

- yêu ghét, lo âu quá đáng thì tinh thần chán nản, mệt mỏi;

- Sợ hãi quá thì mất hết ý muốn mạnh mẽ để đạt mục đích vì khí ở thận suy yếu.

Vì vậy, bài học Trung Hòa Vị Dục nhằm nhắc vua biểu lộ thất tình vui, giận... phải đúng tiết độ tức trong trạng thái Trung Hòa thì Vua mới an vị, đất nước thịnh vượng thanh bình, trời đất yên ổn, vạn vật sinh sôi nảy nở. Trung hòa vị dục[19] có nghĩa là như vậy.

Tóm lại, bài học trị quốc và cách tu dưỡng bản thân của vua quan nhà Nguyễn là ánh đuốc soi sáng cho muôn đời về sau. Bài học này cũng đã giải thích tại sao lãnh thổ và ảnh hưởng chính trị của Đại Nam thời vua Minh Mạng lớn nhất trong lịch sử[20] và tại sao có những nhận xét sau của lịch sử:

3) "Triều đình nhà Nguyễn, có những nét sáng tạo riêng trong nền văn hóa chung của Trung Hoa và Ấn Độ[21]",

4) "Pháp luật, chế độ, điều gì cũng sửa sang lại cả, làm thành một nước có cương kỷ" (Trần Trọng Kim).

Lạp Chúc Nguyễn Huy

---

[18] Thập ác: 3 ác của thân (sát sanh, du đạo, tà dâm), 4 ác của khẩu (vọng ngữ, ý ngữ, lưỡng thiệt, ác khẩu), 3 ác của ý (tham, sân, si)

[19] Trung hòa vị dục trong sách Trung dung: Hòa dã giả, thiên hạ chi đạt đạo dã trí; Trung hòa, thiên địa vị yên, vạn vật dục yên - Thực hiện được đầy đủ lẽ trung hòa thì trời đất được an vị, vạn vật được sinh sôi nẩy nở.

[20] Vua Minh Mạng lập các phủ Trấn Ninh, Lạc Biên, Trấn Định, Trấn Man nhằm khống chế Ai Lao; đánh bại Xiêm La; bảo hộ Chân Lạp, chiếm vùng Nam Vang (Phnôm Pênh ngày nay) và đổi tên thành Trấn Tây Thành; kết quả là nước Đại Nam thời đó có lãnh thổ rộng hơn cả hiện nay

[21] Huỳnh Minh Đức, Từ Ngọ Môn đến điện Thái Hòa, NXB Trẻ,1994, tr.5. Trước năm 1975, GS Đức là cựu giáo sư ban Hán Văn trường Đại Học Văn Khoa Sài Gòn

NHÀ XUẤT BẢN NHÂN ẢNH GIỚI THIỆU SÁCH MỚI IN TRONG THÁNG 5 & 6 NĂM 2025

TRUYỆN
NGẮN
CHỌN
LỌC
2025
NHIỀU
TÁC GIẢ
NGÔN NGỮ
TUYỂN CHỌN VÀ XUẤT BẢN, 2025

NHÂN ẢNH | 2025
CẢM NHẬN
thơ
LUÂN
HOÁN

PHAN NI TẤN
Chuyện
TẬP TRUYỆN
Tình
Xẻo Rô
chuyện quê nam
NHÂN ẢNH 2025

KIEU CHINH
UNE ARTISTE EN EXIL
MEMOIRES

www.ingramcontent.com/pod-product-compliance
Lightning Source LLC
LaVergne TN
LVHW040415051026
849517LV00002B/319

* 9 7 9 8 3 4 9 4 3 7 4 2 7 *